ในเรื่องความผิดบาป
ความชอบธรรม
และการพิพากษา

"เมื่อพระองค์นั้นเสด็จมาแล้ว พระองค์จะทรงกระทำให้โลกรู้สึกถึงความผิดบาป และถึงความชอบธรรม และถึงการพิพากษา"

(ยอห์น 16:8)

ชุดความบริสุทธิ์และฤทธิ์อำนาจ (อารัมภบท 1)

ในเรื่องความผิดบาป ความชอบธรรม และการพิพากษา

ชุดคำเทศนาการประชุมฟื้นฟูพิเศษสองสัปดาห์—1

Dr. Jaerock Lee

URIM BOOKS

ในเรื่องความผิดบาป ความชอบธรรม และการพิพากษา โดย ดร. แจร็อก ลี
จัดพิมพ์โดย อูริมบุคส์ (ตัวแทน: คยุนแต โนฮ์)
73, เยียวแดบัง-โร 22-กิล, ดองจัก-กุ, โซล, เกาหลีใต้
www.urimbook.com

สงวนลิขสิทธิ์ ห้ามจัดพิมพ์หนังสือเล่มนี้หรือส่วนหนึ่งส่วนใดของหนังสือเล่มนี้ซ้ำ หรือเก็บไว้ในระบบเพื่อนำกลับมาใช้ใหม่ หรือถ่ายทอดด้วยรูปแบบอื่นใด หรือโดยเครื่องมืออิเล็กทรอนิกส์ เครื่องกล การถ่ายสำเนา การบันทึกหรือด้วยวิธีการหนึ่งใดเหล่านี้โดยมิได้รับอนุญาตจากผู้จัดพิมพ์อย่างเป็นลายลักษณ์อักษร

ข้ออ้างอิงพระคัมภีร์ที่ใช้ในหนังสือเล่มนี้นำมาจากพระคริสต์ธรรมคัมภีร์ไทยฉบับ 1971 และ
พระคัมภีร์ภาษาไทยฉบับ King James Version
จัดพิมพ์โดยสมาคมพระคริสตธรรมไทย

สงวนลิขสิทธิ์ © 2016 โดย ดร. แจร็อก ลี

ISBN: 979-11-263-1180-4 03230

ลิขสิทธิ์การแปล © 2013 โดยดร. เอสเธอร์ เค. ชุงใช้โดยได้รับอนุญาต

ได้รับอนุญาตให้แปลเป็นภาษาไทยโดยดร. ดานิเอล แสงวิชัย

จัดพิมพ์ครั้งแรกเมื่อเดือนธันวาคม 2023

จัดพิมพ์ครั้งก่อนเป็นภาษาเกาหลีในปี 2011 โดยอูริมบุคส์ในกรุงโซล ประเทศเกาหลี

บทบรรณาธิการโดยดร.เจียมซุน วิน
ออกแบบโดยทีมงานออกแบบของอูริมบุคส์
จัดพิมพ์โดยพรีออน พริ้นติ้ง
ข้อมูลเพิ่ม โปรดติดต่อ:urimbook@hotmail.com

ถ้อยแถลงจากผู้เขียน

ผมอธิษฐานขอให้ผู้อ่านทุกท่านเป็นคนชอบธรรมซึ่งได้รับความรักและพระพรอันยิ่งใหญ่ของพระเจ้า...

ในสมัยที่นักปฏิรูปผู้ยิ่งใหญ่ มาร์ติน ลูเธอร์ ยังเป็นหนุ่มเขาเคยมีประสบการณ์กับเหตุการณ์ที่เจ็บปวดมากเหตุการณ์หนึ่ง วันหนึ่งในขณะที่เขากับเพื่อนกำลังยืนหลบฝนอยู่ใต้ต้นไม้ เกิดฟ้าผ่าลงมาและส่งผลให้เพื่อนของเขาที่ยืนอยู่ถัดจากเขาเสียชีวิต เนื่องจากเหตุการณ์นี้ลูเธอร์จึงเข้าเป็นนักบวชและเขาเป็นทุกข์จากความกลัวที่มีต่อพระเจ้าผู้ทรงพิพากษาและกล่าวโทษความผิดบาป แม้เขาจะใช้เวลาอย่างมากกับการสารภาพบาป แต่เขาก็ไม่สามารถพบทางออกต่อปัญหาเรื่องความบาป ไม่ว่าเขาจะศึกษาพระคัมภีร์มากเท่าใดก็ตาม เขาก็ไม่สามารถค้นพบคำตอบต่อคำถามที่ว่า "คนอธรรมจะทำให้พระเจ้าผู้ชอบธรรมพอพระทัยได้อย่างไร"

จากนั้น วันหนึ่ง ในขณะที่เขากำลังอ่านจดหมายฝากฉบับหนึ่งของเปาโลอยู่นั้นในที่สุดเขาก็พบกับสันติสุขที่เขาเสาะหาอย่างมาก ข้อความในโรม 1:17 กล่าวว่า "เพราะว่าในข่าวประเสริฐนั้นความชอบธรรมของพระเจ้าก็ได้สำแดงออก โดยเริ่มต้นก็ความเชื่อ

สุดท้ายก็ความเชื่อ ตามที่พระคัมภีร์มีเขียนไว้ว่า 'คนชอบธรรมจะมีชีวิตดำรงอยู่โดยความเชื่อ'" ลูเธอร์เกิดความกระจ่างในเรื่อง "ความชอบธรรมของพระเจ้า" แม้ก่อนจะมาถึงจุดนี้เขารู้เกี่ยวกับความชอบธรรมของพระเจ้าผู้ทรงพิพากษามนุษย์ทุกคนเท่านั้น แต่เวลานี้เขาตระหนักถึงความชอบธรรมของพระเจ้าที่ประทานการยกโทษความผิดบาปแก่มนุษย์ทุกคนที่เชื่อในพระเยซูคริสต์โดยไม่คิดมูลค่าและพระองค์ทรงเรียกคนเหล่านั้นว่า "คนชอบธรรม" หลังจากความเข้าใจครั้งนี้ลูเธอร์ได้ดำเนินชีวิตด้วยความรักที่มีต่อความจริงอย่างไม่เสื่อมคลาย

ในแนวทางนี้ พระเจ้าไม่เพียงแต่ยอมรับผู้คนที่เชื่อในพระเยซูคริสต์ว่าเป็น "คนชอบธรรม" เท่านั้น แต่พระองค์ทรงประทานพระวิญญาณบริสุทธิ์เป็นของขวัญแก่เขาด้วยเช่นกันเพื่อเขาจะรู้ในเรื่องความผิดบาป ความชอบธรรม และการพิพากษาเพื่อเขาจะสามารถเชื่อฟังพระเจ้าโดยสมัครใจและทำให้พระประสงค์ของพระองค์สำเร็จ ฉะนั้นเราไม่ควรหยุดอยู่แค่การรับเอาพระเยซูคริสต์และถูกเรียกว่า "คนชอบธรรม" สิ่งที่สำคัญมากกว่านั้นคือการเป็นคนชอบธรรมอย่างแท้จริงด้วยการกำจัดความบาปและความชั่วออกไปจากภายในเราด้วยความช่วยเหลือของพระวิญญาณบริสุทธิ์

ตลอดเวลา 12 ปีที่ผ่านมาพระเจ้าทรงให้คริสตจักรของเราจัดการประชุมฟื้นฟูพิเศษสองสัปดาห์ขึ้นทุกปีเพื่อว่าสมาชิกคริสตจักรทุกคนได้รับพระพรของการเป็นคนชอบธรรมโดยความเชื่อ พระองค์ทรงนำเรามาถึงจุดที่เราสามารถได้รับคำตอบทุกชนิดของคำอธิษฐานที่เราทูลต่อพระองค์ พระองค์ทรงนำให้เราเข้าใจถึงมิติต่างๆ ของวิญญาณ ความดี ความสว่าง และความรักเช่นกันเพื่อเราจะส

ามารถรับเอาฤทธิ์อำนาจของพระเจ้าในชีวิตของเรา และในแต่ละปีที่ผ่านไปเมื่อเรามีความก้าวหน้าเรื่องความเชื่อไปสู่ความบริสุทธิ์และฤทธิ์อำนาจ พระเจ้าทรงอวยพรให้ผู้คนจำนวนมากจากชนทุกชาติได้มีประสบการณ์กับฤทธิ์อำนาจของพระเจ้าที่บันทึกไว้ในพระคัมภีร์และซึ่งอยู่เหนือกาลเวลาและสถานที่

เราจัดพิมพ์คำเทศนาฟื้นฟูชุด "ความบริสุทธิ์และฤทธิ์อำนาจ" ซึ่งบรรจุคำสอนเรื่องการจัดเตรียมอย่างลึกซึ้งของพระเจ้าเอาไว้ เพื่อผู้อ่านจะสามารถเรียนรู้คำสอนเหล่านี้อย่างเป็นระบบ คำเทศนาฟื้นฟูจากสามปีแรกเป็นเหมือน "อารัมภบท" คำเทศนาเหล่านี้เกี่ยวข้องกับการมุ่งหน้าไปสู่หนทางแห่งความชอบธรรมที่แท้จริงด้วยการทำลายกำแพงแห่งความบาปที่อยู่ระหว่างเรากับพระเจ้า จากนั้น คำเทศนาจากสี่ปีต่อมาจะสอนเกี่ยวกับการทำงานเพื่อมุ่งไปสู่ความบริสุทธิ์และฤทธิ์อำนาจซึ่งเป็นเหมือน "คำสอนหลัก" สุดท้าย คำเทศนาจากช่วงห้าปีสุดท้ายจะพูดถึงวิธีการที่จะมีประสบการณ์กับฤทธิ์อำนาจของพระเจ้าด้วยการประพฤติตามพระคำ ส่วนนี้จะเป็นเหมือน "การนำมาใช้" ของการจัดพิมพ์นี้

ทุกวันนี้มีผู้คนจำนวนมากที่ดำเนินชีวิตของตนไปโดยไม่รู้แม้กระทั่งว่าความผิดบาปคืออะไร ความชอบธรรมคืออะไร และการพิพากษาคืออะไร แม้แต่ผู้คนที่ไปโบสถ์ก็ไม่มีความแน่ใจในเรื่องความรอดและเขาดำเนินชีวิตแบบชาวโลก—เหมือนกับคนอื่นๆ ในโลก นอกจากนี้ เขาไม่ได้ดำเนินชีวิตคริสเตียนที่ชอบธรรมตามข้อกำหนดของพระเจ้า แต่เป็นความชอบธรรมตามสิ่งที่เขาคิดว่าชอบธรรม ดังนั้น ในเรื่องความผิดบาป ความชอบธรรม และการพิพากษา จึงเป็นหนังสือเล่มแรกของคำเ

ทศนาชุด ความบริสุทธิ์และฤทธิ์อำนาจ ซึ่งสอนเกี่ยวกับวิธีการที่จะทำให้เราสามารถดำเนินชีวิตคริสเตียนอย่างประสบความสำเร็จด้วยการรับเอาการยกโทษความผิดบาปของเราและด้วยการบรรลุถึงความชอบธรรมของพระเจ้าในชีวิตของเรา

เพื่อยืนยันถึงคำสอนนี้ด้วยหลักฐานแห่งฤทธิ์อำนาจของพระองค์ ในช่วงแรกของวันแรกของการฟื้นฟูของเราในปี 1993 พระเจ้าทรงสัญญาถึงพระพรของการตั้งครรภ์สำหรับสามีภรรยาหลายคู่ที่แต่งงานกันมาเป็นเวลา 5-6 ปี (และบางคู่นานถึง 10 ปี) โดยไม่มีการตั้งครรภ์ เมื่อการประชุมฟื้นฟูจบสิ้นลง ภรรยาของสามีเหล่านี้เกือบทุกคนตั้งครรภ์และเริ่มเลี้ยงดูครอบครัว

ผมขอขอบคุณ ดร. เจียมซุน วิน ผู้อำนวยการแผนกบรรณาธิการและเจ้าหน้าที่ของท่านที่ทำงานหนักร่วมกันเพื่อทำให้การจัดพิมพ์หนังสือเล่มเกิดขึ้นได้ และผมอธิษฐานในพระนามขององค์พระผู้เป็นเจ้าเพื่อว่าผู้คนจำนวนมากที่อ่านหนังสือเล่มนี้จะสามารถแก้ปัญหาเรื่องความผิดบาปของตนได้ ซึ่งโดยวิธีนั้นจะทำให้เขาได้รับคำตอบต่อคำอธิษฐานทั้งสิ้นของตน!

มีนาคม 2009

แจร็อก ลี

อารัมภบท

หนังสือเล่มนี้ ในภาคแรกซึ่ง ในเรื่องความผิดบาป ความชอบธรรม และการพิพากษา ประกอบด้วยห้าบทที่อุทิศให้กั บแต่ละหัวข้อเรื่องความผิดบาป ความชอบธรรม และการพิพากษา หนังสือเล่มนี้อธิบายโดยละเอียดเกี่ยวกับวิธีการที่คนหนึ่งจะสามาร ถพบคำตอบต่อปัญหาเรื่องความบาป วิธีการที่เขาจะสามารถดำเ นินชีวิตแห่งพระพรด้วยการเป็นคนชอบธรรม และวิธีการที่เขาจะส ามารถหลีกเลี่ยงการพิพากษาที่จะมาถึงและได้ชื่นชมกับพระพรนิรั นดร์

บทแรกที่เกี่ยวกับความผิดบาปมีชื่อว่า "ความรอด" บทนี้อธิ บายถึงเหตุผลว่าทำไมมนุษย์จำเป็นต้องได้รับความรอดพร้อมกับ ความหมายที่แท้จริงและวิธีการที่ถูกต้องของการได้รับความรอด บทถัดมา "พระบิดา พระบุตร และพระวิญญาณบริสุทธิ์" จะแนะนำ

ผู้อ่านให้เข้าใจอย่างถูกต้องถึงวิธีการที่ฤทธิ์อำนาจและสิทธิอำนาจของพระเจ้า พระนามของพระเยซูคริสต์ และการทรงนำของพระวิญญาณบริสุทธิ์ทำการร่วมกันในฐานะพระเจ้าตรีเอกา เพื่อว่าผู้อ่านจะได้รับคำตอบอย่างชัดเจนต่อปัญหาเรื่องความบาปและเดินในทางที่ถูกต้องไปสู่ความรอด

บทที่ชื่อว่า "การงานของเนื้อหนัง" วิเคราะห์และอธิบายหัวข้อเรื่องกำแพงแห่งความผิดบาปที่ขวางกั้นระหว่างมนุษย์กับพระเจ้า บทต่อไป ชื่อว่า "เหตุฉะนั้น จงพิสูจน์การกลับใจด้วยผลที่เกิดขึ้น" อธิบายถึงความ สำคัญของการเกิดผลที่พิสูจน์การกลับใจเพื่อให้บรรลุถึงความรอดอย่างสมบูรณ์โดยทางพระเยซูคริสต์

บทสุดท้ายของภาคที่เกี่ยวกับความผิดบาปนี้มีชื่อว่า "จงเกลียดชังสิ่งที่ชั่ว จงยึดมั่นในสิ่งที่ดี" สอนผู้อ่านให้กำจัดความชั่วซึ่งไม่เป็นที่พอพระทัยพระเจ้าทิ้งไปและประพฤติตนด้วยความดีตามพระคำแห่งความจริง

ต่อไป ในบทแรกของภาคที่พูดถึงความชอบธรรม "ความชอบธรรมนำไปสู่ชีวิต" อธิบายอย่างชัดเจนว่าเราผู้เป็นมนุษย์จะได้รับชีวิตนิรันดร์ผ่านการประพฤติอย่างชอบธรรมของพระเยซูคริสต์ได้อย่างไร ในบทที่มีชื่อว่า "คนชอบธรรมจะมีชีวิตดำรงอ

ยู่โดยความเชื่อ” บทนี้อธิบายถึงความสำคัญของการตระหนักว่าเร
าได้รับความรอดโดยความเชื่อเท่านั้น และนี่จึงคือเหตุผลที่เราต้อง
บรรลุถึงความเชื่อที่แท้จริง

บทที่ 8 “จนถึงการเชื่อฟังพระคริสต์” อธิบายว่าบุคคลต้องท
ำลายความคิดและหลักทฤษฎีต่างๆ ลงและเชื่อฟังพระคริสต์เพื่
อเขาจะสามารถมีความเชื่อที่แท้จริงและชื่นชมกับชีวิตที่จำเริญ
รุ่งเรืองซึ่งเต็มไปด้วยพระพรและคำตอบต่อคำอธิษฐาน บทที่ 9
“คนที่พระเจ้าทรงยกย่อง” มองดูชีวิตของบิดาแห่งความเชื่อหลา
ยๆ คนอย่างใกล้ชิดมากขึ้นในขณะที่สอนผู้อ่านเกี่ยวกับวิธีการปฏิ
บัติตนเพื่อให้เป็นคนที่ได้รับการยกย่องจากพระเจ้า บทสุดท้ายขอ
งภาคที่เกี่ยวกับความชอบธรรมมีชื่อว่า “พระพร” บทนี้เป็นการสังเ
กตดูชีวิตและความเชื่อของอับราฮัมผู้เป็นบิดาแห่งความเชื่อและเม
ล็ดพันธุ์แห่งพระพร ตามมาด้วยแนวทางปฏิบัติบางอย่างที่จะทำให้
ผู้เชื่อสามารถชื่นชมกับชีวิตแห่งพระพร

บทแรกของภาคที่เกี่ยวกับการพิพากษามีชื่อว่า “ความบาปขอ
งการไม่เชื่อฟังพระเจ้า” บทนี้เจาะลึกเข้าไปในผลลัพธ์ที่ตามมาเมื่
อมนุษย์ทำบาปแห่งการต่อสู้พระเจ้า บทถัดมา “เราจะกวาดล้างม
นุษย์ไปเสียจากแผ่นดิน” อธิบายถึงการพิพากษาของพระเจ้าที่จะเ

กิดขึ้นตามมาเมื่อความชั่วร้ายของมนุษย์ไปถึงขีดจำกัด

บทที่มีชื่อว่า "อย่าต่อสู้กับพระประสงค์ของพระองค์" บอกผู้อ่านว่าการพิพากษาของพระเจ้าจะมาถึงเมื่อคนหนึ่งต่อสู้กับพระประสงค์ของพระเจ้าและผู้อ่านควรตระหนักว่าการเชื่อฟังพระประสงค์ของพระเจ้านั้นเป็นพระพรที่ยิ่งใหญ่เพียงใดและเขาสามารถเชื่อฟังพระเจ้า ในบทที่มีชื่อว่า "พระเจ้าจอมโยธาตรัสดังนี้" ผู้เขียนอธิบายโดยละเอียดว่าคนหนึ่งจะสามารถรับการรักษาโรคและได้รับคำตอบต่อคำอธิษฐานของเขาได้อย่างไร ผู้เขียนยังอธิบายถึงความสำคัญของการเป็นคนชอบธรรมที่ยำเกรงพระเจ้าด้วยเช่นกัน

และบทสุดท้าย "ในเรื่องความผิดบาป ความชอบธรรมและการพิพากษา" เปิดหนทางไปสู่การแก้ไขปัญหาเรื่องความบาป การเป็นคนชอบธรรม การพบกับพระเจ้าผู้ทรงพระชนม์อยู่ หนทางที่จะหลีกเลี่ยงการพิพากษาครั้งสุดท้าย และการได้รับชีวิตแห่งพระพรนิรันดร์

หนังสือเล่มนี้อธิบายถึงแนวทางที่เฉพาะเจาะจงซึ่งจะช่วยให้เราที่ต้อนรับเอาพระเยซูคริสต์และได้รับพระวิญญาณบริสุทธิ์สามารถได้รับความรอดและชีวิตนิรันดร์ คำตอบต่อคำอธิษฐานและพระพรนานาประการ ผมอธิษฐานในพระนามขององค์พระผู้เป็

นเจ้าเพื่อว่าโดยทางหนังสือนี้ผู้คนจำนวนมากจะกลายเป็นชายและหญิงที่ชอบธรรมซึ่งเป็นที่พอพระทัยพระเจ้า!

มีนาคม 2009
เจียมซุน วิน
ผู้อำนวยการแผนกบรรณาธิการ

สารบัญ

ถ้อยแถลงจากผู้เขียน
อารัมภบท

ภาคที่ 1 ในเรื่องความผิดบาป...

บทที่ 1 ความรอด · 3

พระเจ้าพระผู้สร้างและมนุษย์
กำแพงแห่งความบาประหว่างพระเจ้ากับมนุษย์
ความหมายที่แท้จริงของความรอด
วิธีการแห่งความรอด
การจัดเตรียมเรื่องความรอดผ่านทางพระเยซูคริสต์

บทที่ 2 พระบิดา พระบุตร และพระวิญญาณบริสุทธิ์ · 13

พระเจ้าพระบิดาคือใคร
พระเจ้าพระบิดา—ผู้กำกับการสูงสุดเรื่องการเตรียมมนุษย์
พระเยซูคริสต์ พระบุตรคือใคร
พระเยซูคริสต์พระผู้ช่วยให้รอด
พระวิญญาณบริสุทธิ์ พระผู้ช่วยคือใคร
พระราชกิจของพระวิญญาณบริสุทธิ์ พระผู้ช่วย
พระเจ้าตรีเอกานุภาพทรงทำให้การจัดเตรียมเรื่องความรอดสำเร็จลุล่วง

บทที่ 3 การงานของเนื้อหนัง · 27

สิ่งซึ่งเป็นของเนื้อหนังและการงานของเนื้อหนัง
การงานของเนื้อหนังที่ทำให้มนุษย์ไม่ได้รับมรดกในแผ่นดินของพระเจ้า
การงานของเนื้อหนังที่เห็นได้ชัด

บทที่ 4 "เหตุฉะนั้น จงพิสูจน์การกลับใจด้วยผลที่เกิดขึ้น" · 47

เจ้าชาติงูร้าย
จงพิสูจน์การกลับใจด้วยผลที่เกิดขึ้น
อย่านึกเหมาเอาในใจว่าตัวมีอับราฮัมเป็นบิดา
"ต้นไม้ซึ่งไม่เกิดผลดีย่อมต้องถูกฟันลงและทิ้งเสียในไฟ"
ผลที่พิสูจน์ถึงการกลับใจ
ผู้คนที่เกิดผลซึ่งพิสูจน์ถึงการกลับใจ

บทที่ 5 "จงเกลียดชังสิ่งที่ชั่ว จงยึดมั่นในสิ่งที่ดี" · 63

วิธีการที่ความชั่วปรากฏออกมาเป็นความบาป
เพื่อจะกำจัดความชั่วทิ้งไปและเป็นบุคคลแห่งความดี
คนชาติชั่วและคิดคดทรยศต่อพระเจ้าแสวงหาหมายสำคัญ
ความชั่วรูปแบบต่างๆ ที่เราควรเกลียดชัง

อภิธานศัพท์ 1

ภาคที่ 2 ในเรื่องความชอบธรรม...

บทที่ 6 ความชอบธรรมนำไปสู่ชีวิต · 83

ความชอบธรรมในสายพระเนตรของพระเจ้า
การกระทำอันชอบธรรมครั้งเดียวที่ช่วยมวลมนุษย์ให้รอด
จุดเริ่มต้นของความชอบธรรมคือการเชื่อในพระเจ้า
ความชอบธรรมของพระเยซูคริสต์ที่เราต้องเลียนแบบ
หนทางของการเป็นคนชอบธรรม
พระพรสำหรับคนชอบธรรม

บทที่ 7 คนชอบธรรมจะมีชีวิตดำรงอยู่โดยความเชื่อ · 97

เพื่อจะเป็นคนชอบธรรมอย่างแท้จริง
ทำไมเราต้องเป็นคนชอบธรรม
คนชอบธรรมจะมีชีวิตดำรงอยู่โดยความเชื่อ
เราจะมีความเชื่อฝ่ายวิญญาณได้อย่างไร
แนวทางของการดำเนินชีวิตด้วยความเชื่อ

บทที่ 8 จนถึงการเชื่อฟังพระคริสต์ · 109

ความคิดฝ่ายเนื้อหนังที่เป็นศัตรูกับพระเจ้า
"ความชอบธรรมส่วนตัว"—หนึ่งในความคิดฝ่ายเนื้อหนังที่สำคัญ
อัครทูตเปาโลทำลายความคิดฝ่ายเนื้อหนังของท่าน
ความชอบธรรมที่มาจากพระเจ้า
ซาอูลไม่เชื่อฟังพระเจ้าด้วยความคิดฝ่ายเนื้อหนัง
แนวทางที่จะทำให้ความชอบธรรมของพระเจ้าสำเร็จโดยความเชื่อ

บทที่ 9 คนที่พระเจ้าทรงยกย่อง · 123

คนที่พระเจ้าทรงยกย่อง
เพื่อรับการรับรองจากพระเจ้า
จงตรึงตัณหาและความอยากไว้ที่กางเขน
เหล่าปิตาจารย์ที่เป็นคนชอบธรรมต่อพระพักตร์พระเจ้า

บทที่ 10 พระพร · 137

อับราฮัม ผู้เป็นบิดาแห่งความเชื่อ
พระเจ้าทรงถือว่าความเชื่อเป็นความชอบธรรมและประทานพระพรของพระองค์
พระเจ้าทรงสร้างภาชนะคุณภาพผ่านการทดลอง
พระเจ้าทรงเตรียมทางออก แม้กระทั่งในระหว่างการทดลอง
พระเจ้าทรงอวยพร แม้กระทั่งในระหว่างการทดลอง
ลักษณะแห่งภาชนะของอับราฮัม

อภิธานศัพท์ 2, 3

ภาคที่ 3 ในเรื่องการพิพากษา...

บทที่ 11 ความบาปของการไม่เชื่อฟังพระเจ้า · 155

อาดัม มนุษย์ที่ถูกสร้างตามพระฉายาของพระเจ้า
อาดัมกินผลไม้ต้องห้าม
ผลของความบาปแห่งการไม่เชื่อฟังพระเจ้าของอาดัม
เหตุผลที่พระเจ้าทรงใส่ต้นไม้แห่งความรู้ดีและรู้ชั่วเอาไว้
หนทางที่จะเป็นอิสระจากการแช่งสาปที่เกิดจากความบาป
ผลของความบาปแห่งการไม่เชื่อฟังพระเจ้าของซาอูล
ผลของความบาปแห่งการไม่เชื่อฟังพระเจ้าของคาอิน

บทที่ 12 "เราจะกวาดล้างมนุษย์ไปเสียจากแผ่นดิน" · 167

ข้อแตกต่างระหว่างคนชั่วกับคนดี
เหตุใดการพิพากษาของพระเจ้าจึงเกิดขึ้น
* เพราะความชั่วของมนุษย์มีมากมาย
* เพราะความคิดแห่งจิตใจชั่วร้าย
* เพราะเค้าความคิดแห่งจิตใจชั่วร้ายอยู่เสมอ
เพื่อหลีกเลี่ยงการพิพากษาของพระเจ้า

บทที่ 13 อย่าต่อสู้กับพระประสงค์ของพระองค์ · 179

การพิพากษาเกิดขึ้นเมื่อเราต่อสู้กับพระประสงค์ของพระเจ้า
ผู้คนที่ต่อสู้กับพระประสงค์ของพระเจ้า

บทที่ 14 "พระเจ้าจอมโยธาตรัสดังนี้..." · 193

พระเจ้าทรงปฏิเสธคนเย่อหยิ่ง
ความเย่อหยิ่งของกษัตริย์เฮเซคียาห์
ความเย่อหยิ่งของผู้เชื่อ
ความเย่อหยิ่งของผู้พยากรณ์เท็จ
การพิพากษาสำหรับผู้คนที่ประพฤติตนด้วยความเย่อหยิ่งและความชั่ว
พระพรของคนชอบธรรมที่ยำเกรงพระเจ้า

บทที่ 15 ในเรื่องความผิดบาป ความชอบธรรม และการพิพากษา · 203

ในเรื่องความผิดบาป
ทำไมพระองค์จึงพิพากษาในเรื่องความผิดบาป
ในเรื่องความชอบธรรม
ทำไมพระองค์จึงพิพากษาในเรื่องความชอบธรรม
ในเรื่องการพิพากษา
พระวิญญาณบริสุทธิ์ทรงกระทำให้โลกรู้แจ้งในเรื่องความผิดบาป
จงกำจัดความบาปทิ้งไปและดำเนินชีวิตแห่งความชอบธรรม

อภิธานศัพท์ 4

ในเรื่องความผิดบาป

"...ถึงความผิดบาปนั้น คือเพราะเขาไม่เชื่อในเรา"

"ถ้าเจ้าทำดี เจ้าจะไม่เป็นที่ยอมรับหรอกหรือ ถ้าเจ้าทำไม่ดี บาปก็ซุ่มอยู่ที่ประตู มันปรารถนาในตัวเจ้า และเจ้าจะครอบครองมัน" (ปฐมกาล 4:7)

"เพียงแต่ยอมรับความชั่วช้าของเจ้าว่า เจ้าได้ละเมิดต่อพระเยโฮวาห์พระเจ้าของเจ้า และเที่ยวเอาใจพระอื่นที่ใต้ต้นไม้เขียวสดทุกต้น และเจ้ามิได้เชื่อฟังเสียงของเรา'" พระเยโฮวาห์ตรัสดังนี้แหละ" (เยเรมีย์ 3:13)

"เราบอกความจริงแก่ท่านทั้งหลายว่า ความผิดบาปทุกอย่างและคำหมิ่นประมาทที่เขากล่าวนั้น จะทรงโปรดยกให้บุตรทั้งหลายของมนุษย์ได้ แต่ผู้ใดจะกล่าวคำหมิ่นประมาทต่อพระวิญญาณบริสุทธิ์จะไม่ได้รับการอภัยโทษเลย แต่ผู้นั้นย่อมได้รับโทษจากการพิพากษาเป็นนิตย์" (มาระโก 3:28-29)

"แต่เพื่อท่านทั้งหลายจะได้รู้ว่า บุตรมนุษย์มีฤทธิ์อำนาจในโลกที่จะโปรดยกความผิดบาปได้" (พระองค์จึงตรัสสั่งคนอัมพาตว่า) "เราสั่งเจ้าว่า จงลุกขึ้นยกที่นอนไปบ้านของเจ้าเถิด"" (ลูกา 5:24)

"ภายหลังพระเยซูได้ทรงพบคนนั้นในพระวิหารและตรัสกับเขาว่า "ดูเถิด เจ้าหายโรคแล้ว อย่าทำบาปอีก มิฉะนั้นเหตุร้ายกว่านั้นจะเกิดกับเจ้า"" (ยอห์น 5:14)

"ท่านทั้งหลายไม่รู้หรือว่า ท่านจะยอมตัวรับใช้เชื่อฟังคำของผู้ใด ท่านก็เป็นทาสของผู้ที่ท่านเชื่อฟังนั้น คือเป็นทาสของบาปซึ่งนำไปสู่ความตาย หรือเป็นทาสของการเชื่อฟังซึ่งนำไปสู่ความชอบธรรม" (โรม 6:16)

"ลูกเล็กๆของข้าพเจ้าเอ๋ย ข้าพเจ้าเขียนข้อความเหล่านี้ถึงท่านทั้งหลาย เพื่อท่านจะได้ไม่ทำบาป และถ้าผู้ใดทำบาป เราก็มีพระองค์ผู้ช่วยเหลือสถิตอยู่กับพระบิดา คือพระเยซูคริสต์ผู้ทรงชอบธรรมนั้นและพระองค์ทรงเป็นผู้ลบล้างพระอาชญาที่ตกกับเราทั้งหลายเพราะบาปของเรา และไม่ใช่แต่บาปของเราพวกเดียว แต่บาปของมนุษย์ทั้งปวงในโลกด้วย" (1 ยอห์น 2:1-2)

บทที่ 1

ความรอด

"ในผู้อื่นความรอดไม่มีเลย ด้วยว่านามอื่น
ซึ่งให้เราทั้งหลายรอดได้ ไม่ทรงโปรดให้มี
ในท่ามกลางมนุษย์หัวใต้ฟ้า"
(กิจการ 4:12)

ในโลกนี้ ขึ้นอยู่กับศาสนาและวัฒนธรรม ผู้คนกราบไหว้รูปเคารพหลากหลายชนิด แม้กระทั่งรูปเคารพที่เรียกกันว่า "พระเจ้าที่ไม่รู้จัก" (กิจการ 17:23) ก็มีอยู่ด้วยเช่นกัน ทุกวันนี้ศาสนาที่เรียกกันว่า "ศาสนาเกิดใหม่" ซึ่งเป็นศาสนาที่เกิดจากการผสมผสานกันของหลักคำสอนของหลายๆ ศาสนา กำลังได้รับความสนใจและผู้คนจำนวนมากได้ยอมรับ "พหุนิยมทางศาสนา" ซึ่งอยู่บนพื้นฐานของหลักปรัชญาที่ว่ามีความรอดอยู่ในทุกศาสนา อย่างไรก็ตาม พระคัมภีร์บอกเราว่าพระเจ้าพระผู้สร้างทรงเป็นพระเจ้าเที่ยงแท้แต่องค์เดียวและพระเยซูคริสต์ทรงเป็นพระผู้ช่วยให้รอดแต่เพียงองค์เดียว (เฉลยธรรมบัญญัติ 4:39; ยอห์น 14:6; กิจการ 4:12)

พระเจ้าพระผู้สร้างและมนุษย์

พระเจ้าทรงดำรงอยู่อย่างแน่นอน เช่นเดียวกับการที่เรามีชีวิตอยู่เพราะพ่อแม่ของเราให้กำเนิดเรา มนุษย์ดำรงอยู่ในโลกนี้ก็เพราะพระเจ้าทรงสร้างเรา

เมื่อเรามองดูนาฬิกาเรือนเล็กๆ เรือนหนึ่งเราจะเห็นว่าชิ้นส่วนขนาดเล็กหลายชิ้นที่อยู่ในนาฬิกาทำงานร่วมกันอย่างประณีตเพื่อจะบอกเวลา แต่ไม่มีใครมองดูนาฬิกาและคิดว่านาฬิกาเรือนนั้นเกิดจากการมารวมตัวกันเองโดยบังเอิญ นาฬิกาเรือนเล็กมีตัวตนอยู่ได้ในโลกนี้เพราะคนบางคนออกแบบและสร้างนาฬิกาเรือนนี้ขึ้น แล้วจักรวาลหละ นาฬิกาไม่อาจเทียบกับจักรวาลได้เลย จักรวาลมีความสลับซับซ้อนและกว้างใหญ่ไพศาลมากจนความคิดของมนุษย์ไม่สามารถจินตนาการถึงความลี้ลับหรือเข้าใจถึงขนาดของจักรวาลได้ ความจริงที่ว่าระบบสุริยะ (ซึ่งเป็นเพียงส่วนเล็กๆ ของจักรวาล) ทำงานอย่างแม่นยำโดยไม่มีความผิดพลาดเลยแม้แต่เพียงเล็กน้อย ยิ่งทำให้เป็นการยากมากขึ้นที่จะไม่เชื่อในการทรงสร้างของพระเจ้า

ร่างกายของมนุษย์ก็เหมือนกัน อวัยวะ เซลล์ และส่วนประกอบอื่นๆ ทั้งหมดของร่างกายได้รับการจัดวางไว้อย่างสมบูรณ์แบบและทำงานร่วมกันอย่างประณีตมากจนการจัดการและการทำหน้าที่ของอวัยวะต่างๆ เหล่านั้นกลายเป็นสิ่งมหัศจรรย์อย่างแท้จริง กระนั้น ด้วยสิ่งสารพัดที่มนุษย์ค้นพบเกี่ยวกับร่างกายของมนุษย์ สิ่งเหล่านั้นเป็นเพียงเศษส่วนขนาดเล็กของสิ่งที่มีอยู่ซึ่งยังต้องเปิดเผยออกมา ดังนั้น เราจะพูดได้อย่างไรว่าร่างกายของมนุษย์แค่เกิดขึ้นมาอย่างสุ่มๆ โดยไร้แบบแผน

ผมขอแบ่งปันตัวอย่างเปรียบเทียบง่ายๆ ที่ทุกคนสามารถยอมรับได้ไม่ยาก บนใบหน้าของคนมีดวงตาอยู่สองดวง มีจมูกหนึ่งอัน มีรูจมูกสองรู

มีปากหนึ่งปาก และมีหูสองข้าง การจัดวางตำแหน่งของอวัยวะเหล่านี้ก็คือให้ตาอยู่ด้านบน จมูกอยู่ตรงกลาง ปากอยู่ใต้จมูก และหูถูกวางไว้ในแต่ละข้างของใบหน้า สิ่งนี้เป็นเหมือนกันหมดไม่ว่าเราจะเป็นคนผิวดำ ฝรั่ง หรือเอเชียก็ตาม สิ่งนี้ไม่ได้เป็นความจริงเฉพาะกับมนุษย์เท่านั้น สิ่งนี้เป็นความจริงเช่นกันกับสัตว์ต่างๆ เช่น สิงโต เสือ ช้าง สุนัข และเป็นจริงกับสัตว์ปีก อย่างเช่น นกอินทรีย์และนกพิราบ และแม้กระทั่งกับปลาก็เช่นเดียวกัน

ถ้าการวิวัฒนาการของดาร์วินเป็นความจริง สัตว์ นก และมนุษย์คงต้องวิวัฒนาการแตกต่างกันไปตามแนวทางของแต่ละชนิดตามสภาพแวดล้อมของตน แต่เพราะเหตุใดรูปลักษณ์และการจัดวางตำแหน่งบนใบหน้าจึงเหมือนกันอย่างมาก สิ่งนี้คือหลักฐานพิสูจน์ที่มีน้ำหนักมากว่าพระเจ้าพระผู้สร้างแต่เพียงองค์เดียวทรงออกแบบและทรงสร้างพวกเราทุกคน ความจริงที่ว่าเราทุกคนถูกสร้างขึ้นตามพระฉายาของพระองค์แสดงให้เราเห็นว่าพระผู้สร้างไม่ใช่พระเจ้าหลายองค์ แต่เป็นพระเจ้าองค์เดียว

แต่เดิมผมเป็นคนที่ไม่เชื่อว่ามีพระเจ้า ผมได้ยินผู้คนพูดว่าถ้าคุณไปโบสถ์คุณจะได้รับความรอด อย่างไรก็ตาม ผมไม่รู้ด้วยซ้ำไปว่าความรอดคืออะไรหรือจะรับเอาความรอดด้วยวิธีไหน จากนั้น วันหนึ่งกระเพาะของผมเริ่มทำงานผิดปกติจากการดื่มสุราเกินขนาดและในที่สุดผมต้องใช้เวลาเจ็ดปีต่อมานอนป่วยอยู่บนเตียง ทุกคืนคุณแม่ของผมจะเทน้ำลงไปในขัน เพ่งมองไปยังกลุ่มดาวหมีใหญ่ และถูมือของเธอเข้าด้วยกันพร้อมกับสวดภาวนาซ้ำแล้วซ้ำอีกเพื่อการรักษาโรคของผม คุณแม่เคยถวายเงินจำนวนมากให้กับวัดพุทธแห่งหนึ่ง แต่อาการเจ็บป่วยของผมแย่ลงอย่างต่อเนื่อง ผมไม่ได้รับการช่วยกู้จากสถานการณ์ที่สิ้นหวังของการเพ่งมองไปที่กลุ่มดาวหมีใหญ่และผมก็ไม่ได้รับการช่วยเหลือจากพระพุทธเจ้าเช่นกัน แต่พระเจ้าคือผู้ที่ช่วยผมให้รอด ในวินาทีที่คุณแม่ของผมได้ยินว่าผ

มได้รับการรักษาให้หายจากโรคหลังจากผมไปโบสถ์ ท่านโยนรูปเคารพทั้งหมดของตนทิ้งไปและไปโบสถ์ สาเหตุก็เพราะท่านรู้ว่าพระเจ้าเท่านั้นคือพระเจ้าเที่ยงแท้แต่องค์เดียว

กำแพงแห่งความบาประหว่างพระเจ้ากับมนุษย์

แม้ด้วยความจริงที่ว่ามีหลักฐานยืนยันอย่างชัดเจนว่าพระเจ้าพระผู้สร้างผู้ทรงสร้างฟ้าสวรรค์และแผ่นดินโลกทรงดำรงอยู่ แต่เหตุใดผู้คนจึงไม่เชื่อในพระองค์หรือพบกับพระองค์ สาเหตุเป็นเพราะว่ามีกำแพงแห่งความบาปขวางกั้นความสัมพันธ์ระหว่างพระเจ้ากับมนุษย์เอาไว้ เพราะพระเจ้าพระผู้สร้างทรงชอบธรรมและพระองค์ไม่มีความบาปอยู่เลย ถ้าเรามีบาปเราก็ไม่สามารถสื่อสารกับพระองค์ได้

บางครั้งบางคราวจะมีผู้คนที่คิดว่า "ผมไม่มีบาป" เช่นเดียวกับการที่เราไม่สามารถมองเห็นรอยเปื้อนบนเสื้อของเราถ้าเรายืนอยู่ในห้องมืด ถ้าเรายืนอยู่ท่ามกลางความมืดที่เป็นความเท็จเราก็ไม่สามารถมองเห็นความบาปของเราเช่นกัน ดังนั้น ถ้าเราพูดว่าเราเชื่อในพระเจ้าและกระนั้นตาฝ่ายวิญญาณของเรายังปิดอยู่ เราไม่สามารถค้นพบความบาปของเราได้ เราก็เพียงแต่ไปโบสถ์มาโบสถ์อย่างไร้ความหมาย ผลลัพธ์คืออะไร เราไปโบสถ์เป็นเวลา 10 ปีหรือแม้กระทั่ง 20 ปีโดยไม่ได้พบกับพระเจ้าและไม่ได้รับคำตอบใดเลยต่อคำอธิษฐานของเรา

พระเจ้าแห่งความรักทรงต้องการจะพบกับเรา พูดกับเราและตอบคำอธิษฐานของเรา เพราะเหตุนี้พระเจ้าจึงกำลังขอร้องเราแต่ละคนว่า "จงทำลายกำแพงแห่งความบาประหว่างเรากับเจ้าลงเพื่อเราจะสามารถมีส่วนในการสนทนาแห่งความรักได้อย่างอิสระ จงเตรียมหนทางให้กับเราเพื่อเราจะขจัดความเจ็บปวดและความทุกข์ที่เจ้ากำลังได้รับอยู่ในเวลานี้ให้หมดไป"

สมมุติว่าเด็กเล็กๆ คนหนึ่งกำลังพยายามที่จะสอดด้ายเข้ารูเข็ม นี่เป็นภารกิจที่ยากสำหรับเด็กเล็ก แต่สิ่งนี้เป็นภารกิจที่ค่อนข้างจะง่ายสำหรับพ่อแม่ของเด็ก แต่ไม่ว่าพ่อแม่ต้องการจะช่วยลูกของตนมากเพียงใดก็ตาม ถ้ามีกำแพงขนาดใหญ่ขวางกั้นระหว่างทั้งสองฝ่าย พ่อแม่ก็ไม่สามารถช่วยลูกของเขาได้ เช่นเดียวกัน ถ้ามีกำแพงแห่งความบาปขนาดใหญ่ขวางกั้นระหว่างเรากับพระเจ้า เราก็ไม่สามารถได้รับคำตอบต่อคำอธิษฐานของเรา ดังนั้น สิ่งสำคัญอันดับแรกคือเราต้องแก้ปัญหาเรื่องความบาปนี้ก่อนและจากนั้นเราต้องรับเอาแนวทาง แก้ไขขั้นสูงสุดต่อประเด็นสำคัญที่สุดเรื่องความรอด

ความหมายที่แท้จริงของความรอด

ในสังคมของเรา คำว่า "ความรอด" ถูกใช้ไปในหลายแนวทาง เมื่อเราช่วยชีวิตที่กำลังจมน้ำหรือช่วยบางคนให้ฟื้นตัวจากความล้มเหลวทางธุรกิจหรือช่วยบางคนที่มีวิกฤติในครอบครัว บางครั้งเราพูดว่าเรา "ช่วยเขาให้รอด"

พระคัมภีร์เรียกการ "ช่วยให้รอด" ว่าอย่างไร? จากคำสอนของพระคัมภีร์สิ่งนี้เป็นการยกมนุษย์ให้พ้นจากความบาป กล่าวคือ นี่เป็นการนำมนุษย์เข้ามาอยู่ภายในขอบเขตของสถานที่ซึ่งพระเจ้าทรงต้องการให้เขาอยู่อันเป็นจุดที่เขาสามารถได้รับคำตอบต่อปัญหาเรื่องความบาปและได้ชื่นชมกับความยินดีนิรันดร์ในสวรรค์ ดังนั้นถ้าใช้ภาษาฝ่ายวิญญาณแบบง่ายๆ ก็อาจกล่าวได้ว่าประตูทางเข้าไปสู่ความรอดคือพระเยซูคริสต์และเรือนแห่งความรอดคือสวรรค์หรือแผ่นดินของพระเจ้า นั่นเอง

ในยอห์น 14:6 พระเยซูตรัสว่า "เราเป็นทางนั้น เป็นความจริง และเป็นชีวิต ไม่มีผู้ใดมาถึงพระบิดาได้นอกจากมาทางเรา" เพราะฉะนั้น ความรอดคือการไปสู่สวรรค์ผ่านทางพระเยซูคริสต์

หลายคนประกาศและเน้นถึงความสำคัญของการได้รับความรอด ดังนั้นทำไมเราจึงต้องการความรอด สาเหตุก็เพราะว่าวิญญาณของเราเป็นอมตะ เมื่อผู้คนเสียชีวิต จิตและวิญญาณของเขาแยกออกจากร่างกายของตนและผู้คนที่ได้รับความรอดก็ไปสวรรค์และผู้คนที่ไม่ได้รับความรอดก็ไปนรก สวรรค์คือแผ่นดินของพระเจ้าที่มีความยินดีนิรันดร์และนรกคือสถานที่ของความเจ็บปวดและความทุกข์นิรันดร์ซึ่งประกอบด้วยบึงไฟนรกและกำมะถัน (วิวรณ์ 21:8)

เพราะสวรรค์และนรกเป็นสถานที่ซึ่งมีอยู่จริง จึงมีผู้คนที่เคยเห็นสวรรค์และนรกผ่านทางนิมิตและมีหลายคนที่วิญญาณของเขาได้ไปเยียมสถานที่เหล่านั้นจริง ถ้าบางคนคิดว่าคนเหล่านี้กำลังโกหก เขาก็เป็นคนที่ดื้อรั้นมากทีเดียว เนื่องจากพระคัมภีร์อธิบายเกี่ยวกับสวรรค์และนรกไว้อย่างชัดเจน เราจึงต้องเชื่อในเรื่องนี้ พระคัมภีร์แตกต่างจากหนังสือทั่วไปเพราะพระคัมภีร์บรรจุคำสอนเรื่องความรอดซึ่งเป็นพระคำของพระเจ้าพระผู้สร้างเอาไว้

พระคัมภีร์บันทึกเกี่ยวกับการสร้างมนุษย์และวิธีการทำงานของพระเจ้าที่ผ่านมา พระคัมภีร์อธิบายอย่างชัดเจนเกี่ยวกับขั้นตอนอย่างครบถ้วนว่ามนุษย์ทำบาป เสื่อมลง และเข้าสู่ความตายนิรันดร์อย่างไร และพระเจ้าทรงช่วยมนุษย์ให้รอดด้วยวิธีไหน พระคัมภีร์บันทึกเหตุการณ์ต่างๆ ในอดีต ในปัจจุบัน และในอนาคต และการพิพากษาครั้งสุดท้ายของพระเจ้าในวาระสุดท้าย

ใช่ เป็นสิ่งสำคัญที่เราจะดำเนินชีวิตอย่างสงบสุขโดยไม่มีปัญหาใดในโลกนี้ อย่างไรก็ตาม เมื่อเทียบกับสวรรค์ ชีวิตที่เราดำเนินอยู่ในโลกนี้สั้นมากและชั่วคราว สิบปีดูเหมือนเป็นเวลาที่ยาวนาน แต่เมื่อเรามองกลับไปดูเหมือนว่าเพิ่งจะเมื่อวานนี้เอง แม้คนหนึ่งจะดำเนินชีวิตและทำงานหนักและมีสิ่งของมากมาย แต่สิ่งเหล่านั้นจะเสื่อมสูญไปเมื่อช่วงชีวิตบนโลกนี้จบสิ้นลง ดังนั้น สิ่งเหล่านั้นจะมีประโยชน์อะไร

ไม่ว่าเราจะเป็นเจ้าของและมีทรัพย์สินมากมายเพียงใดก็ต

าม เราก็ไม่สามารถนำสิ่งเหล่านั้นไปยังโลก นิรันดร์กับเราได้ และแม้เราจะมีชื่อเสียงและอำนาจ เมื่อเราเสียชีวิต สิ่งเหล่านั้นก็จะจางหายไปและถูกลืมในที่สุด

วิธีการแห่งความรอด

กิจการ 4:12 กล่าวว่า "ในผู้อื่นความรอดไม่มีเลย ด้วยว่านามอื่นซึ่งให้เราทั้งหลายรอดได้ ไม่ทรงโปรดให้มีในท่ามกลางมนุษย์ทั่วใต้ฟ้า" พระคัมภีร์บอกเราว่าพระเยซูคริสต์ทรงเป็นพระผู้ช่วยให้รอดแต่เพียงองค์เดียวที่สามารถช่วยเราให้รอด ถ้าเช่นนั้น เพราะเหตุใดความรอดจึงเป็นไปได้เฉพาะในพระนามของพระเยซูคริสต์เท่านั้น สาเหตุก็เพราะว่าปัญหาเรื่องความบาปต้องได้รับการแก้ไข เพื่อให้เข้าใจเรื่องนี้ดีขึ้นขอให้เรากลับไปยังช่วงเวลาของอาดัมกับเอวาซึ่งเป็นแหล่งที่มาของมนุษย์

หลังจากสร้างอาดัมและเอวาแล้วพระเจ้าทรงมอบฤทธิ์อำนาจและสง่าราศีที่จะครอบครองเหนือสิ่งสารพัดที่ถูกสร้างขึ้นให้กับอาดัม และเป็นเวลานานทั้งสองคนอาศัยอยู่ในความอุดมสมบูรณ์ของสวนเอเดนจนกระทั่งวันหนึ่งเขาถูกล่อลวงจากแผนการของงูและกินผลจากต้นไม้แห่งความรู้ดีและรู้ชั่ว หลังจากการไม่เชื่อฟังพระเจ้าด้วยการกินผลไม้ที่พระเจ้าทรงห้ามไม่ให้เขากินแล้ว ความบาปก็เข้ามาในเขา (ปฐมกาล 3:1-6)

โรม 5:12 กล่าวว่า "เหตุฉะนั้นเช่นเดียวกับที่บาปได้เข้ามาในโลกเพราะคนๆ เดียว และความตายก็เกิดมาเพราะบาปนั้น และความตายก็ได้แผ่ไปถึงมวลมนุษย์ทุกคน เพราะมนุษย์ทุกคนทำบาป" เพราะเหตุอาดัมความบาปจึงเข้ามาในโลกนี้และมนุษย์ทุกคนจึงทำบาป ดังนั้นผลลัพธ์ก็คือความตายแผ่ไปถึงมนุษย์ทุกคน

พระเจ้าไม่ได้ทรงช่วยคนเหล่านี้ให้พ้นจากความบาปโดยปราศจ

ากเงื่อนไข โรม 5:18-19 กล่าวว่า "ฉะนั้นการพิพากษาลงโทษได้มาถึงคนทั้งปวงเพราะการละเมิดของคนๆ เดียวฉันใด ความชอบธรรมของพระองค์ผู้เดียวก็นำของประทานแห่งพระคุณมาถึงทุกคนฉันนั้น คือความชอบธรรมแห่งชีวิต เพราะว่าคนเป็นอันมากเป็นคนบาปเพราะคนๆ เดียวที่มิได้เชื่อฟังฉันใด คนเป็นอันมากก็เป็นคนชอบธรรมเพราะพระองค์ผู้เดียวที่ได้ทรงเชื่อฟังฉันนั้น"

สิ่งนี้หมายความว่ามนุษย์ทุกคนเป็นคนบาปเนื่องจากความบาปของคนๆ เดียว (ซึ่งได้แก่อาดัม) ฉันใด โดยการเชื่อฟังของคนๆ เดียวมนุษย์ทุกคนก็สามารถรับการช่วยให้รอดได้ด้วยฉันนั้น พระเจ้าทรงเป็นศีรษะของสิ่งทั้งปวงที่ถูกสร้างขึ้น แต่พระองค์ทรงทำให้สิ่งสารพัดเกิดขึ้นอย่างเหมาะสมและเป็นระเบียบเรียบร้อย (1 โครินธ์ 14:40) เพราะเหตุนี้ พระองค์จึงทรงจัดเตรียมบุคคลผู้หนึ่งซึ่งมีคุณสมบัติของการเป็นพระผู้ช่วยให้รอดครบทุกข้อเอาไว้ และผู้นั้นคือพระเยซูคริสต์

การจัดเตรียมเรื่องความรอดผ่านทางพระเยซูคริสต์

ในบรรดากฎฝ่ายวิญญาณ มีกฎอยู่ข้อหนึ่งที่กล่าวว่า "ค่าจ้างของความบาปคือความตาย" (โรม 6:23) ในทางกลับกัน มีกฎอยู่ข้อหนึ่งเช่นกันสำหรับการไถ่คนหนึ่งจากบาปของเขา สิ่งที่เชื่อมโยงโดยตรงกับกฎฝ่ายวิญญาณข้อนี้คือกฎเรื่องการไถ่ถอนที่ดินในอิสราเอล กฎข้อนี้อนุญาตให้บุคคลขายที่ดิน แต่ไม่ใช่แบบถาวร ถ้าคนที่ขายที่ดินของตนไปเพราะความลำบากทางเศรษฐกิจ ญาติของเขาอีกคนหนึ่งที่ร่ำรวยสามารถซื้อที่ดินผืนนั้นกลับคืนมาให้เขาได้ทุกเวลา และถ้าเขาไม่มีญาติที่ร่ำรวยซึ่งสามารถทำสิ่งนั้นเพื่อเขา เขาสามารถซื้อที่ดินผืนนั้นกลับคืนมาเมื่อเขามีความร่ำรวยอีก (เลวีนิติ 25:23-25)

การไถ่ให้พ้นจากความบาปก็ใช้วิธีการเดียวกัน ถ้าคนใดมีคุณสมบัติที่จะไถ่พี่น้องของเขาให้พ้นจากความบาป เขาก็สามารถทำได้ แต่ไม่ว่าคนนั้นจะเป็นใครก็ตาม เขาต้องชดใช้ค่าของความผิดบาป

แต่เหมือนที่เขียนไว้ใน 1 โครินธ์ 15:21 ว่า "เพราะว่าความตายได้อุบัติขึ้นเพราะมนุษย์คนหนึ่งเป็นเหตุฉันใด การเป็นขึ้นมาจากความตายก็ได้อุบัติขึ้นเพราะมนุษย์ผู้หนึ่งเป็นเหตุฉันนั้น" คนที่สามารถช่วยเราให้พ้นจากความบาปต้องเป็นมนุษย์ เพราะเหตุนี้พระเยซูจึงเสด็จมายังโลกนี้ในสภาพของเนื้อหนัง—ในสภาพของมนุษย์ที่กลายเป็นคนบาป

บุคคลที่มีหนี้สินไม่มีความสามารถที่จะจ่ายหนี้แทนคนอื่นในทำนองเดียวกัน บุคคลที่มีบาปไม่สามารถไถ่มนุษย์ให้พ้นจากบาปได้ บุคคลไม่เพียงแต่สืบทอดเอาลักษณะฝ่ายร่างกายและบุคลิกภาพจากพ่อแม่ของเขาเท่านั้น แต่เขายังสืบทอดธรรมชาติบาปของพ่อแม่มาด้วยเช่นกัน ถ้าเราสังเกตดูเด็กเล็กคนหนึ่งและมีเด็กอีกคนหนึ่งไปนั่งที่ตักของแม่ของเด็กเล็กคนนั้น เด็กคนนั้นจะรู้สึกไม่พอใจและพยายามผลักเด็กอีกคนหนึ่งออกจากตักของแม่เขา แม้ว่าไม่มีใครสอนเขาให้ทำแบบนั้น แต่ความอิจฉาและความริษยาก็ออกมาจากเขาโดยธรรมชาติ ทารกบางคน เมื่อหิวและไม่ได้รับอาหารในทันที ก็จะเริ่มร้องไห้งอแงแบบควบคุมไม่ได้ สาเหตุเป็นเพราะธรรมชาติบาปของความโกรธที่เขาสืบทอดมาจากพ่อแม่ของเขา ธรรมชาติบาปชนิดนี้ที่ผู้คนได้รับสืบทอดมาจากพ่อแม่ผ่านทางพลังชีวิตของเขามีชื่อเรียกว่า "ความบาปดั้งเดิม" ลูกหลานของอาดัมทุกคนเกิดมาพร้อมกับความบาปดั้งเดิมนี้ ด้วยเหตุนี้ จึงไม่มีใครสามารถไถ่อีกคนหนึ่งให้พ้นจากความบาปได้

อย่างไรก็ตาม พระเยซูทรงถือกำเนิดโดยการปฏิสนธิของพระวิญญาณบริสุทธิ์ ดังนั้น พระองค์จึงไม่ได้สืบทอดเอาความบาปดั้งเดิมนี้มาจากพ่อแม่ และในขณะที่พระองค์ทรงกำลังเจริ

ญวัยขึ้นนั้นพระเยซูทรงเชื่อฟังธรรมบัญญัติทุกข้อ ด้วยเหตุนี้พระองค์จึงไม่ได้ทำบาปชนิดใดเลย ในอาณาเขตฝ่ายวิญญาณการไม่มีความผิดบาปแบบนี้คือฤทธิ์อำนาจ

พระเยซูทรงรับเอาการลงโทษแห่งการถูกตรึงด้วยความยินดีเพราะพระองค์ทรงมีความรักแบบที่ไม่เสียดายแม้กระทั่งชีวิตของพระองค์เองเพื่อจะไถ่มนุษย์ให้พ้นจากความบาป เพื่อไถ่มนุษย์ให้พ้นจากการแช่งสาปของธรรมบัญญัติ พระองค์ทรงสิ้นพระชนม์บนไม้กางเขน (กาลาเทีย 3:13) และทรงหลั่งพระโลหิตประเสริฐของพระองค์ที่ไม่มีจุดด่างพร้อยจากความบาปดั้งเดิมหรือบาปที่ตนกระทำ พระองค์ทรงชดใช้เพื่อความผิดบาปทั้งสิ้นของมวลมนุษย์

เพื่อช่วยคนบาปให้รอด พระเจ้าไม่ทรงเสียดายแม้กระทั่งพระชนม์ชีพของพระบุตรองค์เดียวของพระองค์ด้วยการสิ้นพระชนม์บนไม้กางเขน นี่คือความรักอันยิ่งใหญ่ที่พระองค์ทรงประทานแก่เรา และพระเยซูทรงพิสูจน์ถึงความรักของพระองค์ที่มีต่อเราด้วยการสละพระชนม์ชีพของพระองค์เองเพื่อเป็นเครื่องศานติบูชาระหว่างเรากับพระเจ้า นอกจากพระเยซูแล้ว ไม่มีใครอื่นใดที่มีความรักประเภทนี้หรือมีฤทธิ์อำนาจที่จะไถ่เราให้พ้นจากความผิดบาป มีเหตุผลหลายข้อว่าทำไมเราจึงได้รับความรอดเฉพาะโดยทางพระเยซูคริสต์เท่านั้น

บทที่ 2

พระบิดา พระบุตร และพระวิญญาณบริสุทธิ์

"แต่องค์ผู้ช่วยคือพระวิญญาณบริสุทธิ์ซึ
งพระบิดาจะทรงใช้มาในนามของเรานั้น
จะทรงสอนท่านทั้งหลายทุกสิ่ง และจะให้ท่
านระลึกถึงทุกสิ่งที่เราได้กล่าวไว้แก่ท่านแ
ล้ว"
(ยอห์น 14:26)

ถ้าท่านดูปฐมกาล 1:26 ข้อนี้กล่าวว่า "และพระเจ้าตรัสว่า 'จงใ
ห้พวกเราสร้างมนุษย์ตามแบบฉายาของพวกเรา'" คำว่า "พวกเรา" ในข้อนี้แสดงถึงพระเจ้าตรีเอกานุภาพคือพระบิดา พระบุตร และพระวิญญาณบริสุทธิ์ แม้บทบาทของพระบิดา พระบุตร และพระวิญญาณบริสุทธิ์ในการสร้างมนุษย์และในการทำให้การจัดเตรียมเรืองความรอดจะแตกต่างกัน (เพราะทั้งสามพระภาคเป็นหนึ่งเดียวแต่ดั้งเดิม) แต่มีการเรียกทั้งสามพระภาคว่าพระเจ้าตรีเอกานุภาพหรือพระเจ้าตรีเอกา

เรื่องนี้เป็นหลักคำสอนที่มีความสำคัญมากของความเชื่อคริสต์ชน และเนื่องจากเรื่องนี้เป็นคำสอนลี้ลับเกี่ยวกับต้นกำเนิดของพระเจ้าพระผู้สร้าง จึงเป็นการยากที่จะเข้าใจแนวคิดนี้ด้วยเหตุผลและคว

ามรู้ที่จำกัดของมนุษย์ อย่างไรก็ตาม เพื่อแก้ปัญหาเรื่องความผิดบาปและได้รับความรอดอย่างสมบูรณ์ เราต้องมีความรู้อย่างถูกต้องเกี่ยวกับความเป็นตรีเอกานุภาพของพระเจ้าพระบิดา พระเจ้าพระบุตร และพระเจ้าพระวิญญาณบริสุทธิ์ เมื่อเรามีความเข้าใจนี้แล้วเท่านั้นเราจึงจะสามารถชื่นชมกับพระพรและสิทธิอำนาจของการเป็นบุตรของพระเจ้าอย่างครบถ้วน

พระเจ้าพระบิดาคือใคร

เหนือสิ่งอื่นใด พระเจ้าคือพระผู้สร้างจักรวาล ปฐมกาลบทที่ 1 วาดภาพให้เห็นว่าพระเจ้าทรงสร้างจักรวาลอย่างไร จากความว่างเปล่าอย่างสิ้นเชิงพระเจ้าทรงสร้างฟ้าและแผ่นดินโลกในเวลาหกวันด้วยพระดำรัสของพระองค์ จากนั้นในวันที่หก พระเจ้าทรงสร้างอาดัมผู้เป็นบิดาของมวลมนุษย์ เพียงแค่มองดูระเบียบแบบแผนและความกลมกลืนของสิ่งสารพัดในการทรงสร้างเราก็สามารถรู้ว่าพระเจ้าทรงพระชนม์อยู่และรู้ว่ามีพระเจ้าพระผู้สร้างแต่องค์เดียว

พระเจ้าทรงรอบรู้สิ่งสารพัด พระองค์ทรงสมบูรณ์แบบและทรงทราบทุกสิ่ง ด้วยเหตุนี้ พระองค์จึงทรงอนุญาตให้เรารู้เกี่ยวกับเหตุการณ์อนาคตด้วยการพยากรณ์ผ่านคนเหล่านั้นที่มีสามัคคีธรรมอย่างใกล้ชิดกับพระองค์ (อาโมส 3:7) พระเจ้าทรงฤทธานุภาพสูงสุดด้วยเช่นกันและพระองค์ทรงสามารถทำสิ่งสารพัด เพราะเหตุนี้พระคัมภีร์จึงมีบันทึกของหมายสำคัญและการอัศจรรย์จำนวนนับไม่ถ้วนซึ่งไม่สามารถเกิดขึ้นได้ด้วยพลังอำนาจและความสามารถของมนุษย์

นอกจากนั้น พระเจ้าทรงดำรงอยู่ด้วยพระองค์เอง ในอพยพบทที่ 3 เราเห็นภาพเหตุการณ์ที่พระเจ้าทรงปรากฏต่อโมเสส ในพุ่มไม้ที่มีไฟลุกโชนพระเจ้าทรงเรียกโมเสสให้เป็นผู้นำของการอพยพออกจากอียิปต์ ในเวลานี้พระองค์ตรัสกับโมเสสว่า

"เราเป็นผู้ซึ่งเราเป็น"

พระองค์ทรงอธิบายถึงหนึ่งในพระลักษณะของพระองค์ซึ่งได้แก่การดำรงอยู่ด้วยพระองค์เอง สิ่งนี้หมายความว่าไม่มีใครสร้างหรือให้กำเนิดพระเจ้า พระองค์ทรงดำรงอยู่ด้วยพระองค์เองตั้งแต่ก่อนปฐมกาล

พระเจ้าทรงเป็นผู้เขียนพระคัมภีร์ด้วยเช่นกัน แต่เนื่องจากพระเจ้าพระผู้สร้างทรงเหนือกว่ามนุษย์มากนักจึงเป็นการยากที่จะอธิบายถึงการดำรงอยู่ของพระองค์อย่างครบถ้วนจากมุมมองของมนุษย์ สาเหตุก็เพราะ ว่าพระเจ้าทรงเป็นองค์อนันต์ ด้วยเหตุนี้ด้วยความรู้ที่จำกัด มนุษย์จึงไม่สามารถรู้สิ่งสารพัดอย่างสมบูรณ์เกี่ยวกับพระองค์

ในพระคัมภีร์เราสามารถเห็นว่ามีการเรียกพระเจ้าพระบิดาด้วยพระนามต่างๆ โดยขึ้นอยู่กับสถานการณ์ อพยพ 6:3 กล่าวว่า "เราปรากฏแก่อับราฮัม แก่อิสอัค และแก่ยาโคบด้วยนามว่า พระเจ้าผู้ทรงมหิทธิฤทธิ์ แต่เรามิได้สำแดงให้เขารู้จักเราในนามพระเยโฮวาห์" และอพยพ 15:3 บันทึกไว้ว่า "พระเยโฮวาห์ทรงเป็นนักรบ พระนามของพระองค์คือ พระเยโฮวาห์" พระนาม "พระเยโฮวาห์" ไม่ได้แปลว่า "ผู้ทรงดำรงอยู่ด้วยพระองค์เอง" เท่านั้น แต่ยังหมายความว่าผู้ทรงเป็นพระเจ้าเที่ยงแท้แต่เพียงองค์เดียวผู้ทรงครอบครองเหนือบรรดาประชาชาติของโลกและสิ่งสารพัดที่อยู่ในโลกด้วยเช่นกัน

และพระนาม "พระเจ้า" ถูกใช้ในความหมายที่ว่าพระองค์ทรงสถิตอยู่กับแต่ละเผ่าพันธุ์ แต่ละประเทศ หรือแต่ละบุคคล ด้วยเหตุนี้พระนามนี้จึงถูกใช้เพื่อแสดงถึงความเป็นมนุษย์ของพระเจ้า ในขณะที่พระนาม "พระเยโฮวาห์" เป็นพระนามที่กว้างและมีความเป็นสาธารณะมากกว่าสำหรับความเป็นพระเจ้า พระนาม "พระเจ้า" เป็นการแสดงถึงความเป็นมนุษย์ของพระเจ้าผู้ทรงมีสามัคคีธรรมฝ่ายวิญญาณอย่างใกล้ชิดกับบุคคลแต่ละคน "พระเจ้าของอับราฮัม พระเจ้าของอิสอัค และพระเจ้าของยาโคบ" คือตัวอย่างของเรื่องนี้

ดังนั้น ทำไมเราจึงเรียกพระเจ้าองค์นี้ว่า "พระเจ้าพระบิดา"? สาเหตุก็เพราะว่าพระเจ้าไม่ใช่เพียงผู้ทรงครอบครองทั่วทั้งจักรวาลและผู้พิพากษาสูงสุดเท่านั้น แต่สิ่งสำคัญที่สุด พระองค์ทรงเป็นผู้กำกับกา

รสูงสุดเหนือการวางแผนและการทำตามแผนในเรื่องการเตรียมมนุษย์ด้วยเช่นกัน ถ้าเราเชื่อในพระเจ้าองค์นี้เราก็สามารถเรียกพระองค์ว่า "พระบิดา" และมีประสบการณ์กับฤทธิ์อำนาจและพระพรอันอัศจรรย์ของการเป็นบุตรของพระองค์

พระเจ้าพระบิดา—ผู้กำกับการสูงสุดเรื่องการเตรียมมนุษย์

พระเจ้าผู้สร้างทรงเริ่มต้นการเตรียมมนุษย์เพื่อจะมีบุตรที่แท้จริงซึ่งเป็นผู้ที่พระองค์ทรงสามารถแบ่งปันความสัมพันธ์แห่งความรักอย่างแท้จริงกับเขา แต่สิ่งที่ถูกสร้างขึ้นทั้งปวงมีจุดเริ่มต้นและจุดจบฉันใด ชีวิตบนโลกของมนุษย์ก็มีจุดเริ่มต้นและจุดจบด้วยฉันนั้น

วิวรณ์ 20:11-15 กล่าวว่า "ข้าพเจ้าได้เห็นพระที่นั่งใหญ่สีขาวและเห็นพระองค์ผู้ประทับบนพระที่นั่งนั้นและแผ่นดินโลกและฟ้าอากาศก็อันตรธานไปจากพระพักตร์พระองค์และไม่มีที่อยู่สำหรับแผ่นดินโลกและฟ้าอากาศนั้นต่อไปเลย ข้าพเจ้าได้เห็นบรรดาผู้ที่ตายแล้วทั้งผู้ใหญ่และผู้น้อย ยืนอยู่จำเพาะพระพักตร์พระเจ้าและหนังสือต่างๆ ก็เปิดออก หนังสืออีกม้วนหนึ่งก็เปิดออกด้วย คือหนังสือแห่งชีวิตและผู้ที่ตายไปแล้วก็ถูกพิพากษาตามข้อความที่จารึกไว้ในหนังสือเหล่านั้นตามที่เขาได้กระทำ ทะเลก็ส่งคืนคนทั้งหลายที่ตายในทะเล ความตายและนรกก็ส่งคืนคนทั้งหลายที่อยู่ในที่เหล่านั้นและคนทั้งหลายก็ถูกพิพากษาตามการกระทำของตนหมดทุกคน แล้วความตายและนรกก็ถูกผลักทิ้งลงไปในบึงไฟ นี่แหละเป็นความตายครั้งที่สอง และผู้ใดที่ไม่มีชื่อจดไว้ในหนังสือแห่งชีวิต ผู้นั้นก็ถูกทิ้งลงไปในบึงไฟ"

พระคัมภีร์ตอนนี้คือคำอธิบายเรื่องการพิพากษาบนพระที่นั่งใหญ่สีขาว เมื่อการเตรียมมนุษย์เสร็จสิ้นลงบนโลกนี้องค์พระผู้เป็นเจ้าจะเสด็จกลับมาในฟ้าอากาศเพื่อรับเอาผู้เชื่อทุกคน จากนั้นผู้เชื่อเหล่านั้นที่มีชีวิตอยู่จะถูกรับขึ้นไปในฟ้าอากาศซึ่งจะมีงานเลี้ยงสมรสเจ็ดปีเกิดขึ้นที่นั่น ในขณะที่งานเลี้ยงสมรสกำลังดำเนินไปในฟ้าอากาศจะมีความทุกข์เวทนาครั้งใหญ่เจ็ดปีเกิดขึ้นบนแผ่นดินโลก

หลังจากนั้น องค์พระผู้เป็นเจ้าจะเสด็จกลับมายังแผ่นดินโลกและทรงครอบครองเหนือแผ่นดินโลกเป็นเวลาหนึ่งพันปี และหลังจากช่วงเวลาหนึ่งพันปีก็จะมีการพิพากษาบนพระที่นั่งใหญ่สีขาว ในเวลานี้บรรดาบุตรของพระเจ้าที่มีชื่อบันทึกไว้ในหนังสือแห่งชีวิตจะไปสวรรค์และผู้คนที่ไม่มีชื่อเขียนไว้ในหนังสือแห่งชีวิตจะถูกพิพากษาตามการกระทำของเขาและจะไปสู่นรก

เมื่อเรามองดูพระคัมภีร์เราสามารถเห็นว่าจากวินาทีที่พระเจ้าทรงสร้างมนุษย์มาจนถึงวันนี้พระเจ้าทรงรักเราเหมือนเดิม แม้หลังจากที่อาดัมและเอวาทำบาปและถูกขับออกจากสวนเอเดน พระเจ้าก็ยังทรงอนุญาตให้เรารู้จักพระประสงค์ของพระองค์การจัดเตรียมของพระองค์ และสิ่งต่างๆ ที่จะเกิดขึ้นผ่านคนชอบธรรมอย่างโนอาห์ อับราฮัม โมเสส ดาวิด และดาเนียล แม้กระทั่งวันนี้ฤทธิ์อำนาจและการสถิตอยู่ด้วยของพระเจ้ายังคงมีอย่างชัดเจนในชีวิตของเรา พระองค์ทรงกระทำการผ่านผู้คนที่ยอมรับพระองค์และรักพระองค์อย่างแท้จริง

เมื่อเรามองดูพระคัมภีร์เดิมเราสามารถเห็นว่าเพราะพระเจ้าทรงรักเราพระองค์จึงไม่ได้ทรงสอนเราเฉพาะวิธีการที่จะไม่ล้มลงในความบาปและวิธีการดำเนินชีวิตในความชอบธรรมเท่านั้น แต่พระองค์ทรงสอนเราเช่นกันว่าอะไรคือความบาปและอะไรคือความชอบธรรมเพื่อเราจะสามารถหลีกเลี่ยงการพิพากษา พระองค์ทรงสอนเราเช่นกันว่าเมื่อเรานมัสการพระองค์เราควรจัดเทศกาลพิเศษต่างหากเพื่อจะถวายเครื่องบูชาแด่พระองค์เพื่อเราจะไม่ลืมพระเจ้าผู้ทรงพระชนม์อยู่ เราสามารถเห็นว่าพระองค์ทรงอวยพรผู้คนที่เชื่อในพระองค์ และสำหรับผู้คนที่ทำบาปพระองค์ทรงให้โอกาสเขาที่จะหันหลังกลับจากความบาปของตนไม่ว่าโดยผ่านการลงโทษหรือวิธีการอื่นใดก็ตาม พระองค์ทรงใช้ผู้เผยพระวจนะของพระองค์เพื่อเปิดเผยถึงพระประสงค์ของพระองค์และเพื่อสอนเราให้ดำเนินชีวิตในความจริงด้วยเช่นกัน

อย่างไรก็ตาม ผู้คนไม่ได้เชื่อฟัง แต่เขากลับอยู่ในความบาปต่อไป เพื่อแก้ปัญหาเรื่องนี้ พระองค์จึงทรงส่งพระเยซูคริสต์พระผู้ช่วยให้รอดผู้ที่พระองค์ทรงเตรียมไว้ตั้งแต่ก่

อนสร้างโลก และพระเยซูคริสต์เป็นผู้เปิดหนทางแห่งความรอดเพื่อว่ามนุษย์ทุกคนจะได้รับความรอดโดยความเชื่อ

พระเยซูคริสต์ผู้เป็นพระบุตรคือใคร

คนที่ทำบาปไม่สามารถไถ่ความผิดบาปของอีกคนหนึ่งได้ ดังนั้นบุคคลที่ปราศจากบาปจึงเป็นที่ต้องการ เพราะเหตุนี้พระเจ้าเองจึงทรงสวมสภาพเนื้อหนังและเสด็จเข้ามาในโลกนี้ และพระองค์นี้คือพระเยซู เพราะค่าจ้างของความบาปคือความตาย พระเยซูจึงต้องถูกประหารบนไม้กางเขนเพื่อไถ่ความผิดบาปของเรา สาเหตุก็เพราะว่าถ้าไม่มีโลหิตไหลออกก็จะไม่มีการอภัยโทษความผิดบาป (เลวีนิติ 17:11; ฮีบรู 9:22)

ภายใต้การจัดเตรียมของพระเจ้าพระเยซูทรงสิ้นพระชนม์บนไม้กางเขนเพื่อปลดปล่อยมนุษย์ให้เป็นอิสระจากการตกอยู่ภายใต้การแช่งสาปของธรรมบัญญัติ หลังจากไถ่มนุษย์ให้พ้นจากบาปของเขาแล้วพระองค์ทรงเป็นขึ้นมาจากความตายในวันที่สาม ด้วยเหตุนี้ ทุกคนที่เชื่อในพระเยซูคริสต์ในฐานะพระผู้ช่วยให้รอดของเขาก็ได้รับการยกโทษความผิดบาปของตนและได้รับความรอด เช่นเดียวกับพระเยซูผู้ทรงเป็นผลแรกของการเป็นขึ้นมา เราจะเป็นขึ้นมาและเข้าสู่สวรรค์ด้วยเช่นกัน

ในยอห์น 14:16 พระเยซูตรัสว่า “เราเป็นทางนั้น เป็นความจริง และเป็นชีวิต ไม่มีผู้ใดมาถึงพระบิดาได้นอกจากมาทางเรา” พระเยซูทรงเป็นทางนั้นเพราะพระองค์คือหนทางเพื่อให้มนุษย์เข้าไปสู่สวรรค์ซึ่งพระเจ้าพระบิดาทรงครอบครองอยู่ที่นั่น พระองค์ทรงเป็นความจริงเพราะพระองค์คือพระวาทะของพระเจ้าที่รับสภาพเป็นเนื้อหนังและเสด็จเข้ามาในโลกนี้ และพระองค์ทรงเป็นชีวิตเพราะมนุษย์ได้รับความรอดและชีวิตนิรันดร์ผ่านทางพระองค์เพียงลำพัง

ในขณะที่พระองค์ทรงอยู่บนโลกนี้พระเยซูทรงเชื่อฟังธรรมบัญญัติอย่างสมบูรณ์ พระองค์ทรงเข้าสุหนัตในวันที่แปดแห่งการบังเกิดของพระองค์ตามกฎบัญญัติของอิสราเอล พระอ

งค์ทรงอยู่กับบิดามารดาของพระองค์ไปจนกระทั่งทรงมีอายุครบ 30 ปีและทรงทำหน้าที่ต่างๆ ของพระองค์สำเร็จลุล่วง พระเยซูไม่มีทั้งความบาปดั้งเดิมและความบาปที่เป็นการกระทำ ด้วยเหตุนี้จึงมีคำเขียนไว้เกี่ยวกับพระเยซูใน 1 เปโตร 2:22 ว่า "พระองค์ไม่ได้ทรงกระทำบาปเลย และไม่ได้พบอุบายในพระโอษฐ์ของพระองค์เลย"

ในเวลาไม่นานต่อมา พระเยซูทรงเริ่มต้นอดอาหารเป็นเวลา 40 วันก่อนที่จะตั้งต้นทำพันธกิจของพระองค์ในหมู่ประชาชนตามพระประสงค์ของพระเจ้า พระองค์ตรัสกับผู้คนจำนวนมากเกี่ยวกับพระเจ้าผู้ทรงพระชนม์อยู่และพระกิตติคุณแห่งแผ่นดินสวรรค์และพระองค์ทรงสำแดงฤทธิ์อำนาจของพระเจ้าในที่แห่งใดก็ตามที่พระองค์เสด็จไป พระองค์ทรงสำแดงให้เห็นอย่างชัดเจนว่าพระเจ้าคือพระเจ้าองค์เที่ยงแท้และพระองค์คือผู้ทรงควบคุมดูแลสูงสุดเหนือชีวิตและความตาย

เหตุผลที่พระเยซูเสด็จเข้ามาในโลกนี้ก็เพื่อจะบอกมนุษย์ทุกคนเกี่ยวกับพระเจ้าพระบิดา เพื่อทำลายผีมารซาตาน เพื่อช่วยเราให้รอดจากความผิดบาป และเพื่อนำเราไปสู่หนทางแห่งชีวิตนิรันดร์ ดังนั้นพระเยซูจึงตรัสไว้ในยอห์น 4:34 ว่า "อาหารของเราคือการกระทำตามพระทัยของพระองค์ผู้ทรงใช้เรามาและทำให้งานของพระองค์สำเร็จ"

พระเยซูคริสต์พระผู้ช่วยให้รอด

พระเยซูคริสต์ไม่ใช่เป็นเพียงหนึ่งในสี่นักปรัชญาผู้ยิ่งใหญ่ที่สุดที่โลกเคยรู้จัก พระองค์คือพระผู้ช่วยให้รอดที่ทรงเปิดหนทางแห่งความรอดเพื่อมนุษย์ทุกคน ด้วยเหตุนี้ เราจึงไม่สามารถวางพระองค์ไว้ในระดับเดียวกันกับมนุษย์ที่เป็นเพียงสิ่งทรงสร้าง ถ้าท่านดูฟีลิปปี 2:6-11 พระคำตอนนี้กล่าวว่า "ผู้ทรงสภาพของพระเจ้า แต่มิได้ทรงถือว่าการเท่าเทียมกับพระเจ้านั้นเป็นสิ่งที่จะต้องยึดถือ แต่ได้กลับทรงสละและทรงรับสภาพทาส ทรงถือกำเนิดเป็นมนุษย์ และเมื่อทรงปรากฏพระองค์ในสภาพมนุษย์แล้ว พระองค์ก็ทรงถ่อมพระองค์ลงยอ

มเชื่อฟังจนถึงความมรณา กระทั่งความมรณาที่กางเขน เหตุฉะนั้น พระเจ้าจึงได้ทรงยกพระองค์ขึ้นอย่างสูง และได้ประทานพระนามเหนืออนามทั้งปวงให้แก่พระองค์ เพื่อเพราะพระนามนั้นทุกเข่าในสวรรค์ ที่แผ่นดินโลก ใต้พื้นแผ่นดินโลกจะคุกลงกราบพระเยซูและเพื่อทุกลิ้นจะยอมรับว่าพระเยซูคริสต์ทรงเป็นองค์พระผู้เป็นเจ้า อันเป็นการถวายพระเกียรติแด่พระบิดาเจ้า"

เพราะพระเยซูทรงเชื่อฟังพระเจ้าและทรงสละพระองค์เองตามพระประสงค์ของพระเจ้า พระเจ้าจึงทรงยกชูพระองค์ไว้ในที่สูงสุด ณ เบื้องขวาพระหัตถ์ของพระองค์และทรงประทานพระนามพระองค์ว่าพระมหา กษัตริย์แห่งกษัตริย์ทั้งปวงและเจ้านายแห่งเจ้านายทั้งปวง

พระวิญญาณบริสุทธิ์ พระผู้ช่วยคือใคร

เมื่อครั้งที่พระเยซูทรงอยู่ในโลกนี้พระองค์ต้องทำการภายในข้อจำกัดของเวลาและพื้นที่เพราะพระองค์ทรงมีร่างกายของมนุษย์ พระองค์ทรงเผยแพร่พระกิตติคุณในแคว้นยูเดีย สะมาเรีย และกาลิลี แต่พระองค์ไม่สามารถเผยแพร่พระกิตติคุณในแคว้นที่อยู่ไกลกว่านั้น อย่างไรก็ตาม หลังจากพระเยซูทรงเป็นขึ้นมาและเสด็จขึ้นสู่สวรรค์ พระองค์ทรงส่งพระผู้ช่วย พระวิญญาณบริสุทธิ์ผู้ซึ่งเสด็จมาเหนือมนุษย์ทุกคนซึ่งอยู่เหนือข้อกำจัดของเวลาและสถานที่

คำนิยามของคำว่า "ผู้ช่วย" ได้แก่ "ผู้เผยพระวจนะที่ปกป้องโน้มน้าว หรือช่วยอีกคนหนึ่งให้รู้ถึงความผิดของตน" "ที่ปรึกษาที่หนุนใจและเสริมกำลังอีกคนหนึ่ง"

เพราะพระองค์ทรงบริสุทธิ์และเป็นหนึ่งเดียวกับพระเจ้า พระวิญญาณบริสุทธิ์จึงทรงรู้แม้กระทั่งความล้ำลึกแห่งพระทัยของพระเจ้า (1 โครินธ์ 2:10) คนบาปไม่สามารถมองเห็นพระเจ้าได้ฉันใด พระวิญญาณบริสุทธิ์ไม่สามารถสถิตอยู่ในคนบาปได้ฉันนั้น ดังนั้น พระวิญญาณบริสุทธิ์ไม่สามารถเข้ามาในจิตใจของเราก่อนที่พระเยซูทรงไถ่เราด้วยการสิ้นพระชนม์บนกางเขนและการหลั่งพระโลหิตของพระองค์เพื่อเรา

แต่หลังจากพระเยซูสิ้นพระชนม์และทรงเป็นขึ้นมา ปัญหาเรื่องความผิดบาปได้รับการแก้ไขและทุกคนที่เปิดหัวใจของตนเองและต้อนรับเอาพระเยซูคริสต์ก็สามารถได้รับพระวิญญาณบริสุทธิ์ เมื่อคนหนึ่งเป็นผู้ชอบธรรมโดยความเชื่อ พระเจ้าก็ทรงประทานพระวิญญาณบริสุทธิ์เป็นของขวัญแก่เขาเพื่อว่าพระวิญญาณบริสุทธิ์จะสถิตอยู่ในจิตใจของเขาหรือเธอ พระวิญญาณบริสุทธิ์ทรงนำเราทรงชี้ทางให้กับเรา และโดยทางพระองค์เราจึงสามารถสื่อสารกับพระเจ้าได้

ถ้าเช่นนั้นทำไมพระเจ้าจึงประทานของประทานแห่งพระวิญญาณบริสุทธิ์แก่บุตรของพระองค์ สาเหตุก็เพราะว่าเว้นแต่พระวิญญาณบริสุทธิ์จะเสด็จเข้ามาในเราและทรงรื้อฟื้นวิญญาณจิตของเรา ซึ่งตายลงเนื่องจากความบาปของอาดัมขึ้นมาใหม่ เราก็ไม่สามารถเข้าไปสู่ความจริงหรือดำรงอยู่ในความจริงได้ เมื่อเราเชื่อในพระเยซูคริสต์และได้รับพระวิญญาณบริสุทธิ์ พระวิญญาณบริสุทธิ์ก็เสด็จเข้ามาในจิตใจของเราและทรงสอนเราเกี่ยวกับกฎเกณฑ์ของพระเจ้าซึ่งเป็นความจริงเพื่อว่าเราจะดำเนินชีวิตตามกฎเกณฑ์เหล่านี้และดำรงอยู่ในความจริง

พระราชกิจของพระวิญญาณบริสุทธิ์ พระผู้ช่วย

พระราชกิจเบื้องต้นของพระวิญญาณบริสุทธิ์คือการทำงานเพื่อให้เราบังเกิดใหม่ ด้วยการบังเกิดใหม่เราเรียนรู้ถึงกฎเกณฑ์ของพระเจ้าและพยายามที่จะทำตามกฎเกณฑ์เหล่านั้น เพราะเหตุนี้พระเยซูจึงตรัสว่า "ถ้าผู้ใดไม่ได้บังเกิดใหม่จากน้ำและพระวิญญาณ ผู้นั้นจะเข้าในแผ่นดินของพระเจ้าไม่ได้ ซึ่งบังเกิดจากเนื้อหนังก็เป็นเนื้อหนัง และซึ่งบังเกิดจากพระวิญญาณก็เป็นวิญญาณ" (ยอห์น 3:5-6) ดังนั้น ถ้าเราไม่ได้บังเกิดใหม่จากน้ำและพระวิญญาณบริสุทธิ์ เราก็ไม่ได้รับความรอด

คำว่า "น้ำ" ในที่นี้หมายถึงน้ำที่ธำรงชีวิตซึ่งได้แก่พระคำของพระเจ้า เราต้องรับการชำระให้สะอาดและรับก

ารเปลี่ยนแปลงอย่างสิ้นเชิงด้วยพระคำของพระเจ้าหรือด้วยความจริง ถ้าเช่นนั้น การบังเกิดใหม่จากพระวิญญาณบริสุทธิ์หมายถึงอะไร เมื่อเราต้อนรับเอาพระเยซูคริสต์ พระเจ้าทรงประทานพระวิญญาณบริสุทธิ์เป็นของขวัญกับเราและทรงยอมรับว่าเราเป็นบุตรของพระองค์ (กิจการ 2:38) บุตรของพระเจ้าที่ได้รับพระวิญญาณบริสุทธิ์จะฟังพระคำแห่งความจริงและเรียนรู้ที่จะแยกแยะระหว่างความดีและความชั่ว และเมื่อเขาอธิษฐานอย่างสิ้นสุดใจ พระเจ้าจะประทานพระคุณและกำลังแก่เขาเพื่อให้ดำเนินชีวิตตามพระคำของพระองค์ นี่คือการบังเกิดใหม่จากพระวิญญาณบริสุทธิ์ และพระวิญญาณทรงให้กำเนิดวิญญาณจิตของแต่ละคนมากเท่าใด เขาหรือเธอก็จะได้รับการเปลี่ยนแปลงโดยความจริงมากเท่านั้น และยิ่งแต่ละคนได้รับการเปลี่ยนแปลงด้วยความจริงมากเท่าใด เขาก็ยิ่งจะได้รับความเชื่อฝ่ายวิญญาณจากพระเจ้ามากเท่านั้น

ประการที่สอง พระวิญญาณบริสุทธิ์ทรงช่วยในความอ่อนแอของเราและทรงทูลขอเพื่อเราด้วยความคร่ำครวญซึ่งเหลือที่จะพูดได้เพื่อเราจะสามารถอธิษฐาน (โรม 8:26) พระองค์ทรงทุบตีเราเช่นกันเพื่อทำให้เราเป็นภาชนะที่ดีกว่า และเหมือนที่พระเยซูตรัสไว้ว่า "แต่องค์ผู้ช่วยคือพระวิญญาณบริสุทธิ์ซึ่งพระบิดาจะทรงใช้มาในนามของเรานั้น จะทรงสอนท่านทั้งหลายทุกสิ่ง และจะให้ท่านระลึกถึงทุกสิ่งที่เราได้กล่าวไว้แก่ท่านแล้ว" (ยอห์น 14:26) พระวิญญาณบริสุทธิ์ทรงนำเราไปสู่ความจริงและทรงสอนเราเกี่ยวกับเหตุการณ์ที่จะเกิดขึ้นในอนาคต (ยอห์น 16:13) นอกจากนี้ เมื่อเราเชื่อฟังความปรารถนาของพระวิญญาณบริสุทธิ์พระองค์จะทรงอนุญาตให้เราเกิดผลและได้รับของประทานฝ่ายวิญญาณ ดังนั้นถ้าเราได้รับพระวิญญาณบริสุทธิ์และประพฤติตามความจริง พระองค์จะทรงทำการอยู่ภายในเราเพื่อเราจะสามารถเกิดผลของความรัก ความปลาบปลื้มใจ สันติสุข ความอดกลั้นใจ ความปรานี ความดี ความสัตย์ซื่อ ความสุภาพอ่อนน้อม และการรู้จักบังคับตน (กาลาเทีย 5:22-23) ไม่เพียงเท่านั้น พระองค์ทรงมอบของประทานที่เป็นประโยชน์ให้กับเราในการดำเนินชีวิตฝ่ายวิญญาณของเราในฐานะของผู้เชื่อ อาทิ

เช่น ถ้อยคำประกอบด้วยสติปัญญา ถ้อยคำอันประกอบด้วยความรู้ ความเชื่อ การรักษาคนป่วย การทำการอิทธิฤทธิ์ต่างๆ การเผยพระวจนะ การพูดภาษาแปลกๆ และการแปลภาษานั้นๆ (1 โครินธ์ 12:7-10)

ยิ่งกว่านั้น พระวิญญาณตรัสกับเราเช่นกัน (กิจการ 10:19) ทรงมอบคำสั่งให้กับเรา (กิจการ 8:29) และบางครั้งทรงห้ามเราไม่ให้ทำสิ่งที่ขัดขวางต่อพระประสงค์ของพระเจ้า (กิจการ 16:6)

พระเจ้าตรีเอกานุภาพทรงทำให้การจัดเตรียมเรื่องความรอดสำเร็จลุล่วง

ดังนั้น พระบิดา พระบุตร และพระวิญญาณบริสุทธิ์จึงเป็นหนึ่งเดียวกันตั้งแต่ดั้งเดิม ในปฐมกาล พระเจ้าองค์เดียวองค์นี้ (ซึ่งดำรงอยู่ในฐานะความสว่างที่มีเสียงกังวานอยู่ภายใน) ทรงครอบครองอยู่ทั่วทั้งจักรวาล (ยอห์น 1:1; 1 ยอห์น 1:5) จากนั้นในจุดหนึ่ง เพื่อจะมีบุตรที่แท้จริงซึ่งเป็นคนที่พระองค์สามารถแบ่งปันความรักของพระองค์กับเขา พระองค์ทรงเริ่มต้นวางแผนเพื่อการจัดเตรียมเรื่องการเตรียมมนุษย์ พระองค์ทรงแบ่งพื้นที่หนึ่งเดียวที่พระองค์ประทับอยู่แต่ดั้งเดิมออกเป็นหลายพื้นที่และทรงเริ่มดำรงอยู่ในฐานะพระเจ้าตรีเอกา

พระเยซูคริสต์ พระเจ้าพระบุตร ทรงกำเนิดจากพระเจ้าองค์ดั้งเดิม (กิจการ 13:33; ฮีบรู 5:5) และพระเจ้าพระวิญญาณบริสุทธิ์ทรงกำเนิดจากพระเจ้าองค์ดั้งเดิมเช่นกัน (ยอห์น 15:26; กาลาเทีย 4:6) ด้วยเหตุนี้ พระเจ้าพระบิดา พระเจ้าพระบุตร และพระเจ้าพระวิญญาณบริสุทธิ์ พระเจ้าตรีเอกาทรงเป็นผู้ทำให้การจัดเตรียมเรื่องความรอดของมนุษย์สำเร็จลุล่วงและจะทรงทำให้สำเร็จลุล่วงร่วมกันต่อไปจนกว่าจะถึงวันแห่งการพิพากษาบนพระที่นั่งใหญ่สีขาว

เมื่อพระเยซูทรงถูกตรึงอยู่บนกางเขน พระองค์ไม่ได้ทรงกำลังทนทุกข์ด้วยพระองค์เอง พระเจ้าพระบิดาและพระวิญญาณบริสุท

ธิ์ทรงมีประสบการณ์กับความเจ็บปวดร่วมกับพระองค์ด้วยเช่นกัน นอกจากนั้น เมื่อพระวิญญาณบริสุทธิ์ทรงทำให้พันธกิจของพระองค์ในการคร่ำครวญและการทูลขอเพื่อดวงวิญญาณบนโลกนี้สำเร็จ พระเจ้าพระบิดาและองค์พระผู้เป็นเจ้าก็ทรงกำลังทำการร่วมกับพระวิญญาณบริสุทธิ์ด้วยเช่นกัน

1 ยอห์น 5:7-8 กล่าวว่า "มีพยานอยู่สามประการด้วยกัน คือพระวิญญาณ น้ำ และพระโลหิต และพยานทั้งสามนี้สอดคล้องกัน" น้ำในฝ่ายวิญญาณแสดงถึงพันธกิจแห่งพระคำของพระเจ้าและพระโลหิตในฝ่ายวิญญาณแสดงถึงพันธกิจขององค์พระผู้เป็นเจ้าและการหลั่งพระโลหิตของพระองค์บนกางเขน ด้วยการทำงานร่วมกันในพันธกิจของทั้งสามพระภาค พระเจ้าตรีเอกานุภาพทรงมอบหลักฐานแห่งความรอดให้กับผู้เชื่อทุกคน

นอกจากนั้น มัทธิว 28:19 กล่าวว่า "เหตุฉะนั้น เจ้าทั้งหลายจงออกไปสั่งสอนชนทุกชาติ ให้เป็นสาวกของเรา ให้รับบัพติศมาในพระนามแห่งพระบิดา พระบุตรและพระวิญญาณบริสุทธิ์" และ 2 โครินธ์ 13:14 กล่าวว่า "ขอให้พระคุณของพระเยซูคริสตเจ้า ความรักแห่งพระเจ้า และความสนิทสนมซึ่งมาจากพระวิญญาณบริสุทธิ์ จงดำรงอยู่กับท่านทั้งหลายเถิด" เราสามารถเห็นจากที่นี่ว่าผู้คนได้รับบัพติศมาและได้รับพระพรในพระนามของพระเจ้าตรีเอกานุภาพ

ในแนวทางนี้ เนื่องจากพระเจ้าพระบิดา พระเจ้าพระบุตร และพระเจ้าพระวิญญาณบริสุทธิ์ทรงมีธรรมชาติเดียวกัน พระหัยเดียวกัน และพระดำริเดียวกันตั้งแต่ดั้งเดิม บทบาทของแต่ละพระภาคในการเตรียมมนุษย์จึงถูกแบ่งแยกออกจากกันอย่างเป็นระเบียบ พระเจ้าทรงแยกยุคพระคัมภีร์เดิม (ที่พระเจ้าพระบิดาเองทรงนำประชากรของพระองค์) กับยุคพระคัมภีร์ใหม่ (ที่พระเยซูเสด็จเข้ามาในโลกนี้เพื่อจะเป็นพระผู้ช่วยให้รอดของมนุษย์) และยุคแห่งพระคุณในเวลาต่อมา (ที่พระวิญญาณบริสุทธิ์พระผู้ช่วยทรงทำพันธกิจของพระองค์) ออกจากกันอย่างชัดเจน พระเจ้าตรีเอกานุภาพทรงทำให้พระประสงค์ของพระองค์สำเร็จลุล่วงในแต่ละยุคเ

หล่านั้นตามลำดับ

กิจการ 2:38 กล่าวว่า "จงกลับใจใหม่และรับบัพติศมาในพระนามแห่งพระเยซูคริสต์สิ้นทุกคน เพื่อพระเจ้าจะทรงยกความผิดบาปของท่านเสีย แล้วท่านจะได้รับพระราชทานพระวิญญาณบริสุทธิ์" และเหมือนที่เขียนไว้ใน 2 โครินธ์ 1:22 ว่า "และพระองค์ [พระเจ้า] ทรงประทับตราเรา และประทานพระวิญญาณไว้ในใจของเราเป็นมัดจำด้วย" ถ้าเรายอมรับพระเยซูคริสต์และได้รับพระวิญญาณบริสุทธิ์ เราไม่เพียงแต่จะได้รับสิทธิของการเป็นบุตรของพระเจ้า (ยอห์น 1:12) แต่เรายังสามารถรับเอาการทรงนำของพระวิญญาณบริสุทธิ์เพื่อกำจัดบาปทิ้งไปและดำเนินชีวิตอยู่ในความสว่างด้วยเช่นกัน เมื่อวิญญาณจิตของเราจำเริญขึ้น สิ่งสารพัดจะจำเริญขึ้น และเราจะได้รับพระพรทั้งสุขภาพฝ่ายวิญญาณและฝ่ายร่างกาย และเมื่อเราไปถึงสวรรค์เราก็จะได้ชื่นชมกับชีวิตนิรันดร์ด้วยเช่นกัน

ถ้าพระเจ้าพระบิดาทรงดำรงอยู่เพียงลำพัง เราจะไม่ได้รับความรอดอย่างครบถ้วน เราต้องการพระเยซูคริสต์เพราะเราจะสามารถเข้าสู่แผ่นดินของพระเจ้าได้หลังจากที่เราได้รับการชำระล้างจากบาปของเราแล้วเท่านั้น และถ้าเราต้องกำจัดบาปของเราทิ้งไปและแสวงหาพระฉายาของพระเจ้า เราต้องการความช่วยเหลือของพระวิญญาณบริสุทธิ์ เพราะพระเจ้าตรีเอกานุภาพ คือ พระบิดา พระบุตร และพระวิญญาณบริสุทธิ์ทรงช่วยเรา เราจึงได้รับความรอดอย่างสมบูรณ์และถวายสง่าราศีแด่พระเจ้า

อภิธานศัพท์

เนื้อหนังและการงานของเนื้อหนัง

คำว่า "เนื้อหนัง" จากมุมมองฝ่ายวิญญาณเป็นศัพท์ทั่วไปที่ใช้เรียกความเท็จใ
นจิตใจของเราซึ่งปรากฏออกมาเป็นการกระทำภายนอก ยกตัวอย่าง เช่น
ความเกลียดชัง ความอิจฉา การล่วงประเวณี ความหยิ่งผยอง และอื่นๆ ที่ปราก
ฏออกมาเป็นการกระทำที่เจาะจง เช่น ความรุนแรง การทำร้าย การฆ่าคน
และอื่นๆ สิ่งเหล่านี้มีชื่อเรียกโดยรวมว่า "เนื้อหนัง"
และความบาปแต่ละอย่างเหล่านี้ เมื่อแยกออกมาเป็นการกระทำแต่ละอย่างจะเรี
ยกว่า "การงานของเนื้อหนัง"

ตัณหาของเนื้อหนัง ตัณหาของตา ความทะนงในลาภยศ

"ตัณหาของเนื้อหนัง" หมายถึงธรรมชาติต่างๆ ที่เป็นเหตุให้มนุษย์ทำบาปตามค
วามปรารถนาของเนื้อหนัง ความโน้มเอียงเหล่านี้รวมถึงความเกลียดชัง
ความหยิ่งผยอง ความโกรธแค้น ความเกียจคร้าน การล่วงประเวณี และอื่นๆ
เมื่อธรรมชาติบาปเหล่านี้เผชิญกับสภาพแวดล้อมบางอย่างที่มีการยั่วยุ ตัณหา
ของเนื้อหนังก็จะเริ่มปรากฏออกมา ยกตัวอย่าง ถ้าคนบางคนมีธรรมชาติของ
"การพิพากษาและการกล่าวโทษ" คนอื่น คนๆ นี้จะชอบฟังข่าวลือและชื่นชอบ
การพูดนินทา

"ตัณหาของตา" หมายถึงธรรมชาติบาปที่ทำให้บุคคลปรารถนาสิ่งซึ่งเป็นของเ
นื้อหนังเมื่อจิตใจของเขาถูกยั่วยุด้วยสัมผัสของการมองเห็นและการได้ยินผ่าน
ตาและหู ตัณหาของตาจะถูกกระตุ้นเมื่อเราดูและฟังสิ่งต่างๆ ของโลกนี้ ถ้าสิ่งเ
หล่านี้ไม่ถูกกำจัดทิ้งไป แต่ถ้าเรารับเอาและป้อนสิ่งเหล่านี้เข้าไปอย่างต่อเนื่อง
ตัณหาของเนื้อหนังก็จะถูกยั่วยุและเราก็จะจบลงด้วยการทำบาป

"ความทะนงในลาภยศ" หมายถึงธรรมชาติบาปในมนุษย์ซึ่งทำให้เขาต้องการอ
วดอ้างตนเองด้วยการคุยโตหรือโอ้อวดในขณะที่ทำตามความสนุกเพลิดเพลิน
ของโลกนี้ ถ้าบุคคลมีธรรมชาติบาปนี้ เขาจะพยายามอย่างหนักที่จะได้สิ่งต่างๆ
ของโลกนี้เพื่อจะอวดอ้างตนเองอยู่ตลอดเวลา

บทที่ 3

การงานของเนื้อหนัง

"การงานของเนื้อหนังนั้นเห็นได้ชัด คือการล่วงประเวณี
การโสโครก การลามก การนับถือรูปเคารพ การถือวิทยาคม
การเป็นศัตรูกัน การวิวาทกัน การริษยากัน การโกรธกัน การใฝ่สูง
การทุ่มเถียงกัน การแตกก๊กกัน การอิจฉากัน การเมาเหล้า
การเล่นเป็นพาลเกเร และการอื่นๆ ในทำนองนี้อีกเหมือนที่ข้าพเจ้า
ได้เตือนท่านมาก่อน บัดนี้ข้าพเจ้าขอเตือนท่านเหมือนกับที่เคยเตื
อนมาแล้วว่า คนที่ประพฤติเช่นนั้นจะไม่มีส่วนในแผ่นดินของพระเ
จ้า"(กาลาเทีย 5:19-21)

แม้คริสเตียนที่เป็นผู้เชื่อมานานก็อาจไม่คุ้นเคยกับคำว่า "การงานของเนื้อหนัง" สาเหตุก็เพราะว่าในหลายกรณีหลายๆ คริสตจักรไม่ได้สอนในเรื่องความบาปอย่างเป็นรูปธรรม อย่างไรก็ตามเหมือนที่เขียนไว้ในมัทธิว 7:21 ว่า "มิใช่ทุกคนที่เรียกเราว่า 'พระองค์เจ้าข้า พระองค์เจ้าข้า' จะได้เข้าในแผ่นดินสวรรค์ แต่ผู้ที่ปฏิบัติตามพระทัยพระบิดาของเรา ผู้ทรงสถิตในสวรรค์จึงจะเข้าได้" เราต้องรู้อย่างชัดเจนว่าพระประสงค์ของพระเจ้าสำหรับเราคืออะไร และเราต้องรู้เกียวกับความผิดบาปที่พระเจ้าทรงเกลียดชังอย่างถ่องแท้

พระเจ้าไม่เพียงแต่เรียกการกระทำผิดที่มองเห็นได้ว่า "ความผิดบาป" แต่พระองค์ทรงถือว่าความเกลียดชัง ความอิจฉา ความริษยา การพิพากษาและ/หรือการกล่าวโทษคนอื่น ความใจดำ จิตใจที่มุสา และอื่นๆ ว่าเป็นความบาปด้วยเช่นกัน ตามคำสอนของพระคัมภีร์ "สิ่งใดก็ตามที่ไม่ได้เกิดจากความเชื่อ" (โรม 14:23) การรู้ว่าอะไรเป็นสิ่งที่ดีและไม่ได้กระทำ (ยากอบ 4:17) การไม่ได้ทำการดีที่ข้าพเจ้าปรารถนาทำและการทำชั่วที่ข้าพเจ้าไม่ปรารถนาทำ (โรม 7:19-20) การงานของเนื้อหนัง (กาลาเทีย 5:19-21) และสิ่งซึ่งเป็นของเนื้อหนัง (โรม 8:5) ถูกเรียกว่าเป็น "ความบาป" ทั้งสิ้น

ความบาปชนิดต่างๆ เหล่านี้ก่อตัวกันเป็นกำแพงที่ขวางกั้นระหว่างเรากับพระเจ้าเหมือนที่เขียนไว้ในอิสยาห์ 59:1-3 ว่า "ดูเถิด พระหัตถ์ของพระเจ้ามิได้สั้นลง ที่จะช่วยให้รอดไม่ได้ หรือพระกรรณตึง ซึ่งจะไม่ทรงได้ยิน แต่ว่าความบาปชั่วของเจ้าทั้งหลายได้กระทำให้เกิดการแยกระหว่างเจ้ากับพระเจ้าของเจ้าและบาปของเจ้าทั้งหลายได้บังพระพักตร์ของพระองค์เสียจากเจ้า พระองค์จึงมิได้ยิน เพราะมือของเจ้ามลทินด้วยโลหิตและนิ้วมือของเจ้าด้วยความบาปชั่วริมฝีปากของเจ้าได้พูดคำเท็จลิ้นของเจ้าพึมพำความอธรรม"

ถ้าเช่นนั้น กำแพงแห่งความบาปอย่างเฉพาะเจาะจงชนิดใดบ้างที่ขวางกั้นระหว่างเรากับพระเจ้า

สิ่งซึ่งเป็นของเนื้อหนังและการงานของเนื้อหนัง

ปกติเมื่อมีการพูดถึงร่างกายของมนุษย์ คำว่า "ร่างกาย" และ "เนื้อหนัง" ถูกใช้สลับกันไปมา อย่างไรก็ตาม คำนิยามฝ่ายวิญญาณของคำว่า "เนื้อหนัง" จะแตกต่างกัน กาลาเทีย 5:24 กล่าวว่า "ผู้ที่อยู่ฝ่ายพระเยซูคริสต์ได้เอาเนื้อหนังกับความอยากและตัณหาของเนื้อหนังตรึงไว้ที่กางเขนแล้ว" ที่นี้ สิ่งนี้ไ

ม่ได้หมายความตามตัวอักษรว่าเราได้ตรึงร่างกายของเรา

เราต้องรู้จักความหมายฝ่ายวิญญาณของคำว่า "เนื้อหนัง" เพื่อจะเข้าใจความหมายของข้อนี้ การใช้คำว่า "เนื้อหนัง" ไม่ได้มีความหมายฝ่ายวิญญาณไปเสียทั้งหมด บางครั้งเป็นการใช้เพียงเพื่อหมายถึงร่างกายของมนุษย์ เพราะเหตุนี้ เราต้องรู้จักคำนี้ให้ชัดเจนมากขึ้นเพื่อเราจะสามารถเห็นว่าเมื่อใดที่การใช้คำนี้มีความหมายฝ่ายวิญญาณและเมื่อใดที่ไม่ใช่

แต่ดั้งเดิมมนุษย์ถูกสร้างให้มีวิญญาณ จิตใจ และร่างกาย และเขาไม่มีบาป อย่างไรก็ตาม หลังจากการไม่เชื่อฟังพระคำของพระเจ้า มนุษย์ได้กลายเป็นคนบาป และในเมื่อค่าจ้างของความบาปคือความตาย (โรม 6:23) วิญญาณซึ่งเป็นเหมือนเจ้านายของมนุษย์ก็ตายลง และร่างกายของมนุษย์เริ่มไร้ประโยชน์ ซึ่งเมื่อเวลาผ่านพ้นไปร่างกายนี้ก็เสื่อมสภาพ ผุพัง และกลับไปเป็นผงคลีดินในที่สุด และดังนั้นมนุษย์จึงครอบครองความบาปเอาไว้ในร่างกายของเขา และเขาทำบาปเหล่านี้โดยการกระทำ คำว่า "เนื้อหนัง" จึงเข้ามาในจุดนี้

คำว่า "เนื้อหนัง" ในแง่วิญญาณจิต แสดงให้เห็นถึงการผสมผสานกันของธรรมชาติกับร่างกายของมนุษย์ซึ่งทำให้ความจริงรั่วไหลออกมา ดังนั้น เมื่อพระคัมภีร์กล่าวถึง "เนื้อหนัง" สิ่งนี้จึงเป็นสัญลักษณ์ของความบาปซึ่งไม่ได้ออกมาเป็นการกระทำ แต่สามารถถูกชักนำได้ตลอดเวลา สิ่งนี้รวมไปถึงความคิดที่เป็นบาปและความบาปชนิดอื่นภายในร่างกายของเรา และความบาปทั้งหมดเหล่านี้เมื่อนำมาเรียกขานโดยรวมจะถูกเรียกว่า "สิ่งซึ่งเป็นของเนื้อหนัง"

พูดอีกอย่างก็คือ มีการเรียกความเกลียดชัง ความหยิ่งผยอง ความโกรธแค้น การพิพากษา การกล่าวโทษ การล่วงประเวณี ความโลภ และอื่นๆ รวมกันว่า "เนื้อหนัง" และมีการเรียกความบาปแต่ละอย่างเหล่านี้ว่า "สิ่งซึ่งเป็นของเนื้อหนัง" ดังนั้น ตราบใดที่สิ่งซึ่งเป็นของเนื้อหนังเหล่านี้ยังหลงเหลืออยู่ในจิตใจของบุคคล

ภายในสภาพการณ์ที่เหมาะสม สิ่งเหล่านี้สามารถปรากฏออกมาภายนอกได้ทุกเวลาในรูปของการกระทำที่เป็นบาป ยกตัวอย่าง ถ้ามีธรรมชาติของการหลอกลวงอยู่ในจิตใจของบุคคล สิ่งนี้อาจไม่ปรากฏชัดภายใต้สภาพการณ์ปกติ แต่ถ้าคนนั้นถูกกดดันในสถานการณ์ที่ตรงกันข้ามหรือเร่งด่วน เขาหรือเธออาจโกหกกับอีกคนหนึ่งผ่านถ้อยคำหรือการกระทำที่หลอกลวง

มีการเรียกความบาปที่ปรากฏออกมาภายนอกแบบนี้ว่า "เนื้อหนัง" เช่นกัน แต่มีการเรียกการกระทำความบาปแต่ละอย่างว่า "การงานของเนื้อหนัง" ยกตัวอย่าง ถ้าท่านมีความต้องการที่จะชกต่อยคนบางคน "ความต้องการที่ไม่ดี" นี้ถือว่าเป็น "สิ่งซึ่งเป็นของเนื้อหนัง" และถ้าท่านชกต่อยคนบางคนจริง สิ่งนี้ถือว่าเป็น "การงานของเนื้อหนัง"

ถ้าท่านดูปฐมกาล 6:3 ข้อนี้กล่าวว่า "พระเจ้าจึงตรัสว่า 'วิญญาณของเราจะไม่สถิตอยู่' ในมนุษย์ตลอดกาล เพราะมนุษย์เป็นแต่เนื้อหนัง'" พระเจ้ากำลังตรัสว่าพระองค์จะไม่สถิตอยู่ในมนุษย์ไปตลอดกาลเพราะมนุษย์เป็นแต่เนื้อหนัง ถ้าเช่นนั้น สิ่งนี้หมายความว่าพระเจ้าจะไม่สถิตอยู่กับเราแล้วใช่หรือไม่ ไม่ใช่เช่นนั้น เพราะเราได้ต้อนรับเอาพระเยซูคริสต์ ได้รับพระวิญญาณบริสุทธิ์ และบังเกิดใหม่ในฐานะบุตรของพระเจ้า เราจึงไม่ใช่มนุษย์ฝ่ายเนื้อหนังอีกต่อไป

ถ้าเราดำเนินชีวิตตามพระคำของพระเจ้าและทำตามการทรงนำของพระวิญญาณบริสุทธิ์ พระวิญญาณจะทรงให้กำเนิดเราและเราจะได้รับการเปลี่ยนแปลงให้เป็นมนุษย์ฝ่ายวิญญาณ พระเจ้าผู้ทรงเป็นพระวิญญาณทรงสถิตอยู่กับผู้คนที่กำลังเปลี่ยนแปลงไปสู่มนุษย์ฝ่ายวิญญาณทุกวัน อย่างไรก็ตาม พระเจ้าไม่ได้สถิตอยู่กับผู้คนที่พูดว่าเขาเชื่อและก็ยังทำบาปและทำตามการงานของเนื้อหนังสืออย่างต่อเนื่อง พระคัมภีร์ชี้ให้เห็นซ้ำแล้วซ้ำอีกว่าคนประเภทนี้ไม่ได้รับความรอด (สดุดี 92:7; มัทธิว 7:21; โรม 6:23)

การงานของเนื้อหนังที่ทำให้มนุษย์ไม่ได้รับมรดกในแผ่นดินของพระเจ้า

หลังจากดำเนินชีวิตอยู่ในท่ามกลางความบาป ถ้าเรารู้ว่าเราเป็นคนบาปและต้อนรับเอาพระเยซูคริสต์ เราพยายามที่จะไม่ทำตามการงานของเนื้อหนังที่ปรากฏให้เห็นอย่างโจ่งแจ้งว่าเป็น "ความบาป" ใช่ พระเจ้าไม่พอพระทัยกับ "สิ่งซึ่งเป็นของเนื้อหนัง" แต่ "การงานของเนื้อหนัง" คือสิ่งที่สามารถขัดขวางเราจากการได้รับมรดกในแผ่นดินของพระเจ้า ด้วยเหตุนี้ เราต้องพยายามมากยิ่งขึ้นที่จะไม่ทำตามการงานของเนื้อหนัง

1 ยอห์น 3:4 กล่าวว่า "ผู้ที่กระทำบาปก็ประพฤติผิดธรรมบัญญัติ บาปเป็นสิ่งที่ผิดธรรมบัญญัติ" คำว่า "ผู้ที่ทำบาป" ในที่นี้คือทุกคนที่ทำตามการงานของเนื้อหนัง นอกจากนั้นความอธรรมคือการประพฤติผิดธรรมบัญญัติ ด้วยเหตุนี้ ถ้าท่านเป็นคนอธรรม แม้ท่านพูดว่าท่านเป็นผู้เชื่อ พระคัมภีร์เตือนว่าท่านจะไม่ได้รับความรอด

1 โครินธ์ 6:9-10 กล่าวว่า "ท่านไม่รู้หรือว่า คนอธรรมจะไม่มีส่วนในแผ่นดินของพระเจ้า อย่าหลงเลย คนล่วงประเวณี คนถือรูปเคารพ คนผิดผัวเมียเขา โสเภณีชาย ชายรักร่วมเพศ คนขโมย คนโลภ คนขี้เมา คนปากร้าย คนฉ้อโกง จะไม่ได้รับส่วนในแผ่นดินของพระเจ้า"

มัทธิวบทที่ 13 อธิบายอย่างชัดเจนว่าอะไรจะเกิดขึ้นกับคนประเภทนี้ในวาระสุดท้าย "บุตรมนุษย์จะใช้ทูตของท่านออกไปเก็บกวาดทุกสิ่งที่ทำให้หลงผิด และบรรดาผู้ที่กระทำชั่วไปจากแผ่นดินของท่าน และจะทิ้งลงในเตาไฟอันลุกโพลง ที่นั่นจะมีการร้องไห้ขบเขี้ยวเคี้ยวฟัน" (ข้อ 41-42) ทำไมสิ่งนี้จึงเกิดขึ้น สาเหตุก็เพราะว่าแทนที่จะพยายามกำจัดความบาปทิ้งไป คนเหล่านี้กลับดำเนินชีวิตแห่งการประนีประนอมกับความเท็จของโลกนี้ ดังนั้น ในสายพระเนตรของพระเจ้าคนเหล่านี้จึงไม่ใช่ "ข้าวสาลี" แต่เป็น "ข้าวละมาน"

ดังนั้น จึงเป็นสิ่งที่สำคัญที่สุดในอันดับแรกที่เราต้องคิดให้ออกว่ากำแพงแห่งความบาปชนิดใดที่เราได้สร้างขึ้นระหว่างพระเจ้ากับเราและเราต้องทำลายกำแพงนั้นลง หลังจากที่เราแก้ปัญหาเรื่องความบาปนี้แล้วเท่านั้นเราจึงจะสามารถเป็นที่ยอมรับจากพระเจ้าว่าเป็นคนที่มีความเชื่อและเราจะสามารถเติบโตและเป็นผู้ใหญ่ในฐานะ "ข้าวสาลี" และนี่คือจุดที่เราสามารถรับเอาคำตอบต่อคำอธิษฐานของเราและมีประสบการณ์กับการรักษาโรคและพระพร

การงานของเนื้อหนังที่เห็นได้ชัด

เนื่องจากการงานของเนื้อหนังปรากฏออกมาเป็นการกระทำเราจึงสามารถมองเห็นภาพของการทำบาปที่เสื่อมทรามและต่ำช้า การงานของเนื้อหนังที่เห็นได้ชัดคือการล่วงประเวณี การโสโครก และการลามก ความบาปเหล่านี้เป็นบาปเกี่ยวกับตัณหาราคะและผู้คนที่ทำความบาปชนิดนี้จะไม่ได้รับความรอด ด้วยเหตุนี้ ทุกคนที่ทำบาปเหล่านี้ต้องกลับใจและหันหลังกลับจากทางเหล่านี้อย่างรวดเร็ว

1) การล่วงประเวณี การโสโครก การลามก

อันดับแรก "การล่วงประเวณี" ในที่นี้หมายถึงการประพฤติผิดทางเพศ สิ่งนี้เกิดขึ้นเมื่อชายและหญิงที่ไม่ได้แต่งงานกันมีความสัมพันธ์กันทางร่างกาย ในยุคนี้เพราะสังคมของเราเต็มไปด้วยความบาป การมีเพศ สัมพันธ์ก่อนแต่งงานได้กลายเป็นบรรทัดฐาน อย่างไรก็ตาม แม้คนสองคนกำลังจะแต่งงานกันและเขารักซึ่งกันและกัน สิ่งนี้ยังถือว่าเป็นการประพฤติในความเท็จ แต่ปัจจุบัน ผู้คนไม่มีแม้กระทั่งความอับอาย เขาไม่ถือว่าการกระทำเช่นนั้นเป็นความบาปด้วยซ้ำไป ที่เป็นเช่นนั้นก็เพราะว่าผ่านทางละครหรือภาพยนตร์ สังคมได้เปลี่ยนเรื่องราวและความสัมพันธ์อย่างผิดศีลธรรมที่เบี่ยงเบนไปจากความจริงให้กลายเป็น

"เรื่องราวแห่งความรักอันงดงาม" เมื่อผู้คนดูและเกี่ยวข้องกับละครและภาพยนตร์ประเภทนี้มากขึ้น สำนึกของการใช้ดุลยพินิจของเขาเกี่ยวกับความผิดบาปจะคลุมเครือและเขาจะค่อยๆ มีความรู้สึกไวต่อความผิดบาปน้อยลงในที่สุด

การประพฤติผิดทางเพศไม่ได้เป็นที่ยอมรับแม้กระทั่งจากจุดยืนทางด้านจริยธรรมหรือศีลธรรม ดังนั้น ลองคิดดูซิว่าการประพฤติผิดเช่นนี้จะไม่เป็นที่ยอมรับมากแค่ไหนในสายพระเนตรของพระเจ้าผู้บริสุทธิ์ ถ้าคนสองคนรักกันอย่างแท้จริง อันดับแรกโดยผ่านสถาบันของการการแต่งงาน เขาควรได้รับการยอมรับจากพระเจ้าก่อนและการยอมรับจากบิดามารดาและญาติพี่น้อง และจากนั้นจึงละบิดามารดาของเขาและเป็นเนื้อเดียวกัน

ประการที่สอง การประพฤติผิดทางเพศเกิดขึ้นเมื่อชายหรือหญิงที่แต่งงานแล้วไม่ได้รักษาคำมั่นสัญญาเรื่องการแต่งงานของตนให้ศักดิ์สิทธิ์ กล่าวคือ สิ่งนี้เกิดขึ้นเมื่อสามีหรือภรรยาปล่อยตัวปล่อยใจไปในการมีความสัมพันธ์กับคนอื่นที่ไม่ใช่คู่สมรสตามกฎหมายของตน อย่างไรก็ตาม นอกเหนือจากการล่วงประเวณีที่เกิดขึ้นในความสัมพันธ์ระหว่างผู้คนแล้วยังมีการล่วงประเวณีฝ่ายวิญญาณที่มีผู้มักทำอยู่บ่อยครั้งเช่นกัน การล่วงประเวณีฝ่ายวิญญาณเกิดขึ้นเมื่อผู้คนเรียกตนเองว่าผู้เชื่อ และกระนั้นเขายังกราบไหว้รูปเคารพหรือหารือคนทรงหรือหมอดูหรือพึ่งพามนต์ดำหรือการทำเสน่ห์ที่ชั่วร้ายบางอย่าง สิ่งนี้เป็นการกราบไหว้วิญญาณชั่วและภูตผีปีศาจ

ถ้าท่านดูกันดารวิถีบทที่ 25 ท่านจะเห็นว่าในขณะที่คนอิสราเอลพักอาศัยอยู่ในเมืองชิทธิมประชาชนไม่เพียงแต่เล่นชู้กับหญิงชาวโมอับเท่านั้น แต่เขายังกราบไหว้พระของคนโมอับด้วยเช่นกัน ผลลัพธ์ก็คือพระพิโรธของพระเจ้าลงมาเหนือเขาและประชาชน 24,000 คนตายด้วยภัยพิบัติในวันเดียว ด้วยเหตุนี้ ถ้าบางคนพูดว่าเขาหรือเธอเป็นผู้เชื่อในพระเจ้าและกระนั้นยังพึ่งพารูปเคารพและภูตผีปีศาจอยู่ สิ่งนี้คือการล่วงประเวณีฝ่ายวิญญาณและการทรยศต่อพระเจ้า

อันดับต่อไป "การโสโครก" เกิดขึ้นเมื่อธรรมชาติที่เป็นบาปก้าว

ข้ามเส้นและกลายเป็นความสกปรก ยกตัวอย่าง เมื่อจิตใจที่ล่วงประเวณีก้าวข้ามเส้น โจรผู้ร้ายอาจข่มขืนทั้งแม่และลูกสาวในเวลาเดียวกัน เมื่อความอิจฉาก้าวข้ามเส้น สิ่งนี้อาจกลายเป็น "การโสโครก" เช่นกัน ยกตัวอย่าง ถ้าคนหนึ่งอิจฉาอีกคนหนึ่งจนถึงขั้นที่เขาวาดรูปคนๆ นั้นและโยนลูกดอกใส่รูปนั้นหรือใช้เข็มแทงรูปนั้น การกระทำที่ผิดปกติเช่นนั้นเป็นผลมาจากความอิจฉาและการกระทำเหล่านี้คือ "การโสโครก"

ก่อนที่คนหนึ่งมาเชื่อในพระเจ้าเขาหรือเธออาจมีธรรมชาติบาปของความเกลียดชัง ความอิจฉา หรือการล่วงประเวณีอยู่ในเขา เนื่องจากความบาปดั้งเดิมของอาดัมมนุษย์ทุกคนจึงเกิดมาพร้อมกับความเท็จซึ่งเป็นรากเหง้าของธรรมชาติของมนุษย์ทุกคน เมื่อธรรมชาติบาปที่อยู่ในมนุษย์เหล่านี้ก้าวข้ามขอบเขตบางอย่างและเกินเลยข้อกำหนดของศีลธรรมและจริยธรรมและสร้างความเสียหายและความเจ็บปวดให้กับคนอื่น เราเรียกสิ่งนี้ว่า "การโสโครก"

"การลามก" คือการแสวงหาความสุขและความพอใจในสิ่งที่เป็นตัณหาราคะ เช่น ความต้องการหรือความคิดฟุ้งซ่านทางเพศและการกระทำอนาจารทุกรูปแบบซึ่งเป็นการทำตามความต้องการที่เต็มไปด้วยกิเลสตัณหา "การลามก" แตกต่างจาก "การล่วงประเวณี" ตรงที่ว่าคนลามกจะใช้ชีวิตประจำวันส่วนใหญ่ของตนไปกับการมีความคิด คำพูด และ/หรือการกระทำที่หมกมุ่นอยู่กับเรื่องเพศ ตัวอย่างเช่น คนที่ร่วมเพศกับสัตว์หรือคนที่มีความสัมพันธ์การรักร่วมเพศ ผู้หญิงทำสิ่งที่ไม่เหมาะสมกับหญิงอีกคนหรือผู้ชายทำสิ่งที่สัปดนกับชายอีกคนหนึ่ง หรือการใช้อุปกรณ์ทางเพศ เป็นต้น สิ่งเหล่านี้ล้วนเป็นการกระทำชั่วที่อยู่ในข่ายของ "การลามก"

ในสังคมปัจจุบันผู้คนพูดกันว่าคนรักร่วมเพศควรได้รับความเคารพ อย่างไรก็ตาม สิ่งนี้ต่อสู้กับพระเจ้าและต่อสู้กับหลักเหตุผล (โรม 1:26-27) นอกจากนั้น ผู้ชายที่คิดว่าตนเองเป็นผู้หญิงหรือผู้หญิงที่คิดว่าตนเองเป็นผู้ชายหรือเป็นคนแปลงเพศ คนเหล่านี้ไม่เป็นที่ยอมรับต่อพระเจ้า (เฉลยธรรมบัญญัติ 22:5) สิ่งนี้ต่อสู้กับระเบียบแบบ

แผนแห่งการทรงสร้างของพระเจ้า

เมื่อสังคมเริ่มเสื่อมลงเนื่องความผิดบาป สิ่งแรกที่เริ่มผิดปกติคือศีลธรรมและจริยธรรมของผู้คนเกี่ยวกับเรื่องเพศ ในทางประวัติศาสตร์ เมื่อใดก็ตามที่วัฒนธรรมทางเพศของสังคมเริ่มเสื่อมลง สิ่งนั้นจะตามมาด้วยการพิพากษาของพระเจ้า เมืองโสโดม เมืองโกโมราห์ และเมืองปอมเปอีเป็นตัวอย่างที่ดีของเรื่องนี้ เมื่อเราเห็นว่าวัฒนธรรมทางเพศของสังคมเรากำลังวิปริตอยู่ทั่วโลก จนถึงจุดที่ไม่สามารถฟื้นฟูขึ้นมาได้ เราสามารถรู้ว่าวันแห่งการพิพากษาใกล้เข้ามาแล้ว

2) การนับถือรูปเคารพ การถือวิทยาคม การเป็นศัตรูกัน

"รูปเคารพ" สามารถแบ่งออกได้เป็นสองประเภทใหญ่ๆ ประเภทแรกได้แก่ การสร้างรูปแทนของพระที่ไม่มีตัวตนด้วยการทำรูปทรงบางอย่างให้กับพระนั้นหรือการสร้างรูปภาพบางอย่างและทำให้สิ่งนั้นเป็นวัตถุบูชาเพื่อการกราบไหว้ ผู้คนต้องการสิ่งที่เขาสามารถมองเห็นได้ด้วยตาของตน จับต้องด้วยได้ด้วยมือของเขา และสัมผัสได้ด้วยเนื้อหนังของตน เพราะเหตุนี้ ผู้คนจึงใช้ไม้ หิน เหล็ก ทองคำ หรือเงินเพื่อสร้างรูปจำลองของมนุษย์ ของสัตว์ ของนก หรือของปลาเพื่อกราบไหว้สิ่งเหล่านั้น หรือผู้คนเรียกชื่อสิ่งต่างๆ (เช่น ดวงอาทิตย์ ดวงจันทร์ และดวงดาว) ว่าเป็นเทพเจ้าและกราบไหว้สิ่งเหล่านั้น (เฉลยธรรมบัญญัติ 4:16-19) เราเรียกสิ่งนี้ว่า "การนับถือรูปเคารพ"

ในอพยพบทที่ 32 เราเห็นว่าเมื่อโมเสสขึ้นไปบนภูเขาซีนายเพื่อรับเอาธรรมบัญญัติและไม่ได้กลับลงมาในทันที คนอิสราเอลได้สร้างรูปวัวทองคำและกราบไหว้รูปนั้น แม้เขาได้เห็นหมายสำคัญและการอัศจรรย์มากมาย แต่เขาก็ยังไม่เชื่อและในที่สุดเขาเริ่มกราบไหว้รูปเคารพ เมื่อทอดพระเนตรเห็นสิ่งนี้ พระพิโรธของพระเจ้าได้มาเหนือเขาและพระองค์ตรัสว่าพระองค์จะทำลายเขา ในเวลานั้นชีวิตของคน

เหล่านั้นได้รับการสงวนไว้เป็นเพราะคำอธิษฐานอย่างร้อนรนของโมเสส แต่ผลลัพธ์ของเหตุการณ์นี้ทำให้ผู้คนที่มีอายุยี่สิบปีขึ้นในช่วงการอพยพไม่สามารถเข้าไปสู่แผ่นดินคานาอันและคนเหล่านั้นเสียชีวิตในถิ่นทุรกันดาร จากเหตุการณ์นี้เราสามารถเห็นว่าพระเจ้าทรงเกลียดชังการสร้างรูปเคารพ การคุกเข่าให้กับสิ่งเหล่านั้น หรือการกราบไหว้รูปเคารพมากเพียงใด

ประเภทที่สอง ถ้ามีสิ่งใดที่เรารักมากกว่าพระเจ้า สิ่งนั้นก็กลายเป็นรูปเคารพ โคโลสี 3:5-6 กล่าวว่า "เหตุฉะนั้นจงประหารอวัยวะของท่านซึ่งอยู่ฝ่ายโลกนี้ คือการล่วงประเวณี การโสโครก ราคะตัณหา ความปรารถนาชั่ว และความโลภซึ่งเป็นการนับถือรูปเคารพ เพราะสิ่งเหล่านี้ พระอาชญาของพระเจ้าก็ลงมาแก่บุตรแห่งการไม่เชื่อฟัง"

ยกตัวอย่าง ถ้าบางคนมีความโลภอยู่ในจิตใจของเขา เขาอาจรักทรัพย์สินด้านวัตถุมากกว่าพระเจ้าและเพื่อจะให้มีเงินมากขึ้นเขาอาจไม่ได้รักษาวันขององค์พระผู้เป็นเจ้าให้บริสุทธิ์ นอกจากนั้น ถ้าบุคคลพยายามที่จะตอบสนองความโลภในจิตใจของตนด้วยการรักคนอื่นหรือสิ่งอื่นมากกว่าพระเจ้า เช่น การรักคู่สมรส ลูก ชื่อเสียง อำนาจ ความรู้ ความบันเทิง โทรทัศน์ กีฬา งานอดิเรก หรือการมีนัดของเขามากกว่าพระเจ้าและไม่ชอบอธิษฐานและไม่ได้ดำเนินชีวิตฝ่ายวิญญาณอย่างร้อนรน สิ่งนี้เป็นการนับถือรูปเคารพ

เพียงเพราะพระเจ้าทรงห้ามไม่ให้เรานับถือรูปเคารพ ถ้าบางคนถามว่า "ฉะนั้นก็แสดงว่าพระเจ้าต้องการให้เรานมัสการพระองค์และรักพระองค์เท่านั้นใช่หรือไม่" และเขาคิดว่าพระเจ้าเห็นแก่ตัว คนเหล่านี้เข้าใจผิดอย่างแรง พระเจ้าไม่ได้บอกให้เรารักพระองค์ก่อนเพื่อจะเป็นเผด็จการ พระองค์ทำเช่นนี้เพื่อจะแนะนำให้เราดำเนินชีวิตที่ควรค่าต่อการเป็นมนุษย์ ถ้าบุคคลรักและกราบไหว้บูชาสิ่งอื่นใดมากกว่าพระเจ้า เขาก็ไม่สามารถทำหน้าที่ของความเป็นมนุษย์ให้สำเร็จและเขาไม่สามารถกำจัดความบาปทิ้งไปจากชีวิตของเขา

ต่อไป พจนานุกรมให้คำนิยามของคำว่า "การถือวิทยาคม" ไว้ว่า "เป็นการประกอบพิธีกรรมหรือเป็นมนตร์คาถาของบุคคลที่คาดว่าจะใช้พลังอำนาจหรือคาถาอาคมที่เหนือธรรมชาติผ่านความช่วยเหลือของวิญญาณชั่ว มนต์ดำ หรือการใช้เวทมนต์" การปรึกษาหมอผี คนทรงเจ้า และผู้คนที่มีลักษณะเช่นนี้ล้วนอยู่ในข่ายของการถือวิทยาคมทั้งสิ้น บางคนไปหาหมอผีหรือคนทรงเจ้าเพื่อถามเกี่ยวกับลูกของเขาที่กำลังเตรียมสอบเข้ามหาวิทยาลัยหรือเพื่อดูว่าคู่หมั้นของเขาเหมาะสมกันหรือไม่ หรือถ้ามีปัญหาบางอย่างเกิดขึ้นในบ้านเรือนของเขา เขาพยายามที่จะหาเครื่องรางหรือของขลังมาเก็บไว้เพื่อความโชคดี แต่บุตรของพระเจ้าต้องไม่ทำสิ่งเหล่านี้เลยเพราะการทำเช่นนี้จะชักนำวิญญาณชั่วเข้ามาในชีวิตของเขาและจะส่งผลให้เกิดความทุกข์เวทนามากขึ้นกับเขา

"คาถาอาคม" และ "การใช้เวทมนต์" เป็นกลวิธีเพื่อการหลอกลวงคนอื่น เช่น การใช้แผนการชั่วร้ายเพื่อล่อลวงคนบางคน หรือการทำให้เขาตกหลุมพราง จากมุมมองฝ่ายวิญญาณ "การถือวิทยาคม" คือการใช้กลอุบายกับคนอื่นผ่านการล่อลวงอย่างมีเล่ห์เหลียม เพราะเหตุนี้ความมืดจึงครอบงำอยู่ในทุกส่วนของสังคมเราในปัจจุบัน

"การเป็นศัตรูกัน" คือความรู้สึกขุ่นเคืองใจหรือความเป็นปฏิปักษ์ต่อคนบางคนและปรารถนาให้เขาหรือเธอพบกับความพินาศล่มจมในที่สุด ถ้าท่านศึกษาจิตใจของผู้คนที่มีความเป็นศัตรูกับคนอื่นอย่างถี่ถ้วนท่านก็สามารถเห็นว่าคนเหล่านั้นจะอยู่ห่างจากคนอื่นและเกลียดชังคนอื่นเพราะเขาไม่ชอบคนเหล่านั้นด้วยเหตุผลบางอย่างหรืออาจเป็นเพราะอารมณ์ที่ชั่วร้ายของเขาเอง ที่นี้เมื่ออารมณ์ที่ชั่วร้ายเหล่านี้มีมากจนเกินขอบเขต อารมณ์เหล่านี้จะระเบิดออกมาเป็นการกระทำที่สามารถนำความเสียหายมาสู่คนอื่น เช่น การใส่ความคนอื่น การนินทาคนอื่น และการใส่ร้ายป้ายสีคนอื่น รวมทั้งการทำชั่วด้วยความอาฆาตแค้นอย่างอื่นอีกมากมาย

ในซามูเอลบทที่ 16 เราเห็นว่าทันทีที่พระวิญญาณขององ

ค์พระผู้เป็นเจ้าไปจากซาอูล วิญญาณชั่วก็เข้ามารบกวนเขา แต่เมื่อดาวิดดีดพิณ ซาอูลก็ชุ่มชื่นและดีขึ้นและวิญญาณชั่วก็ออกไปจากเขา นอกจากนั้น ดาวิดได้ฆ่าโกลิอัท (มนุษย์ยักษ์ชาวฟีลิสเตีย) ด้วยสายสลิงและก้อนหินและช่วยประเทศอิสราเอลให้รอดพ้นจากวิกฤติด้วยการเอาชีวิตของตนเข้าเสี่ยงเพื่อจะสัตย์ซื่อต่อซาอูล อย่างไรก็ตาม ซาอูลกลัวว่าบัลลังก์ของตนจะถูกโค่นโดยดาวิดและซาอูลใช้เวลาหลายปีไล่ล่าเพื่อจะสังหารดาวิด ในที่สุดพระเจ้าทรงปฏิเสธซาอูล พระคำของพระเจ้าบอกให้เรารักแม้กระทั่งศัตรูของเรา ด้วยเหตุนี้เราจึงไม่ควรมีความเป็นศัตรูกับผู้ใด

3) การวิวาทกัน การริษยากัน การโกรธกัน

"การวิวาทกัน" เกิดขึ้นเมื่อผู้คนถือเอาประโยชน์และอำนาจของตนมาก่อนคนอื่นและต่อสู้เพื่อสิ่งนี้ ปกติการต่อสู้แย่งชิงกันมักจะเริ่มต้นกับความโลภและก่อให้เกิดความขัดแย้งที่นำไปสู่การทะเลาะวิวาทกันระหว่างผู้นำประเทศ สมาชิกพรรคการเมือง คนในครอบครัว ผู้คนในคริสตจักร และในความสัมพันธ์กันระหว่างผู้คนในรูปแบบอื่นๆ

ในประวัติศาสตร์ของเกาหลีเรามีตัวอย่างของวิวาทกันระหว่างผู้นำประเทศ แด วอน กูน บิดาของจักรพรรดิองค์สุดท้ายแห่งราชวงศ์โชซุนและจักรพรรดินีมิยอง ซุง ผู้เป็นลูกสะใภ้ มีข้อพิพาทกันเรื่องอำนาจทางการเมืองของตนโดยแต่ละฝ่ายต่างก็มีอำนาจหนุนหลังจากต่างชาติ ความขัดแย้งนี้ดำเนินไปเป็นเวลามากกว่าสิบปี สิ่งนี้นำไปสู่ความวุ่นวายภายในประเทศซึ่งต่อมานำไปสู่การก่อกบฏของทหารและการปฏิวัติของชาวนา ผลลัพธ์ก็คือผู้นำทางการเมืองหลายคนถูกสังหารและจักรพรรดินีมิยอง ซุงถูกลอบปลงพระชนม์โดยมือสังหารชาวญี่ปุ่น เนื่องจากข้อพิพาทระหว่างผู้นำประเทศคนสำคัญในครั้งนี้ส่งผลให้เกาหลีสูญเสียอธิปไตยของตนให้กับคนญี่ปุ่น

การต่อสู้แย่งชิงกันอาจเกิดขึ้นระหว่างสามีกับภรรยาหรือพ่อแ

ม่ลูกเช่นกัน ถ้าทั้งสามีและภรรยาต่างก็อยากให้อีกฝ่ายหนึ่งฟังความต้องการของตน สิ่งนี้สามารถก่อให้เกิดการทะเลาะวิวาทกันและนำไปสู่การแยกทางกัน มีหลายกรณีที่สามีและภรรยาฟ้องร้องกันและเป็นศัตรูกันตลอดชีวิต ถ้ามีการต่อสู้แย่งชิงกันในคริสตจักร ซาตานก็เริ่มทำงาน และคริสตจักรก็ไม่เจริญเติบโต และเป็นอุปสรรคต่อการทำงานอย่างถูกต้องของแผนกต่างๆ ในคริสตจักร

เมื่อเราอ่านในพระคัมภีร์เราจะพบกับภาพเหตุการณ์ของความขัดแย้งและการต่อสู้แย่งชิงกันอยู่มากมาย ใน 2 ซามูเอล 18:7 เราเห็นว่าอับซาโลม โอรสของดาวิด ก่อการกบฏต่อดาวิดและมีคนถูกฆ่าตายถึงสองหมื่นคนในวันเดียว นอกจากนั้น หลังจากการสิ้นพระชนม์ของซาโลมอน อิสราเอลแตกแยกออกเป็นอาณาจักรเหนือของอิสราเอลและอาณาจักรใต้ของยูดาห์ และแม้กระทั่งหลังจากนั้นก็ยังมีการวิวาทและการทำสงครามกันอย่างต่อเนื่อง โดยเฉพาะอย่างยิ่ง ในอาณาจักรเหนือของอิสราเอลมีการต่อสู้แย่งชิงบัลลังก์กันอยู่ตลอดเวลา ดังนั้น เมื่อรู้ว่าการต่อสู้แย่งชิงกันจะนำไปสู่ความเจ็บปวดและความพินาศ ผมหวังว่าท่านจะเห็นแก่ประโยชน์ของคนอื่นและสร้างสันติอยู่เสมอ

ต่อไป “การริษยากัน” เกิดขึ้นเมื่อบุคคลหนึ่งเอาตัวห่างจากคนอื่นและเกลียดชังคนอื่นเพราะเขาริษยาคนเหล่านั้นโดยคิดว่าคนเหล่านั้นดีกว่าตน เมื่อการริษยามีมากขึ้น สิ่งนี้จะพัฒนาไปเป็นความโกรธที่เต็มไปด้วยความชั่วร้าย สิ่งนี้อาจก่อให้เกิดการต่อสู้แย่งชิงกันซึ่งนำไปสู่การเกิดข้อพิพาท

ถ้าท่านหันไปดูพระคัมภีร์ท่านจะพบว่านางเลอาห์และนางราเชล (ภรรยาสองคนของยาโคบ) ริษยากันโดยมียาโคบอยู่ระหว่างทั้งสองคน (ปฐมกาลบทที่ 30) กษัตริย์ซาอูลริษยาดาวิดซึ่งได้รับความรักจากประชาชนมากกว่าที่ตนได้รับ (1 ซามูเอล 18:7-8) คาอินริษยาอาแบลน้องชายของเขาและฆ่าเขา (ปฐมกาล 4:1-8) การริษยาเกิดจากความชั่วที่อยู่ในใจของบุคคลซึ่งยั่วยุให้เขาตอบสนองความโลภของตน

วิธีการที่ง่ายที่สุดที่จะค้นพบว่าท่านมีความริษยาหรือไม่คือการดูว่าท่านรู้สึกอึดอัดใจหรือไม่เมื่ออีกคนหนึ่งรุ่งเรืองก้าวหน้าและได้ดี นอกจากนี้ ท่านอาจเริ่มต้นไม่ชอบอีกคนหนึ่งและต้องการจะได้สิ่งที่เขามีอยู่ นอกจากนั้น ท่านเคยเปรียบเทียบตนเองกับอีกคนหนึ่งและรู้สึกท้อใจหรือไม่ การริษยาคือรากเหง้าของปัญหานี้ ยิ่งเมื่อคนนั้นมีอายุ ความเชื่อ ประสบการณ์ และพื้นเพเบื้องหลังหรือสภาพแวดล้อมคล้ายคลึงกันก็ยิ่งเป็นการง่ายที่จะรู้สึกริษยาเขา เช่นเดียวกับที่พระเจ้าทรงสั่งให้เรา "รักเพื่อนบ้านเหมือนรักตนเอง" ถ้าอีกคนหนึ่งได้รับคำชมเชยเพราะเขาดีกว่าเราในบางเรื่อง พระเจ้าทรงต้องการให้เราชื่นชมยินดีร่วมกับเขา พระองค์ทรงต้องการให้เราชื่นชมยินดีราวกับว่าตัวเราเองกำลังได้รับคำชมเชยนั้น

"การโกรธกัน" เป็นการแสดงความโกรธที่เกินเลยไปกว่าการรู้สึกโกรธอยู่ภายในและพยายามที่จะข่มความรู้สึกนั้นเอาไว้ บ่อยครั้งผู้คนที่แสดงอารมณ์โกรธเช่นนี้ออกมาส่งผลให้เกิดความเสียหายร้ายแรง ยกตัวอย่าง เขาโกรธง่ายๆ เมื่อใดก็ตามที่บางสิ่งบางอย่างไม่ตรงกับความเห็นหรือความคิดของเขาและใช้ความรุนแรงและแม้กระทั่งการทำให้ถึงตาย การรู้สึกคับข้องใจและการแสดงความรู้สึกนั้นออกมาไม่ได้เป็นอุปสรรคกับความรอด อย่างไรก็ตาม ถ้าท่านมีธรรมชาติอันชั่วร้ายของความโกรธแค้น ท่านอาจแสดงความโกรธออกมาด้วยเหตุนี้ ท่านต้องถอนรากความชั่วร้ายนี้ออกมาและกำจัดมันทิ้งไป

นี่คือกรณีของกษัตริย์ซาอูลที่อิจฉาดาวิดและพยายามที่ฆ่าดาวิดอย่างไม่ลดละเพียงเพราะดาวิดได้รับความยกย่องจากประชาชน ซึ่งเป็นคำยกย่องที่ดาวิดสมควรได้รับ มีหลายที่หลายแห่งในพระคัมภีร์ที่ซาอูลระเบิดความโกรธออกมา ครั้งหนึ่งซาอูลพุ่งหอกใส่ดาวิด (1 ซามูเอล 18:11) เพียงเพราะเมืองโนบช่วยเหลือดาวิดในขณะที่ท่านหลบหนี ซาอูลสังหารผู้คนในเมืองนั้น เมืองนั้นเป็นเมืองของปุโรหิตและซาอูลไม่เพียงฆ่าผู้ชาย ผู้หญิง เด็ก และเด็กทารกเท่านั้น เขายังฆ่าวัว ลา และแกะด้วย (1 ซามูเอล 22:19) ถ้าเราโกรธอย่างเ

กินเลยแบบนี้เราก็กำลังสุมความบาปจำนวนมากเอาไว้

4) การทุ่มเถียงกัน การแตกก๊กกัน (การแบ่งฝักแบ่งฝ่าย)

"การทุ่มเถียงกัน" เป็นเหตุให้ผู้คนแตกแยกกัน ถ้าบางอย่างไม่เป็นประโยชน์กับเขาเขาจะตั้งก๊กหรือกลุ่มขึ้นมา กลุ่มนี้ไม่ได้หมายถึงแค่ผู้คนที่ใกล้ชิดกัน มีบางสิ่งบางอย่างเหมือนกันหรือพบปะกันอยู่บ่อยๆ กลุ่มเหล่านี้เป็นกลุ่มหลากหลายจำนวนมากที่สมาชิกของกลุ่มนินทา วิพากษ์วิจารณ์ พิพากษา และกล่าวโทษกัน กลุ่มเหล่านี้สามารถก่อตัวขึ้นภายในครอบครัว ในชุมชน และแม้กระทั่งในคริสตจักร

ยกตัวอย่าง ถ้าบางคนไม่ชอบผู้รับใช้ของตนเขาจะเริ่มนินทาผู้รับใช้เหล่านั้นภายในแวดวงของผู้คนที่มีความเห็นเหมือนกัน จากนั้นสิ่งนี้ก็กลายเป็น "ธรรมศาลาของซาตาน" เพราะคนเหล่านี้เป็นอุปสรรคในการรับใช้ด้วยการพิพากษาและกล่าวโทษผู้รับใช้ คริสตจักรที่เขารับใช้จึงไม่สามารถมีประสบการณ์กับการฟื้นฟู

"การแตกก๊กกัน" เป็นการสร้างฝักสร้างฝ่ายขึ้นและการแยกตัวเองออกไปจากคนอื่นในขณะที่ทำตามใจและความคิดของตนเอง ตัวอย่างหนึ่งคือการสร้างความแตกแยกขึ้นภายในคริสตจักร นี่เป็นการกระทำที่ขัดแย้งกับพระประสงค์อันดีงามของพระเจ้าเพราะสิ่งนี้เกิดจากความเห็นที่รุนแรงที่ว่าความคิดของบุคคลคนหนึ่งเท่านั้นเป็นวิธีการคิดที่ถูกต้องและทุกสิ่งต้องถูกปรับเปลี่ยนเพื่อตอบสนองผลประโยชน์ของบุคคลคนนั้น

อับซาโลม โอรสของดาวิด ทรยศและก่อกบฏต่อบิดาของเขา (2 ซามูเอลบทที่ 15) เพราะเขาทำตามความโลภของตนเอง ในระหว่างการกบฏ คนอิสราเอลจำนวนมาก (แม้กระทั่งอาหิโธเฟลที่ปรึกษาของดาวิด) ก็เข้าข้างอับซาโลมและทรยศต่อดาวิด พระเจ้าทรงทอดทิ้งผู้คนแบบนี้ที่มีส่วนร่วมในการงานของเนื้อหนัง ด้วยเหตุนี้อับซาโลมและทุกคนที่เข้าข้างเขาจึงประสบกับความพ่ายแพ้และพบ

กับจุดจบที่น่าเวทนาในที่สุด

"การสอนเท็จ" คือการกระทำของผู้คนที่ปฏิเสธองค์พระผู้เป็นเจ้าผู้ทรงไถ่เขาไว้ซึ่งนำความพินาศอย่างฉับพลันมาถึงตนเอง (2 เปโตร 2:1) พระเยซูคริสต์ทรงหลั่งพระโลหิตของพระองค์เพื่อช่วยเราให้รอดในขณะที่เราอยู่ในท่ามกลางความผิดบาป ด้วยเหตุนี้จึงเป็นการถูกต้องที่จะพูดว่าพระองค์ทรงไถ่เราด้วยพระโลหิตของพระองค์ ดังนั้นถ้าเราอ้างว่าเราเชื่อในพระเจ้าแต่กลับปฏิเสธองค์ตรีเอกานุภาพผู้บริสุทธิ์หรือปฏิเสธพระเยซูคริสต์ที่ทรงไถ่เราด้วยพระโลหิตของพระองค์ สิ่งนี้ก็เป็นเหมือนเรากำลังนำเอาความพินาศมาสู่ตัวเราเอง

มีหลายครั้งที่ผู้คนกล่าวหาและกล่าวโทษคนอื่นว่าเป็นผู้สอนเท็จเพียงเพราะคนอื่นแตกต่างจากพวกตนเพียงเล็กน้อยโดยที่เขาไม่รู้จักความหมายที่แท้จริงของคำว่า "ผู้สอนเท็จ" อย่างไรก็ตาม สิ่งนี้เป็นการกระทำที่อันตรายมากและการกระทำเช่นนี้อาจเข้าข่ายการขัดขวางการทำงานของพระวิญญาณบริสุทธิ์ ถ้าบางคนเชื่อในพระเจ้าตรีเอกานุภาพ พระบิดา พระบุตร และพระวิญญาณบริสุทธิ์ และเขาไม่ได้ปฏิเสธพระเยซูคริสต์ เราก็ไม่สามารถกล่าวโทษเขาเรื่องการเป็นผู้สอนผิด

5) การอิจฉากัน การฆาตกรรม การเมาเหล้า การเล่นเป็นพาลเกเร

"การอิจฉากัน" คือความริษยาที่แสดงออกมาเป็นการกระทำ การริษยาคือการไม่ยอมรับหรือไม่ชอบคนอื่นเมื่อสิ่งต่างๆ ราบรื่นสำหรับเขา และการอิจฉาเป็นอีกขั้นตอนหนึ่งที่เพิ่มเข้ามาเมื่อการไม่ยอมรับกระตุ้นให้คนบางคนแสดงการกระทำที่สร้างความเสียหายให้กับคนอื่นออกมา ปกติความอิจฉาเป็นสิ่งที่พบได้ส่วนใหญ่ในหมู่ผู้หญิง แต่สิ่งนี้ก็พบได้ในหมู่ผู้ชายเช่นกัน และถ้าความอิจฉาพัฒนาต่อไป สิ่งนี้สามารถนำไปสู่ความบาปร้ายแรง อย่างเช่น การฆาตกรรมได้ และแม้ว่าความอิจฉานี้จะไม่พัฒนาไป

ปถึงจุดของการฆาตกรรม แต่สิ่งนี้สามารถนำไปถึงจุดของการข่มขู่คุกคามหรือการทำร้ายคนอื่นหรือการทำชั่วอย่างอื่น เช่น การสมคบคิดกันต่อต้านคนอื่นได้เช่นกัน

ต่อไปคือ “การเมาเหล้า” ในพระคัมภีร์มีภาพเหตุการณ์หนึ่งที่เกิดขึ้นหลังจากการพิพากษาด้วยน้ำท่วมใหญ่ซึ่งเป็นภาพที่โนอาห์ดื่มเหล้าองุ่น เมาเหล้า และทำผิด การเมาเหล้าของโนอาห์เป็นต้นเหตุที่ทำให้โนอาห์สาปแช่งลูกชายคนที่สองของตนซึ่งนำเอาเรื่องการเปลือยกายของบิดามาบอกพี่น้องที่อยู่ภายนอก เอเฟซัส 5:18 กล่าวว่า “และอย่าเมาเหล้าองุ่นซึ่งจะทำให้เสียคน แต่จงประกอบด้วยพระวิญญาณ” สิ่งนี้หมายความว่าการเมาเหล้าเป็นความบาป

เหตุผลที่พระคัมภีร์มีบันทึกของผู้คนที่ดื่มเหล้าองุ่นเป็นเพราะว่าอิสราเอลมีพื้นที่แห้งแล้งของถิ่นทุรกันดารจำนวนมากและน้ำเป็นสิ่งที่หายาก ด้วยเหตุนี้ จึงมีการอนุญาตให้ดื่มเหล้าองุ่นเป็นเครื่องดื่มทางเลือกที่ทำจากน้ำองุ่นบริสุทธิ์และน้ำจากผลไม้ชนิดอื่นที่มีความหวานเข้มข้น (เฉลยธรรมบัญญัติ 14:26) อย่างไรก็ตาม ผู้คนในอิสราเอลดื่มเหล้าองุ่นนี้แทนน้ำ แต่ไม่เข้มข้นมากพอที่จะทำให้เขาเมาจากเครื่องดื่มชนิดนี้ แต่ในประเทศของเราในปัจจุบันเรามีน้ำดื่มอย่างบริบูรณ์ เราไม่จำเป็นต้องดื่มเหล้าองุ่นหรือเครื่องดื่มแอลกอฮอล

ในพระคัมภีร์เราสามารถเห็นว่าพระเจ้าไม่ได้ตั้งพระทัยที่จะให้ผู้เชื่อดื่มเครื่องดื่มที่เข้มข้นอย่างเหล้าองุ่น (เลวีนิติ 10:9; โรม 14:21) สุภาษิต 31:4-6 กล่าวว่า “โอ เลมูเอลเอ๋ย ไม่สมควรที่กษัตริย์ ไม่สมควรที่กษัตริย์จะเสวยเหล้าองุ่น หรือผู้ที่ครอบครองจะดื่มสุรา เกรงว่าเขาจะดื่มและหลงลืมตัวบทกฎหมายนั้นเสีย และคำวินิจฉัยที่มีต่อคนทุกข์ยากก็ไขว้เขวไป จงให้สุราแก่ผู้ที่กำลังจะพินาศ และเหล้าองุ่นแก่ผู้ที่ทุกข์ใจอย่างขมขื่น”

ท่านอาจพูดว่า “การดื่มแค่พอดี แต่ไม่มากพอที่จะให้เมาไม่ได้หรือ” แต่แม้ท่านจะดื่มเพียงเล็กน้อย ท่านก็ “เมาเพียงเล็กน้อย” ท่านยังเมาอยู่แม้จะเป็นการเมา “เพียงเล็กน้อย” ก็ตาม เมื่อท่านเมา

ท่านจะเสียการควบคุมตนเอง ดังนั้น แม้ปกติท่านจะเป็นคนเงียบและสุภาพอ่อนโยน แต่ท่านอาจกลายเป็นคนบ้าดีเดือดเมื่อท่านเมา หลายคนเริ่มพูดจาหยาบคายและทำตัวถ่อยเถื่อนหรือแม้กระทั่งเอะอะโวยวายเมื่อเขาเมา นอกจากนั้น เนื่องจากความเมาเป็นเหตุให้ขาดการใช้หลักเหตุผลและวิจารณญาณ บางคนอาจจบลงด้วยการทำความผิดบาปชนิดต่างๆ เป็นเรื่องธรรมดามากที่เห็นผู้คนทำลายสุขภาพของตนด้วยการดื่มเหล้าอย่างหนักและผู้คนที่เป็นโรคพิษสุราเรื้อรังไม่ได้นำความเจ็บปวดมาสู่ตัวเองเท่านั้น แต่มาสู่ชีวิตของผู้คนที่เขารักด้วยเช่นกัน แต่หลายกรณี แม้ผู้คนจะรู้ว่าการดื่มเหล้าสามารถเป็นอันตรายมากเพียงใด แต่เมื่อเขาเริ่มดื่ม เขาก็ไม่สามารถหยุดได้และเขาดื่มและทำลายชีวิตของตนต่อไป เพราะเหตุนี้ "การเมาเหล้า" จึงถูกรวมไว้ในรายการของ "การงานของเนื้อหนัง"

มีหลายสิ่งหลายอย่างที่ถูกจัดอยู่ในข่ายของ "การเล่นเป็นพาลเกเร" ถ้าคนบางคนหมกมุ่นกับการดื่มเหล้า การเล่นเกม การพนัน และสิ่งอื่นใดที่ทำให้เขาไม่สามารถดูแลความรับผิดชอบของตนในฐานะหัวหน้าครอบครัวหรือเอาใจใส่ลูกๆ ของตนในฐานะพ่อแม่ พระเจ้าทรงถือว่าสิ่งนี้คือ "การเล่นเป็นพาลเกเร" นอกจากนั้น การไม่รู้จักบังคับตนเองและการแสวงหาความเพลิดเพลินทางเพศและการมีรูปแบบการดำเนินชีวิตที่ผิดศีลธรรมหรือการใช้ชีวิตในทางใดก็ได้ที่ท่านต้องการ สิ่งเหล่านี้จัดอยู่ในข่ายของ "การเล่นเป็นพาลเกเร" ด้วยเช่นกัน

ปัญหาอีกอย่างหนึ่งในสังคมปัจจุบันคือความหลงใหลของผู้คนที่มีต่อสินค้าหรูหราฟุ่มเฟือยและสินค้า "แบรนด์เนม" ที่เป็นเหตุให้เขามีส่วนร่วมกับ "การเล่นเป็นพาลเกเร" ผู้คนซื้อกระเป๋าถือ เสื้อผ้า รองเท้า และสินค้าอย่างอื่นจากนักออกแบบ (ซึ่งมีราคาแพงจนแทบไม่มีปัญญาซื้อ) ด้วยการใช้บัตรเครดิตของตนและสิ่งนี้นำไปสู่การเป็นหนี้ก้อนใหญ่ เพราะเขาไม่มีทางที่จะชำระหนี้คืนได้ บางคนก่ออาชญากรรมหรือแม้กระทั่งฆ่าตัวตาย นี่เป็นกรณีตัวอย่างของผู้คนที่ไม่รู้จักคว

บคุมตนเองในเรื่องความโลภ การมุ่งเล่นเป็นพาลเกเร และการที่เขาต้องชดใช้กับผลลัพธ์ที่เกิดขึ้นตามมา

6) และการอื่นๆ ในทำนองนี้...

พระเจ้าทรงบอกเราว่ายังมีการงานของเนื้อหนังอื่นๆ อีกมากมายนอกเหนือจากสิ่งที่กล่าวถึงแล้วเหล่านี้ อย่างไรก็ตาม แม้จะคิดว่า "ผมจะสามารถกำจัดความผิดบาปเหล่านี้ให้หมดไปได้อย่างไร" แต่เราก็ไม่ควรยอมแพ้ตั้งแต่เริ่มต้น แม้ท่านจะมีความบาปหลายอย่าง ถ้าท่านมีความตั้งใจอย่างแน่วแน่ในจิตใจของท่านและพยายามอย่างหนัก ท่านจะสามารถกำจัดความบาปเหล่านั้นทิ้งไปได้อย่างแน่นอน ในขณะที่ท่านกำลังพยายามที่จะไม่ทำตามการงานของเนื้อหนัง ถ้าท่านพยายามอย่างหนักที่จะทำการดีและอธิษฐานอย่างต่อเนื่อง ท่านจะได้รับพระคุณของพระเจ้าและมีฤทธิ์อำนาจที่จะเปลี่ยนแปลง สิ่งนี้อาจเป็นไปไม่ได้สำหรับพลังอำนาจของมนุษย์ แต่ทุกสิ่งเป็นไปได้กับฤทธิ์อำนาจของพระเจ้า (มาระโก 10:27)

จะเกิดอะไรขึ้นถ้าท่านดำเนินชีวิตเหมือนคนชาวโลกในท่ามกลางความผิดบาปและการเล่นเป็นพาลเกเรแม้ท่านได้ยินและรับรู้ว่าท่านจะไม่สามารถมีส่วนในแผ่นดินของพระเจ้าถ้าท่านทำตามการงานของเนื้อหนังอย่างต่อเนื่อง ถ้าเช่นนั้น ท่านก็เป็นมนุษย์ฝ่ายเนื้อหนังซึ่งได้แก่ "ข้าวละมาน" และท่านจะไม่ได้รับความรอด 1 โครินธ์ 15:50 กล่าวว่า "ดูก่อนพี่น้องทั้งหลาย ข้าพเจ้าหมายความว่า เนื้อและเลือดจะมีส่วนในแผ่นดินของพระเจ้าไม่ได้ และสิ่งซึ่งเน่าเปื่อยจะมีส่วนในสิ่งซึ่งไม่รู้จักเน่าเปื่อยก็ไม่ได้" นอกจากนั้น 1 ยอห์น 3:8 กล่าวอีกว่า "ผู้ที่กระทำบาปก็มาจากมาร เพราะว่ามารได้กระทำบาปตั้งแต่เริ่มแรก"

เราต้องจำไว้ว่าถ้าเราทำตามการงานของเนื้อหนังและกำแพงแห่งความบาประหว่างพระเจ้ากับเราพอกพูนมากขึ้นอย่างต่อเนื่อง ถ้าเป็นเช่นนั้นเราก็ไม่สามารถพบพระเจ้า ไม่ได้รับคำตอบต่อ

คำอธิษฐานของเรา หรือไม่สามารถมีส่วนในแผ่นดินของพระเจ้าซึ่งได้แก่สวรรค์

อย่างไรก็ตาม เพียงเพราะว่าท่านได้ต้อนรับเอาพระเยซูคริสต์และได้รับพระวิญญาณบริสุทธิ์ สิ่งนี้ไม่ได้หมายความว่าท่านจะสามารถตัดขาดการงานของเนื้อหนังทั้งหมดทิ้งไปในครั้งเดียว แต่ด้วยความช่วยเหลือของพระวิญญาณบริสุทธิ์ท่านต้องพยายามดำเนินชีวิตแห่งความบริสุทธิ์และอธิษฐานด้วยไฟของพระวิญญาณบริสุทธิ์ จากนั้นท่านก็สามารถกำจัดการงานของเนื้อหนังทิ้งไปทีละอย่าง แม้ว่าท่านยังมีการงานของเนื้อหนังอยู่สองสามอย่างที่ท่านยังไม่สามารถกำจัดทิ้งไป ถ้าท่านพยายามอย่างสุดกำลัง พระเจ้าจะไม่ทรงเรียกว่ามนุษย์ฝ่ายเนื้อหนัง แต่พระองค์จะทรงเรียกท่านว่าบุตรของพระองค์ที่เป็นคนชอบธรรมด้วยความเชื่อและพระองค์จะทรงนำท่านไปสู่ความรอด

แต่สิ่งนี้ไม่ได้หมายความว่าท่านควรหยุดอยู่ในระดับของทำตามการงานของเนื้อหนังอย่างต่อเนื่อง ท่านต้องพยายามกำจัดไม่เฉพาะการงานของเนื้อหนังที่มองเห็นภายนอก แต่ท่านต้องควรพยายามกำจัดสิ่งซึ่งเป็นของเนื้อหนังที่มองไม่เห็นจากภายนอกด้วยเช่นกัน ในสมัยพระคัมภีร์เดิมเป็นการยากที่จะกำจัดสิ่งซึ่งอยู่ฝ่ายเนื้อหนังทิ้งไปเพราะพระวิญญาณบริสุทธิ์ยังไม่ได้เสด็จมาและคนสมัยนั้นต้องทำสิ่งนี้ด้วยกำลังของตนเอง อย่างไรก็ตาม บัดนี้ในสมัยพระคัมภีร์ใหม่เราสามารถกำจัดสิ่งซึ่งเป็นของเนื้อหนังทิ้งไปได้ด้วยความช่วยเหลือของพระวิญญาณบริสุทธิ์และได้รับการชำระให้บริสุทธิ์

สาเหตุก็เพราะว่าพระเยซูคริสต์ได้ทรงยกโทษความผิดบาปทั้งสิ้นของเราแล้วด้วยการหลั่งพระโลหิตของพระองค์บนกางเขนและทรงส่งพระวิญญาณบริสุทธิ์พระผู้ช่วยมาให้เรา ด้วยเหตุนี้ ผมอธิษฐานเพื่อท่านจะได้รับความช่วยเหลือของพระวิญญาณบริสุทธิ์และกำจัดการงานของเนื้อหนังและสิ่งซึ่งเป็นของเนื้อหนังทั้งหมดทิ้งไปและได้รับการยอมรับว่าเป็นบุตรที่แท้จริงของพระเจ้า

บทที่ 4

"เหตุฉะนั้น จงพิสูจน์การกลับใจด้วยผลที่เกิดขึ้น"

"ขณะนั้นชาวกรุงเยรูซาเล็ม และคนทั่วแคว้นยูเดีย และคนทั่วลุ่มแม่น้ำจอร์แดนก็ออกไป หายอห์น สารภาพความผิดบาปของตนและได้รับบัพติศมาจากยอห์นในแม่น้ำจอร์แดน ครั้นยอห์นเห็นพวกฟาริสี และพวกสะดูสีพากันมาเป็นอันมากเพื่อจะรับบัพติศมา ท่านจึงกล่าวแก่เขาว่า "เจ้าชาติงูร้าย ใครได้เตือนเจ้าให้หนีจากพระอาชญาซึ่งจะมาถึงนั้น เหตุฉะนั้นจงพิสูจน์การกลับใจของเจ้าด้วยผลที่เกิดขึ้น อย่านึกเหมาเอาในใจว่าตัวมีอับราฮัมเป็นบิดาเพราะเราบอกเจ้าทั้งหลายว่าพระเจ้าทรงฤทธิ์อาจจะให้บุตรเกิดขึ้นแก่อับราฮัมจากก้อนหินเหล่านี้ได้ บัดนี้ขวานวางไว้ที่โคนต้นไม้แล้ว และทุกต้นที่ไม่เกิดผลดีจะต้องตัดแล้วโยนทิ้งในกองไฟ"

(มัทธิว 3:5-10)

ยอห์นเป็นผู้เผยพระวจนะที่เกิดก่อนพระเยซูและเป็นผู้ที่ "ทำมรรคาขององค์พระผู้เป็นเจ้าให้ตรงไป" ยอห์นรู้จุดประสงค์ของชีวิตท่าน ดังนั้นเมื่อเวลามาถึงท่านจึงป่าวประกาศข่าวเกี่ยวกับพระเยซู (ผู้เป็นพระเมสสิยาห์ที่เสด็จมา) อย่างขยันหมั่นเพียร ในเวลานั้นช

าวยิวกำลังรอคอยพระเมสสิยาห์ผู้จะเสด็จมาช่วยประเทศของเขาใ ห้รอด เพราะเหตุนี้ ยอห์นจึงร้องประกาศในถินทุรกันดารของยูเดีย ว่า "จงกลับใจเสียใหม่ เพราะว่าแผ่น ดินสวรรค์มาใกล้แล้ว" (มัทธิว 3:2) และสำหรับผู้คนทีกลับใจจากบาปของตนท่านได้ให้บัพติศมาแ ก่เขาด้วยน้ำและแนะนำเขาให้ต้อนรับเอาพระเยซูเป็นพระผู้ช่วยให้ร อด

มัทธิว 3:11-12 กล่าวว่า "เราให้เจ้าทั้งหลายรับบัพติศมาด้ วยน้ำ แสดงว่ากลับใจใหม่ก็จริง แต่พระองค์ผู้จะมาภายหลังเรา ทรงมีอิทธิฤทธิ์ยิ่งกว่าเราอีก ซึ่งเราไม่คู่ควรแม้จะถอดฉลองพระบา ทของพระองค์ พระองค์จะทรงให้เจ้าทั้งหลาย รับบัพติศมาด้วยพระวิ ญญาณบริสุทธิ์และด้วยไฟ พระหัตถ์ของพระองค์ถือพลั่วพร้อมแล้ว และจะทรงชำระลานข้าวของพระองค์ให้หัว พระองค์จะทรงเก็บข้าวข องพระองค์ไว้ในยุ้งฉาง แต่พระองค์จะทรงเผาแกลบด้วยไฟที่ไม่รู้ดับ" ยอห์นกำลังบอกกับประชาชนไว้ล่วงหน้าว่าพระเยซูพระบุตรของพร ะเจ้าผู้ซึ่งเสด็จมาในโลกนี้คือพระผู้ช่วยให้รอดของเราและจะทรงเป็น ผู้พิพากษาของเราในที่สุด

เมื่อยอห์นเห็นพวกฟาริสีและพวกสะดูสีจำนวนมากพากัน มาเพื่อรับบัพติศมา ท่านเรียกคนเหล่านั้นว่า "เจ้าชาติงูร้าย" และตำหนิเขาอย่างรุนแรง ท่านทำสิ่งนี้ก็เพราะว่า เว้นแต่คนเหล่า นั้นจะเกิดผลแห่งการกลับใจอย่างถูกต้อง เขาจะไม่ได้รับความรอด ดังนั้น ขอให้เราดูคำตำหนิของยอห์นอย่างใกล้ชิดมากขึ้นเพื่อดูว่าเร าต้องเกิดผลชนิดใดเพื่อจะได้รับความรอด

เจ้าชาติงูร้าย

ทั้งพวกฟาริสีและพวกสะดูสีเป็นแขนงหนึ่งของลัทธิยูดา พวกฟา ริสีเรียกตนเองว่าเป็นผู้คนที่ "ถูกแยกไว้ต่างหาก" เขาเชื่อในการเป็น

ขึ้นมาของคนชอบธรรมและการพิพากษาของคนชั่วร้าย เขายึดถือธรรมบัญญัติของโมเสสและธรรมเนียมของพวกผู้ใหญ่อย่างเข้มงวด ด้วยเหตุนี้ สถานะของเขาในสังคมจึงเป็นคนที่สำคัญมาก

ในอีกด้านหนึ่ง พวกสะดูสีเป็นปุโรหิตชั้นสูงซึ่งผลประโยชน์ของเขาส่วนใหญ่อยู่ในพระวิหารและทัศนะและธรรมเนียมของเขาแตกต่างจากทัศนะและธรรมเนียมของพวกฟาริสี คนเหล่านี้หนุนสถานการณ์ทางการเมืองภายใต้รัฐบาลโรมและเขาปฏิเสธที่จะเชื่อในเรื่องการเป็นขึ้นมา ความเป็นนิรันดร์ของวิญญาณจิต ทูตสวรรค์และสิ่งมีชีวิตฝ่ายวิญญาณ คนเหล่านี้มองว่าแผ่นดินของพระเจ้าเป็นเรื่องในทางโลก

ในมัทธิว 3:7 ยอห์นผู้ให้รับบัพติศมาตำหนิพวกฟาริสีและพวกสะดูสีอย่างรุนแรงว่า “เจ้าชาติงูร้าย ใครได้เตือนเจ้าให้หนีจากพระอาชญาซึ่งจะมาถึงนั้น” ท่านคิดว่าเหตุใดยอห์นจึงเรียกคนเหล่านี้ว่า “ชาติงูร้าย” เมื่อเขาถือว่าตนเองก็เชื่อในพระเจ้า

พวกฟาริสีและพวกสะดูสีอ้างว่าตนเองเชื่อในพระเจ้าและเขาสอนธรรมบัญญัติ อย่างไรก็ตาม เขาไม่ได้ยอมรับพระเยซูพระบุตรของพระเจ้า เพราะเหตุนี้ มัทธิว 16:1-4 จึงกล่าวว่า “พวกฟาริสีกับพวกสะดูสีได้มาทดลองพระองค์ โดยขอแสดงหมายสำคัญจากฟ้าสวรรค์ให้เขาเห็น พระองค์จึงตรัสตอบเขาว่า “พอตกเย็นท่านทั้งหลายพูดว่า ‘รุ่งขึ้นอากาศจะโปร่งดีเพราะฟ้าสีแดง’ ในเวลาเช้าท่านพูดว่า ‘วันนี้จะเกิดพายุฝนเพราะฟ้าแดงและมัว’ ท้องฟ้านั้นท่านทั้งหลายยังอาจสังเกตรู้และเข้าใจได้ แต่หมายสำคัญแห่งกาละนี้ท่านกลับไม่เข้าใจ คนชาติชั่วและคิดคดทรยศต่อพระเจ้าแสวงหาหมายสำคัญและจะไม่โปรดให้หมายสำคัญแก่เขา เว้นไว้แต่หมายสำคัญของโยนาห์เท่านั้น” แล้วพระองค์ก็เสด็จไปจากเขา”

นอกจากนั้น มัทธิว 9:32-34 กล่าวว่า “ขณะเมื่อพระเยซูและสานุศิษย์กำลังเสด็จออกไปจากที่นั่น ก็มีผู้พาคนใบ้คนหนึ่งที่มี

ผีเข้าสิงอยู่มาหาพระองค์ เมื่อทรงขับผีออกแล้วคนใบ้นั้นก็พูดได้ หมู่คนก็อัศจรรย์ใจพูดกันว่า "ไม่เคยเห็นมีคนเช่นนี้ในอิสราเอลเลย" แต่พวกฟาริสีกล่าวว่า "คนนี้ขับผีออกด้วยฤทธิ์ของนายผี" คนดีจะชื่นชมยินดีและถวายสง่าราศีแด่พระเจ้าเนื่องจากพระเยซูทรงขับผีออกจากคนใบ้ แต่พวกฟาริสีกลับเกลียดชังพระเยซูและพิพากษาและกล่าวโทษพระองค์ว่าพระองค์กระทำการของผี

ในมัทธิวบทที่ 12 เราพบภาพเหตุการณ์ที่ผู้คนพยายามหาเหตุที่จะกล่าวหาพระเยซูด้วยการถามพระองค์ว่าการรักษาคนในวันสะบาโตเป็นสิ่งที่ถูกหรือผิด เพราะพระองค์ทรงทราบเจตนาของเขา พระเยซูจึงยกตัวอย่างเกี่ยวกับแกะตัวหนึ่งที่ตกลงไปในบ่อในวันสะบาโตเพื่อสอนเขาว่าเป็นสิ่งถูกต้องที่จะทำการดีในวันสะบาโต จากนั้นพระองค์ทรงรักษาชายมือลีบให้หาย อย่างไรก็ตาม แทนที่จะเรียนรู้จากเหตุการณ์นั้น คนเหล่านั้นกลับสมคบคิดกันเพื่อจะกำจัดพระเยซู เพราะพระเยซูทรงทำสิ่งที่เขาไม่สามารถทำได้คนเหล่านั้นจึงอิจฉาพระองค์

1 ยอห์น 3:9-10 กล่าวว่า "ผู้ใดบังเกิดจากพระเจ้า ผู้นั้นไม่กระทำบาป เพราะสภาพของพระเจ้าดำรงอยู่กับผู้นั้นและเขากระทำบาปไม่ได้ เพราะเขาเกิดจากพระเจ้า ดังนี้แหละ จึงเห็นได้ว่าผู้ใดเป็นบุตรของพระเจ้า และผู้ใดเป็นลูกของมาร คือว่าผู้ใดที่มิได้ประพฤติชอบ และไม่รักพี่น้องของตน ผู้นั้นก็มิได้มาจากพระเจ้า" สิ่งนี้หมายความว่าคนที่ทำบาปไม่ได้มาจากพระเจ้า

พวกฟาริสีและพวกสะดูสีอ้างว่าตนเชื่อในพระเจ้าและกระนั้นเขาก็ยังเต็มไปด้วยความชั่ว เขาทำสิ่งซึ่งเป็นของเนื้อหนัง เช่น การอิจฉา ความเกลียดชัง ความหยิ่งผยอง การพิพากษา และการกล่าวโทษ คนเหล่านี้ยังทำตามการงานของเนื้อหนังเช่นกัน เขาทำตามธรรมเนียมปฏิบัติและพิธีรีตองของธรรมบัญญัติแล

ะแสวงหาเกียรติฝ่ายโลก คนเหล่านี้อยู่ภายใต้อิทธิพลของซาตาน งูดึกดำบรรพ์ (วิวรณ์ 12:9) ดังนั้นเมื่อยอห์นผู้ให้รับบัพติศมาเรียกคนเหล่านี้ว่า "ชาติงูร้าย" นี่คือสิ่งที่ท่านกำลังพาดพิงถึง

จงพิสูจน์การกลับใจด้วยผลที่เกิดขึ้น

ถ้าเราเป็นบุตรของพระเจ้าเราควรอยู่ในความสว่างเพราะพระเจ้าทรงเป็นความสว่าง (1 ยอห์น 1:5) ถ้าเราอยู่ในความมืดซึ่งตรงกันข้ามกับความสว่าง เราก็ไม่ใช่บุตรของพระเจ้า ถ้าเราไม่ประพฤติอยู่ในความชอบธรรมซึ่งเป็นพระคำของพระเจ้าหรือถ้าเราไม่รักพี่น้องในความเชื่อ เราก็ไม่ได้มาจากพระเจ้า (1 ยอห์น 3:10) ผู้คนเช่นนี้จะไม่ได้รับคำตอบต่อคำอธิษฐานของเขา คนเหล่านี้จะไม่ได้รับความรอดและไม่มีโอกาสที่จะมีประสบการณ์กับการทำงานของพระเจ้า

ยอห์น 8:44 กล่าวว่า "ท่านทั้งหลายมาจากพ่อของท่านคือมารและท่านใคร่จะทำตามความปรารถนาของพ่อท่าน มันเป็นผู้ฆ่าคนตั้งแต่ปฐมกาลและมิได้ตั้งอยู่ในสัจจะเพราะมันไม่มีสัจจะ เมื่อมันพูดเท็จมันก็พูดตามสันดานของมันเอง เพราะมันเป็นผู้มุสาและเป็นพ่อของการมุสา"

เนื่องจากการไม่เชื่อฟังของอาดัม มนุษย์ทุกคนจึงเกิดมาเป็นลูกของมารซึ่งเป็นผู้ครอบครองแห่งความมืด เฉพาะผู้คนที่ได้รับการยกโทษด้วยการเชื่อในพระเยซูคริสต์เท่านั้นที่บังเกิดใหม่ในฐานะบุตรของพระเจ้า อย่างไรก็ตาม ถ้าท่านอ้างว่าท่านเชื่อในพระเยซูคริสต์และกระนั้นจิตใจของท่านยังคงเต็มไปด้วยความบาปและความชั่ว ถ้าเป็นเช่นนั้นท่านก็ไม่อาจถูกเรียกว่าเป็นบุตรที่แท้จริงของพระเจ้า

ถ้าเราต้องการเป็นบุตรของพระเจ้าและได้รับความรอด เราต้องกลับใจจากการงานของเนื้อหนังและสิ่งซึ่งเป็นของเนื้อหนังทั้งหมดอย่างรวดเร็วและเกิดผลแห่งการกลับใจอย่างถูกต้องด้วยการทำตามคว

ามปรารถนาของพระวิญญาณบริสุทธิ์

อย่านึกเหมาเอาในใจว่าตัวมีอับราฮัมเป็นบิดา

หลังจากประกาศให้พวกฟาริสีและพวกสะดูสีเกิดผลเพื่อพิสูจน์ถึงการกลับใจแล้ว ยอห์นผู้ให้รับบัพติศมากล่าวต่อไปว่า "อย่านึกเหมาเอาในใจว่าตัวมีอับราฮัมเป็นบิดา เพราะเราบอกเจ้าทั้งหลายว่า พระเจ้าทรงฤทธิ์อาจจะให้บุตรเกิดขึ้นแก่อับราฮัมจากก้อนหินเหล่านี้ได้" (มัทธิว 3:9)

อะไรคือความหมายฝ่ายวิญญาณของข้อนี้ ลูกหลานของอับราฮัมควรมีลักษณะเหมือนอับราฮัม แต่ไม่เหมือนกับอับราฮัมผู้เป็นบิดาแห่งความเชื่อและบุคคลแห่งความชอบธรรม พวกฟาริสีและพวกสะดูสีเต็มไปด้วยความชั่วร้ายและความอธรรมในจิตใจของเขา ในขณะที่ทำความชั่วและเชื่อฟังมาร คนเหล่านี้ถือว่าตนเองเป็นบุตรของพระเจ้า เพราะเหตุนี้ยอห์นจึงตำหนิคนเหล่านี้ด้วยการเปรียบเทียบเขากับอับราฮัม พระเจ้าทรงทอดพระเนตรเห็นศูนย์กลางแห่งจิตใจของมนุษย์และไม่ใช่รูปร่างภายนอก (1 ซามูเอล 16:7)

โรม 9:6-8 กล่าวว่า "แต่มิใช่ว่าพระวจนะของพระเจ้าได้ล้มเหลวไป เพราะว่าเขาทั้งหลายที่เกิดมาจากอิสราเอลนั้น หาได้เป็นคนอิสราเอลแท้ทุกคนไม่ และมิใช่ว่าทุกคนที่เป็นเชื้อสายของอับราฮัมเป็นบุตรแท้ของท่าน แต่ว่า เขาจะเรียกเชื้อสายของท่านทางสายอิสอัค หมายความว่าคนที่เป็นบุตรของพระเจ้านั้นมิใช่บุตรทางเนื้อหนัง แต่บุตรตามพระสัญญา จึงจะถือว่าเป็นผู้สืบเชื้อสายได้"

อย่างไรก็ตาม บิดาอับราฮัมมีบุตรจำนวนมาก แต่เชื้อสายของอิสอัคเท่านั้นที่เป็นลูกหลานที่แท้จริงของอับราฮัม ซึ่งเป็นลูกหลานแห่งพระสัญญา พวกฟาริสีและพวกสะดูสีเป็นคนอิ

สราเอลโดยสายเลือด แต่ไม่เหมือนกับอับราฮัม คนเหล่านี้ไม่ได้รักษาพระคำของพระเจ้า ดังนั้น ในแง่วิญญาณจิตอาจพูดได้ว่าคนเหล่านี้ไม่ได้รับการยอมรับว่าเป็นบุตรที่แท้จริงของอับราฮัม

ในทำนองเดียวกัน เพียงเพราะบางคนต้อนรับเอาพระเยซูคริสต์และเข้าร่วมในคริสตจักรก็ไม่ได้หมายความว่าเขาเป็นบุตรของพระเจ้าโดยอัตโนมัติ บุตรของพระเจ้าหมายถึงคนที่ได้รับความรอดโดยความเชื่อ นอกจากนี้ การมีความเชื่อไม่ได้หมายถึงการได้ยินพระคำของพระเจ้าเท่านั้น แต่หมายถึงการนำเอาพระคำนั้นไปประพฤติตาม ถ้าเราประกาศด้วยริมฝีปากของเราว่าเราเป็นบุตรของพระเจ้าและกระนั้นจิตใจของเรายังเต็มไปด้วยความอธรรมที่พระเจ้าทรงรังเกียจ เราก็ไม่สามารถเรียกตนเองว่าเป็นบุตรของพระเจ้า

ถ้าพระเจ้าต้องการบุตรที่ประพฤติในความชั่วร้ายเหมือนพวกฟาริสีและพวกสะดูสี พระองค์คงเลือกก้อนหินที่ไร้ชีวิตซึ่งกลิ้งอยู่ตามพื้นดินเป็นบุตรของพระองค์ แต่นั่นไม่ใช่พระประสงค์ของพระเจ้า

พระเจ้าทรงต้องการมีบุตรที่แท้จริงซึ่งเป็นผู้ที่พระองค์สามารถแบ่งปันความรักของพระองค์กับเขา พระองค์ทรงต้องการบุตรที่เป็นเหมือนอับราฮัมซึ่งรักพระเจ้าและเชื่อฟังพระคำของพระองค์อย่างครบถ้วนและสำแดงออกถึงความรักและความดีอยู่ตลอดเวลา สาเหตุก็เพราะว่าผู้คนที่ไม่ได้กำจัดความชั่วไปจากจิตใจของเขาจะไม่สามารถนำความชื่นบานที่แท้จริงมาสู่พระเจ้าได้ ถ้าเราดำเนินชีวิตเหมือนพวกฟาริสีและพวกสะดูสีด้วยการทำตามใจของมารแทนที่จะทำตามพระประสงค์ของพระเจ้า ถ้าเป็นเช่นนั้น พระเจ้าก็ไม่จำเป็นต้องทุ่มเทความพยายามอย่างมากในการสร้างมนุษย์และการเตรียมเขา พระองค์อาจแค่หยิบเอาก้อนหินขึ้นมาและเปลี่ยนก้อนหินเหล่านั้นเป็นเชื้อสายของอับราฮัม

"ต้นไม้ซึ่งไม่เกิดผลดีย่อมต้องถูกฟันลงและทิ้งเสียในไฟ"

ยอห์นผู้ให้รับบัพติศมากล่าวกับพวกฟาริสีและพวกสะดูสีว่า "บัดนี้ขวานวางไว้ที่โคนต้นไม้แล้ว และทุกต้นที่ไม่เกิดผลดีจะต้องตัดแล้วโยนทิ้งในกองไฟ" (มัทธิว 3:10) ความหมายของยอห์นในที่นี้ก็คือว่าเนื่องจากพระคำของพระเจ้าได้ถูกประกาศออกไป ทุกคนจะถูกพิพากษาตามการกระทำของตน ด้วยเหตุนี้ ต้นไม้ต้นใดที่ไม่เกิดผลดีเหมือนพวกฟาริสีและพวกสะดูสีจะถูกโยนลงไปในบึงไฟนรก

ในมัทธิว 7:17-21 พระเยซูตรัสว่า "ต้นไม้ดีย่อมให้แต่ผลดี ต้นไม้เลวก็ย่อมให้ผลเลว ต้นไม้ดีจะเกิดผลเลวไม่ได้ หรือต้นไม้เลวจะเกิดผลดีก็ไม่ได้ ต้นไม้ซึ่งไม่เกิดผลดีย่อมต้องถูกฟันลงและทิ้งเสียในไฟ เหตุฉะนั้น ท่านจะรู้จักเขาได้เพราะผลของเขา มิใช่ทุกคนที่เรียกเราว่า 'พระองค์เจ้าข้า พระองค์เจ้าข้า' จะได้เข้าในแผ่นดินสวรรค์ แต่ผู้ที่ปฏิบัติตามพระทัยพระบิดาของเราผู้ทรงสถิตในสวรรค์จึงจะเข้าได้"

พระเยซูตรัสไว้ในยอห์น 15:5-6 เช่นกันว่า "เราเป็นเถาองุ่น ท่านทั้งหลายเป็นแขนง ผู้ที่เข้าสนิทอยู่ในเราและเราเข้าสนิทอยู่ในเขาผู้นั้นก็จะเกิดผลมากเพราะถ้าแยกจากเราแล้วท่านจะทำสิ่งใดไม่ได้เลย ถ้าผู้ใดมิได้เข้าสนิทอยู่ในเราผู้นั้นก็ต้องถูกตัดทิ้งเสียเหมือนแขนงแล้วก็เหี่ยวแห้งไปและถูกเก็บเอาไปเผาไฟ" สิ่งนี้หมายความว่าบุตรของพระเจ้าที่ประพฤติตามพระประสงค์ของพระองค์และเกิดผลอย่างงดงามจะเข้าสู่สวรรค์ แต่ผู้คนที่ไม่ได้ทำเช่นนี้เป็นลูกของมารและจะถูกโยนลงไปในบึงไฟนรก

เมื่อพระคัมภีร์พูดเกี่ยวกับนรก บ่อยครั้งคำว่า "ไฟ" จะถูกนำมาใช้ วิวรณ์ 21:8 กล่าวว่า "แต่คนขลาด คนไม่เชื่อ คนที่น่าเกลียดน่าชัง คนที่ฆ่ามนุษย์ คนล่วงประเวณี คนใช้เวทมนตร์

คนไหว้รูปเคารพ และคนทั้งปวงที่พูดมุสานั้น มรดกของเขาอยู่ที่ในบึงไฟและกำมะถันที่กำลังไหม้อยู่นั้น นั่นคือความตายครั้งที่สอง" ความตายครั้งแรกเกิดขึ้นเมื่อชีวิตฝ่ายร่างกายของบุคคลจบสิ้นลง และความตายครั้งที่สองเกิดขึ้นเมื่อวิญญาณจิต (หรือผู้มีอำนาจควบคุมบุคคล) จะถูกพิพากษาและตกลงไปสู่บึงไฟนิรันดร์ของนรกซึ่งไม่มีวันดับ

นรกประกอบด้วยบึงไฟกับบึงกำมะถัน ผู้คนที่ไม่เชื่อในพระเจ้าและผู้คนที่อ้างว่าเชื่อในพระองค์แต่ประพฤติตนในความอธรรมและไม่ได้เกิดผลของการกลับใจจะไม่มีส่วนเกี่ยวข้องกับพระเจ้า ด้วยเหตุนี้เขาจะลงไปสู่บึงไฟในนรก ที่นี่ ผู้คนที่ทำสิ่งซึ่งชั่วร้ายอย่างมากจนมนุษย์คิดไม่ถึง หรือคนที่ต่อต้านพระเจ้าด้วยวิธีการที่รุนแรง หรือคนที่ทำตัวเป็นผู้เผยพระวจนะเทียมเท็จและเป็นเหตุให้ผู้คนจำนวนมากตกนรก คนเหล่านี้จะลงไปสู่บึงกำมะถันซึ่งร้อนกว่าบึงไฟถึงเจ็ดเท่า (วิวรณ์ 19:20)

บางคนโต้แย้งว่าเมื่อท่านได้รับพระวิญญาณบริสุทธิ์และชื่อของท่านถูกจดบันทึกไว้ในหนังสือแห่งชีวิตแล้วท่านก็จะรอดไม่ว่าจะเกิดอะไรขึ้นก็ตาม อย่างไรก็ตาม นั่นไม่ใช่ความจริง วิวรณ์ 3:1 กล่าวว่า "เรารู้จักแนวการกระทำของเจ้า เจ้าได้ชื่อว่ามีชีวิตอยู่แต่ว่าเจ้าได้ตายเสียแล้ว" วิวรณ์ 3:5 กล่าวว่า "ผู้ใดมีชัยชนะผู้นั้นจะสวมเสื้อสีขาว และเราจะไม่ลบชื่อผู้นั้นออกจากหนังสือแห่งชีวิต เราจะรับรองชื่อผู้นั้นต่อพระพักตร์พระบิดาของเรา และต่อหน้าเหล่าทูตสวรรค์ของพระองค์" "เจ้าได้ชื่อว่ามีชีวิตอยู่" เป็นการพูดถึงผู้คนที่ต้อนรับเอาพระเยซูคริสต์และชื่อของเขาถูกจดบันทึกไว้ในหนังสือชีวิต อย่างไรก็ตาม พระคัมภีร์ตอนนี้แสดงให้เห็นว่าถ้าคนหนึ่งทำบาปและเดินไปสู่หนทางแห่งความตาย ชื่อของเขาสามารถถูกลบออกจากหนังสือได้

ในอพยพ 32:32-33 เราเห็นภาพเหตุการณ์ที่พระเจ้าทรงพิโรธ

ต่อคนอิสราเอลและทรงกำลังจากทำลายเขาให้พินาศเนื่องจากการที่เขากราบไหว้รูปเคารพ ในเวลานี้ โมเสสทูลวิงวอนเพื่อคนอิสราเอลด้วยการทูลขอให้พระเจ้าทรงยกโทษให้เขา แม้สิ่งนั้นจะหมายถึงการลบชื่อของโมเสสออกจากหนังสือแห่งชีวิต และในเหตุการณ์นั้นพระเจ้าตรัสว่า "ผู้ใดทำบาปต่อเราแล้วเราจะลบชื่อผู้นั้นเสียจากทะเบียนของเรา" (อพยพ 32:33) นี่หมาย ความว่าแม้ชื่อของท่านจะถูกบันทึกไว้ในหนังสือ แต่ก็สามารถถูกลบได้ถ้าท่านหลงไปจากพระเจ้า

ที่จริงมีหลายแห่งในพระคัมภีร์ที่พูดเกี่ยวกับการแยกข้าวสาลีออกจากแกลบในท่ามกลางผู้เชื่อ มัทธิว 3:12 กล่าวว่า "พระหัตถ์ของพระองค์ถือพลั่วพร้อมแล้ว และจะทรงชำระลานข้าวของพระองค์ให้ทั่ว พระองค์จะทรง เก็บข้าวของพระองค์ไว้ในยุ้งฉาง แต่พระองค์จะทรงเผาแกลบด้วยไฟที่ไม่รู้ดับ" นอกจากนั้น มัทธิว 13:49-50 กล่าวเช่นกันว่า "ในเวลาสิ้นยุคก็จะเป็นอย่างนั้น พวกทูตสวรรค์จะออกมาแยกคนชั่วออกจากคนชอบธรรม แล้วจะทิ้งลงในเตาไฟอันลุกโพลง ที่นั่นจะมีการร้องไห้ขบเขี้ยวเคี้ยวฟัน"

คำว่า "คนชอบธรรม" ในที่นี้หมายถึงผู้เชื่อและ "คนชั่ว" หมายถึงผู้คนที่อ้างตัวว่าเป็นผู้เชื่อแต่เขาเป็นเหมือนแกลบ เขามีความเชื่อที่ตายแล้ว ซึ่งเป็นความเชื่อที่ปราศจากการประพฤติ คนเหล่านี้จะถูกโยนลงไปในบึงไฟนรก

ผลที่พิสูจน์ถึงการกลับใจ

ยอห์นผู้ให้รับบัพติศมาเรียกร้องให้ผู้คนไม่เพียงแต่กลับใจเท่านั้น แต่ในเวลาเดียวกันเขาต้องเกิดผลเพื่อพิสูจน์ถึงการกลับใจด้วยเช่นกัน ถ้าเช่นนั้น อะไรคือผลที่พิสูจน์ถึงการกลับใจ สิ่งเหล่าได้แก่ผลของความสว่าง ผลของพระวิญญาณบริสุทธิ์ และผ

ลของความรักซึ่งเป็นผลแห่งความจริงอันงดงาม

เราสามารถอ่านเกี่ยวกับผลเหล่านี้ในกาลาเทีย 5:22-23 ที่ว่า "ฝ่ายผลของพระวิญญาณนั้น คือความรัก ความปลาบปลื้มใจ สันติสุข ความอดกลั้นใจ ความปรานี ความดี ความสัตย์ซื่อ ความสุภาพอ่อนน้อม การรู้จักบังคับตน เรื่องอย่างนี้ไม่มีธรรมบัญญัติห้ามไว้เลย" และเอเฟซัส 5:9 กล่าวว่า "ด้วยว่าผลของความสว่างนั้น คือความดีทุกอย่างและความชอบธรรมทั้งมวลและความจริงทั้งสิ้น" ในบรรดาผลเหล่านี้ ขอให้เราพิจารณาดูผลทั้งเก้าชนิดของพระวิญญาณบริสุทธิ์ซึ่งเป็นตัวแทนที่ยอดเยี่ยมของ "ผลดี" เหล่านี้

ผลชนิดแรกคือความรัก 1 โครินธ์บทที่ 13 บอกเราว่าความรักแท้คืออะไรด้วยการกล่าวว่า "ความรักนั้นก็อดทนนานและกระทำคุณให้ ความรักไม่อิจฉา ไม่อวดตัว ไม่หยิ่งผยอง ไม่หยาบคาย ไม่คิดเห็นแก่ตนเองฝ่ายเดียว ไม่ฉุนเฉียว ไม่ช่างจดจำความผิด" (ข้อ 4-5) พูดอีกอย่างก็คือ ความรักแท้คือความรักฝ่ายวิญญาณ นอกจากนี้ ความรักชนิดนี้เป็นความรักที่เสียสละซึ่งทำให้คนหนึ่งสามารถสละชีวิตของเขาเพื่อแผ่นดินของพระเจ้าและความชอบธรรมของพระองค์ ยิ่งบุคคลกำจัดความบาป ความชั่ว และการทำผิดธรรมบัญญัติทิ้งไปและรับการชำระให้บริสุทธิ์มากเท่าใด เขาก็ยิ่งสามารถบรรลุถึงความรักชนิดนี้ได้มากเท่านั้น

ผลชนิดที่สองคือความปลาบปลื้มใจ ผู้คนที่ผลแห่งความปลาบปลื้มใจสามารถชื่นชมยินดีได้ไม่เฉพาะในยามที่สิ่งต่างๆ ราบรื่นเท่านั้น แต่เขาสามารถชื่นบานในทุกสถานการณ์และทุกสภาพการณ์ คนเหล่านี้ชื่นบานอยู่เสมอในท่ามกลางความหวังเรื่องสวรรค์ ด้วยเหตุนี้ เขาจึงไม่วิตกกังวล และไม่ว่าปัญหาอะไรจะเกิดขึ้นกับเขา เขาจะอธิษฐานด้วยความเชื่อ ดังนั้นเขาจึงได้รับคำตอบต่อคำอธิษฐานของตน เพราะเขาเชื่อว่าพระเจ้าผู้ยิ่งใหญ่คือพ

ระบิดาของเขา เขาจึงชื่นชมยินดีอยู่เสมอ อธิษฐานอย่างต่อเนื่อง และขอบพระคุณในทุกสถานการณ์

สันติสุขคือผลชนิดที่สาม บุคคลที่มีผลชนิดนี้จะมีจิตใจที่ไม่ขัดแย้งกับผู้ใด เพราะคนเหล่านี้ไม่มีความเกลียดชัง ความโน้มเอียงไปสู่การต่อสู้หรือการทะเลาะวิวาท ไม่ยึดเอาตนเองเป็นศูนย์กลางหรือไม่มีความเห็นแก่ตัว เขาจึงสามารถให้ความสำคัญกับคนอื่นก่อน เสียสละตนเอง รับใช้คนอื่น และปฏิบัติกับคนอื่นด้วยความปรานี ผลลัพธ์ก็คือ คนเหล่านี้สามารถบรรลุถึงสันติสุขได้ทุกเวลา

ผลชนิดที่สี่คือความอดกลั้นใจ การเกิดผลชนิดนี้หมายถึงการอดทนในความจริงโดยความเข้าใจและการให้อภัย สิ่งนี้ไม่ได้หมายถึง "การมองดู" เป็นคนอดทนเพียงแค่การข่มความโกรธที่เดือดดาลอยู่ภายในเอาไว้ แต่สิ่งนี้หมายถึงการกำจัดความชั่ว (เช่น ความโกรธ ความเดือดดาล) ทิ้งไปและการเติมเต็มความดีและความจริงเข้ามาแทน ความอดกลั้นใจคือความสามารถที่จะเข้าใจคนทุกประเภทและโอบอุ้มคนเหล่านั้นเอาไว้ และเพราะคนที่เกิดผลชนิดนี้ไม่มีอารมณ์ความรู้สึกในทางลบ เขาจึงไม่ต้องการคำว่า "การให้อภัย" และ "การอดทน" เลย ผลชนิดนี้ไม่ได้เกี่ยวข้องเฉพาะกับความสัมพันธ์กับคนอื่นเท่านั้น แต่ยังหมายถึงการอดทนกับตนเองในขณะที่กำจัดความชั่วในใจของตนทิ้งไปและการรอคอยด้วยความอดทนไปจนกว่าคำอธิษฐานและคำวิงวอนที่ทูลต่อพระเจ้าจะได้รับคำตอบด้วยเช่นกัน

ผลชนิดที่ห้าคือความปรานี สิ่งนี้เป็นความเข้าใจเมื่อบางสิ่งหรือบางคนยากที่จะเข้าใจ ความปรานียังเป็นการให้อภัยเมื่อสิ่งนั้นไม่สามารถให้อภัยได้เช่นกัน ถ้าท่านมีความคิดที่ยึดตนเองเป็นศูนย์กลางหรือถ้าท่านรู้ว่าท่านเป็นฝ่ายถูกตลอดเวลา ท่านไม่สามารถเกิดผลแห่งความเมตตานี้ได้ เฉพาะในยามที่ท่านละทิ้งตัวตน โอบอุ้มทุกสิ่งและทุกคนด้วยใจกว้างขวาง และดูแลคนอื่นด้วยความรักเท่านั้นท่านจึงจะสามารถเข้าใจและให้อภัยได้อย่างแท้จริง

ผลชนิดที่หกคือความดี นี่เป็นการเลียนแบบพระทัยของพระคริสต์ พระทัยที่ไม่เคยโต้เถียงหรือโอ้อวด ไม่หักไม้อ้อที่ช้ำ และไม่ดับไส้ตะเกียงที่เป็นควันจวนดับ นี่คือจิตใจที่แท้จริงซึ่ง (ถ้ากำจัดความบาปทั้งสิ้นทิ้งไป) จะแสวงหาความดีในพระวิญญาณบริสุทธิ์อยู่เสมอ

ผลชนิดที่เจ็ดคือความสัตย์ซื่อ นี่เป็นความสัตย์ซื่อจนวันตาย เมื่อพูดถึงการต่อสู้กับความบาปและการกำจัดความบาปทิ้งไปเพื่อจะบรรลุถึงความจริงในจิตใจ สิ่งนี้เป็นความจงรักภักดีและความสัตย์ซื่อเมื่อพูดถึงการทำหน้าที่ของท่านในคริสตจักร ในบ้าน ในที่ทำงาน หรือหน้าที่ใดก็ตามที่ท่านมีให้สำเร็จเช่นกัน สิ่งนี้เป็นความสัตย์ซื่อ "ในชุมชนอันเป็นครอบครัวของพระเจ้า" ทั้งหมด

ผลชนิดที่แปดคือความสุภาพอ่อนน้อม การมีผลของความสุภาพอ่อนน้อมหมายถึงการมีจิตใจที่นุ่มนวลเหมือนสำลีซึ่งช่วยให้บุคคลสามารถโอบอุ้มคนทุกประเภทเอาไว้ได้ ถ้าท่านมีจิตใจสุภาพอ่อนน้อม ไม่ว่าใครจะมาพยายามทำให้ท่านเจ็บปวดก็ตาม แต่ท่านจะไม่เจ็บปวดหรือเสียใจ สำลีก้อนใหญ่สามารถโอบอุ้มและปกปิดก้อนหินเอาไว้เมื่อมีคนโยนหินก้อนนั้นใส่สำลีฉันใด ถ้าท่านเกิดผลของความสุภาพอ่อนน้อมท่านก็สามารถโอบอุ้มและเป็นร่มเงาปกคลุมผู้คนจำนวนมากที่แสวงหาที่หยุดพักได้ด้วยฉันนั้น

ประการสุดท้าย ถ้าท่านเกิดผลของการรู้จักบังคับตน ท่านก็สามารถมีความมั่นคงในทุกด้านของชีวิตท่าน และในชีวิตที่ระเบียบวินัยท่านสามารถเกิดผลทุกชนิดเหล่านี้ได้ในเวลาที่เหมาะสม ดังนั้นท่านจึงสามารถชื่นชมกับชีวิตที่สง่างามและเป็นพระพร

เพราะว่าพระเจ้าทรงต้องการให้เรามีจิตใจที่งดงามเช่นนี้พระองค์จึงตรัสไว้ในมัทธิว 5:14 ว่า "ท่านทั้งหลายเป็นความสว่างของโลก" และในข้อ 16 ว่า "...จงส่องสว่างแก่คนทั้งปวง เพื่อว่าเมื่อ

เขาได้เห็นความดีที่ท่านทำ เขาจะได้สรรเสริญพระบิดาของท่านผู้ทรงอยู่ในสวรรค์” ถ้าเราสามารถเกิดผลของความสว่างเหล่านี้ซึ่งพิสูจน์ถึงการกลับใจด้วยการเป็นความสว่างที่แท้จริง จากนั้นความดี ความชอบธรรม และความจริงทั้งมวลจะเปียมล้นอยู่ในชีวิตของเรา (เอเฟซัส 5:9)

ผู้คนที่เกิดผลซึ่งพิสูจน์ถึงการกลับใจ

เมื่อเรากลับใจจากบาปของเราและเกิดผลซึ่งพิสูจน์ถึงการกลับใจ จากนั้นพระเจ้าจะทรงยอมรับว่าสิ่งนี้เป็นความเชื่อและทรงอวยพรเราด้วยการตอบคำอธิษฐานของเรา พระเจ้าทรงให้ความเมตตาเมื่อเรากลับใจจากส่วนลึกแห่งจิตใจของเรา

ในช่วงเวลาแห่งความทุกข์เวทนาของเขาโยบได้ค้นพบความชั่วร้ายในจิตใจของตนและกลับใจอยู่ในผงคลีและขี้เถ้า ในเวลานั้นพระเจ้าทรงรักษาฝีที่อยู่ตามตัวของเขาให้หายและทรงอวยพรเขาด้วยทรัพย์สมบัติมากเป็นสองเท่าจากที่เขาเคยมี พระองค์ทรงอวยพรให้เขามีบุตรที่มีหน้าตางดงามกว่าที่เขาเคยมีก่อนหน้านี้เช่นกัน (โยบบทที่ 42) เมื่อโยนาห์กลับใจในขณะที่ติดอยู่ในท้องปลาขนาดใหญ่ พระเจ้าทรงช่วยกู้เขาให้รอด ประชาชนชาวเมืองนีนะเวห์อดอาหารและกลับใจหลังจากได้รับการตักเตือนเกี่ยวกับพระพิโรธของพระเจ้าที่จะมาถึงเขาเนื่องจากบาปของเขาและพระเจ้าทรงยกโทษให้กับเขา (โยนาห์บทที่ 2-3) เฮเซคียาห์ กษัตริย์องค์ที่ 13 แห่งอาณาจักรใต้แห่งยูดาห์ได้รับคำตรัสจากพระเจ้าว่า “เจ้าจะต้องตาย เจ้าจะไม่ฟื้น” อย่างไรก็ตาม เมื่อท่านร้องทูลต่อพระเจ้าในการกลับใจ พระเจ้าทรงยืดอายุของท่านให้ยาวออกไปอีก 15 ปี (2 พงศ์กษัตริย์บทที่ 20)

ในแนวทางนี้เอง แม้บางคนจะทำสิ่งที่ชั่วร้าย แต่ถ้าเขากลับใจจากก้นบึ้งแห่งจิตใจของเขาหรือเธอและหันกลับจากความบาปอย่า

งแท้จริง พระเจ้าจะทรงรับเอาการกลับใจนั้น พระเจ้าจะทรงช่วยประชากรของพระองค์ให้รอด เหมือนที่เขียนไว้ในสดุดี 103:12 ว่า "ตะวันออกไกลจากตะวันตกเท่าใด พระองค์ทรงปลดการละเมิดของเราจากเราไปไกลเท่านั้น"

ใน 2 พงศ์กษัตริย์บทที่ 4 เราเห็นหญิงมั่งมีชาวชูเนมคนหนึ่งที่ปรนนิบัติผู้เผยพระวจนะเอลีชาอย่างสัตย์ซื่อด้วยอัธยาศัยไมตรีของเธอ แม้เธอไม่ได้ทูลขอ แต่เธอก็ได้ลูกชายคนหนึ่งที่เธอปรารถนามาเป็นเวลานาน เธอไม่ได้ปรนนิบัติเพื่อจะได้รับพระพร แต่เธอปรนนิบัติเอลีชาเพราะเธอรักและห่วงใยผู้รับใช้ของพระเจ้า พระเจ้าทรงพอพระทัยกับการทำดีของเธอและทรงอวยพรเธอด้วยพระพรแห่งการตั้งครรภ์

นอกจากนั้น ในกิจการบทที่ 9 เราเห็นทาบิธา สาวกคนหนึ่งที่ทำคุณประโยชน์และคุณงามความดีมากมาย เมื่อล้มป่วยและเสียชีวิต พระเจ้าทรงใช้เปโตรไปหาเธอเพื่อทำให้เธอฟื้นคืนชีพ ต่อบุตรเหล่านั้นที่เกิดผลอันงดงาม พระเจ้าทรงต้องการอย่างมากที่จะตอบคำอธิษฐานของเขาพร้อมกับประทานพระคุณและพระพรแก่เขา

ด้วยเหตุนี้ เราต้องรู้จักพระประสงค์ของพระเจ้าอย่างชัดเจนและเกิดผลที่พิสูจน์ถึงการกลับใจ จากนั้นเราควรเลียนแบบพระทัยขององค์พระผู้เป็นเจ้าและประพฤติตามความชอบธรรม เมื่อไตร่ตรองดูตัวท่านเองด้วยพระคำของพระเจ้าแล้ว ถ้าหากด้านใดของชีวิตท่านไม่ได้สอดคล้องกับพระคำของพระเจ้า ผมอธิษฐานเพื่อว่าท่านจะหันกลับมาหาพระองค์ ซึ่งด้วยเหตุนั้นท่านจึงเกิดผลของพระวิญญาณบริสุทธิ์ ผลของความสว่าง และผลของความรัก เพื่อท่านจะได้รับคำตอบต่อคำอธิษฐานทั้งสิ้นของท่าน

อภิธานศัพท์

ความแตกต่างระหว่างความบาปกับความชั่ว

"ความบาป" คือการประพฤติที่ไม่สอดคล้องกับความเชื่อ นี่เป็นการทำสิ่งที่ไม่ถูกต้องทั้งที่รู้ว่าเป็นสิ่งถูกต้องที่ควรทำ ในความหมายที่กว้างขึ้นความบาปคือทุกสิ่งทุกอย่างที่ไม่เกี่ยวข้องกับความเชื่อ ดังนั้น การไม่เชื่อในพระเยซูคริสต์คือความบาปที่ร้ายแรงที่สุด

"ความชั่ว" คือสิ่งใดก็ตามที่ไม่อาจยอมรับได้เมื่อไตร่ตรองด้วยพระคำของพระเจ้า นั่นคือ ทุกสิ่งทุกอย่างที่ตรงกันข้ามกับความจริง นี่เป็นธรรมชาติบาปที่อยู่ในจิตใจ ความบาปเป็นการแสดงออกภายนอกที่เฉพาะเจาะจงหรือเป็นรูปแบบที่มองเห็นได้ของความชั่วที่อยู่ภายในจิตใจของคน ความชั่วเป็นสิ่งที่มองไม่เห็นโดยธรรมชาติ เพราะเหตุนี้จึงเป็นที่ยอมรับว่าความบาปเป็นผลของความชั่วที่อยู่ในจิตใจของคน

ความดีคืออะไร

ในพจนานุกรม ความดีคือ "สถานะหรือคุณสมบัติของการเป็นคนดี ความเป็นเลิศทางศีลธรรม คุณงามความดี" อย่างไรก็ตาม มาตรฐานของความดีสามารถแตกต่างกันโดยขึ้นอยู่กับจิตสำนึกของแต่ละคน ด้วยเหตุนี้ มาตรฐานสูงสุดของความดีต้องปรากฏอยู่ในพระคำของพระเจ้าผู้ทรงเป็นความดี ด้วยเหตุนี้ ความดีคือความจริงซึ่งได้แก่พระคำของพระเจ้า สิ่งนี้คือพระประสงค์และพระดำริของพระองค์

บทที่ 5

“จงเกลียดชังสิ่งที่ชั่ว จงยึดมั่นในสิ่งที่ดี”

“จงรักด้วยใจจริง จงเกลียดชังสิ่งที่ชั่ว
จงยึดมั่นในสิ่งที่ดี”
(โรม 12:9)

ในยุคนี้เราสามารถเห็นความชั่วร้ายสิ่งสู่อยู่ในความสัมพันธ์ระหว่างพ่อแม่ลูก ระหว่างสามีภรรยา ระหว่างพี่น้องชายหญิงและระหว่างเพื่อนบ้านมากมาย ผู้ฟ้องร้องกันในเรื่องมรดก และในบางกรณีเขาทรยศต่อกันเพียงเพราะเห็นแก่ประโยชน์ส่วนตัวของเขา สิ่งนี้ไม่เพียงแต่เป็นเหตุให้คนอื่นทำหน้าบึ้งตึงกับเขา แต่สิ่งนี้ยังนำความทุกข์อย่างมากมาสู่เขาเช่นกัน เพราะเหตุนี้พระเจ้าจึงตรัสว่า “จงเว้นเสียจากสิ่งที่ชั่วทุกอย่าง” (1 เธสะโลนิกา 5:22)

โลกเรียกคนหนึ่งว่าเป็น “คนดี” เมื่อเขาหรือเธอมีความเที่ยงตรงทางศีลธรรมและความรู้สึกผิดชอบชั่วดี อย่างไรก็ตาม ยังมีหลายๆ กรณีที่แม้แต่ศีลธรรมและจิตสำนึก “ที่ดี” ของบุคคลก็ไม่ดีงามนักเมื่อสะท้อนกับพระคำของพระเจ้า นอกจากนี้ มีหลายครั้งที่ศีลธรรมอันดีงามเหล่านั้นขัดแย้งกับพระประสงค์ของพระเจ้า ความจริงป

ระการหนึ่งที่เราต้องจดจำเอาไว้ ณ จุดนี้ก็คือว่าพระคำของพระเจ้าและพระคำของพระองค์เท่านั้น คือมาตรฐานสูงสุดสำหรับ "ความดี" ด้วยเหตุนี้ ทุกสิ่งทุกอย่างที่ไม่สอดคล้องกับพระคำของพระเจ้าคือความชั่ว

ถ้าเช่นนั้น ความบาปกับความชั่วแตกต่างกันอย่างไร ทั้งสองสิ่งนี้ดูคล้ายกัน แต่แตกต่างกัน ยกตัวอย่าง ถ้าเราใช้ต้นไม้เป็นภาพเปรียบเทียบ ความชั่วเป็นเหมือนรากของต้นไม้ที่อยู่ใต้ดินและมองไม่เห็น ในขณะที่ความบาปเป็นเหมือนส่วนที่มองเห็นได้ของต้นไม้ ซึ่งได้แก่กิ่ง ใบ และผล เช่นเดียวกับที่ต้นไม้มีชีวิตอยู่เพราะรากของมันฉันใด การที่บุคคลทำบาปก็เป็นเพราะความชั่วที่อยู่ภายในเขาฉันนั้น ความชั่วเป็นธรรมชาติหนึ่งที่อยู่ในใจของบุคคลและความชั่วจะผนึกลักษณะและสภาพต่างๆ ที่ขัดแย้งกับพระเจ้าทั้งหมดเอาไว้ เมื่อความชั่วปรากฏออกมาในรูปของความคิดหรือการกระทำ สิ่งนี้จึงถูกเรียกว่า "ความบาป"

วิธีการที่ความชั่วปรากฏออกมาเป็นความบาป

ลูกา 6:45 กล่าวว่า "คนดีก็ย่อมเอาของดีออกจากคลังดีแห่งใจของตน และคนชั่วก็ย่อมเอาของชั่วจากคลังชั่วแห่งใจของตน ด้วยใจเต็มด้วยอะไรปากก็พูดออกมาอย่างนั้น" ถ้า "ความเกลียดชัง" มีอยู่ในจิตใจ สิ่งนี้จะปรากฏออกมาในรูปของ "การพูดเหน็บแนม" "คำพูดรุนแรง" หรือความบาปบางอย่างในรูปแบบเหล่านี้ เพื่อดูว่าความชั่วที่อยู่ในจิตใจจะปรากฏออกมาในรูปของความบาปอย่างไร ขอให้เราดูดาวิดและยูดาสอิสคาริโอท อย่างใกล้ชิดมากขึ้น

คืนหนึ่ง ในขณะที่ดาวิดกำลังเดินอยู่บนดาดฟ้าหลังคาพระราชวัง เขามองเห็นผู้หญิงคนหนึ่งกำลังอาบน้ำและถูกทดลอง ดาวิดเรียกผู้หญิงคนนั้นมาหาและล่วงประเวณีกับนาง ผู้หญิงคนนั้นคือบัทเชบาและในเวลานั้นอุรีอาห์สามีของนางไม่ได้อยู่ที่นั่นเพราะเขาไปทำสงคราม เมื่อดาวิดพบว่านางบัทเชบาตั้งครรภ์ เขาจึงวางแผนที่จะให้อุรีอาห์ถูกฆ่าในสนามรบและเอานางบัทเชบามาเป็นภรรยาของตน

แน่นอน ดาวิดเพียงแค่แต่งตั้งอุรีอาห์ให้เป็นกองหน้าในการสู้รบ ดาวิดไม่ได้ลงมือฆ่าเขาจริงๆ และในเวลานั้น ในฐานะกษัตริย์มีอำนาจและสิทธิ์ขาดที่จะมีภรรยากี่คนก็ได้ตามที่เขาต้องการ อย่างไรก็ตาม ในจิตใจของดาวิด เขามีเจตนาที่จะทำให้อุรีอาห์ถูกฆ่าในแนวทางนี้ ถ้าท่านมีความชั่วอยู่ในบางส่วนแห่งจิตใจของท่าน ท่านก็สามารถทำบาปได้ทุกเวลา

ผลลัพธ์ของความบาปครั้งนั้นทำให้บุตรที่เกิดจากดาวิดกับนางบัทเชบาเสียชีวิต และอับซาโลม บุตรชายอีกคนหนึ่งของดาวิดทรยศและก่อการกบฏต่อสู้ดาวิดในเวลาต่อมา ผลลัพธ์ก็คือดาวิดต้องหลบหนีเอาตัวรอดและอับซาโลมทำสิ่งที่น่าสะอิดสะเอียนด้วยการหลับนอนกับพวกนางสนมของบิดาตนต่อหน้าประชาชนของเขาในเวลากลางวัน สืบเนื่องจากเหตุการณ์นี้ ผู้คนจำนวนมากในอาณาจักรจึงเสียชีวิตซึ่งรวมถึงอับซาโลม ความบาปของการล่วงประเวณีและการฆ่าคนนำความทุกข์เวทนาอย่างใหญ่หลวงมาสู่ดาวิดและประชาชนของตน

ยูดาสอิสคาริโอท (หนึ่งในสาวกสิบสองคนของพระเยซู) คือตัวอย่างที่ชัดเจนที่สุดของการเป็นผู้ทรยศ ในช่วงเวลาสามปีที่เขาอยู่กับพระเยซูเขาเห็นการอัศจรรย์ทุกรูปแบบที่เกิดขึ้นได้ด้วยฤทธิ์อำนาจของพระเจ้าเท่านั้น เขาดูแลถุงเงินในหมู่สาวกและเขามีปัญหากับการกำจัดความโลภทิ้งไปจากจิตใจของเขา และบ่อยครั้งเขาจะยักยอกเอาเงินจากถุงไปใช้ตามความต้องการของเขา ในที่สุด ความโลภของเขาก็เป็นเหตุให้เขาหักหลังพระอาจารย์ของตน และความรู้สึกผิดของเขาทำให้เขาต้องแขวนคอตัวเอง

ดังนั้น ถ้ามีความชั่วอยู่ในจิตใจของท่าน ท่านจะไม่มีวันรู้ว่าความชั่วนั้นจะปรากฏออกมาในรูปทรงไหน แม้จะมีความชั่วอยู่เพียงเล็กน้อย แต่ถ้าความชั่วนั้นเติบโตขึ้น ซาตานสามารถทำงานผ่านความชั่วนั้นเพื่อผลัก ดันท่านเข้าไปในความบาปซึ่งท่านเองไม่สามารถหลีกเลี่ยงได้ ท่านอาจจบลงด้วยการหักหลังอีกคนหนึ่งหรือแม้กระทั่งทรยศต่อพระเจ้า ความชั่วแบบนี้นำความทุกข์และความเจ็บปวดมาสู่ท่านและผู้คนรอบข้างท่าน นี่คือสาเหตุที่เราต้องเกลียดชังสิ่งที่ชั่วและก

กำจัดแม้กระทั่งความชั่วที่เล็กน้อยที่สุดทิ้งไป ถ้าท่านเกลียดชังสิ่งที่ชั่ว ท่านก็จะเอาตัวเองออกห่างจากความชั่วโดยธรรมชาติ ท่านจะไม่คิดเกี่ยวกับความชั่วนั้น และท่านจะไม่ทำสิ่งที่ชั่ว ท่านจะทำเฉพาะสิ่งที่ดี เพราะเหตุนี้พระเจ้าจึงตรัสสั่งให้เราเกลียดชังสิ่งที่ชั่ว

สาเหตุที่โรคภัย การทดสอบ การทดลอง และความทุกข์ลำบากเกิดขึ้นกับเราก็เพราะเราได้ทำตามการงานของเนื้อหนังด้วยการยอมให้ความชั่วภายในจิตใจของเราปรากฏออกมาเป็นความบาปที่ภายนอก ถ้าเราไม่ควบคุมจิตใจของเราและทำตามการงานของเนื้อหนัง เราก็ไม่แตกต่างจากสัตว์ในสายพระเนตรของพระเจ้า ถ้านี่คือสิ่งที่เกิดขึ้น พระพิโรธของพระเจ้าจะเกิดขึ้นตามมา และพระองค์จะเฆี่ยนตีเราเพื่อเราจะเป็นเหมือนมนุษย์อีกครั้งหนึ่ง และไม่ใช่เป็นเหมือนสัตว์

เพื่อจะกำจัดความชั่วทิ้งไปและเป็นบุคคลแห่งความดี

การทดลองและความทุกข์ลำบากไม่ได้เกิดขึ้นเพียงเพราะความคิดแห่งความเท็จหรือสิ่งซึ่งเป็นของเนื้อหนังที่อยู่ในจิตใจของเราเท่านั้น แต่ความคิดเหล่านี้สามารถพัฒนาเป็นการงานของเนื้อหนัง (การกระทำที่เป็นบาป) ได้ทุกเวลา และดังนั้นเราต้องกำจัดสิ่งซึ่งเป็นของเนื้อหนังทิ้งไป

เหนือสิ่งอื่นใด ถ้าคนหนึ่งไม่เชื่อในพระเจ้าแม้หลังจากที่เขาเห็นการอัศจรรย์ที่สำแดงให้ปรากฏโดยพระองค์ สิ่งนี้ถือเป็นความชั่วในบรรดาความชั่วทั้งมวล ในมัทธิว 11:20-24 พระเยซูทรงติเตียนเมืองต่างๆ ที่มีการสำแดงการอัศจรรย์เพราะเขาไม่กลับใจ ต่อเมืองโคราซินและเมืองเบธไซดา พระเยซูตรัสว่า "วิบัติแก่เจ้า" และพระองค์ทรงเตือนเขาว่า "ในวันพิพากษา โทษเมืองไทระและเมืองไซดอน จะเบากว่าโทษของเจ้า" และต่อเมืองคาเปอรนาอุมพระองค์ตรัสว่า "ในวันพิพากษา โทษเมืองโสโดมจะเบากว่าโทษของเจ้า"

เมืองไทระกับเมืองไซดอนหมายถึงเมืองของคนต่างชาติ เมืองเบธไซดากับเมืองโคราซินเป็นเมืองของอิสราเอลทีอยู่ด้านเหนือของทะเลกาลิลี เมืองเบธไซดายังเป็นบ้านเกิดของสาวกสามคนนันคือ เปโตร อันดรูว์ และฟีลิปด้วยเช่นกัน พระเยซูทรงเปิดตาคนตาบอดทีเมืองนีและพระองค์ทรงทำการอัศจรรย์ของการเลียงคนห้าพันคนด้วยปลาสองตัวและขนมปังห้าก้อนทีเมืองนีเช่นกัน เนืองจากคนเหล่านีได้เห็นการอัศจรรย์ซึงเป็นหลักฐานมากเกินพอทีจะทำให้เขาเชือในพระเยซู คนเหล่านันน่าจะติดตาม กลับใจ และกำจัดความชัวออกไปจากจิตใจของตนตามคำสังสอนของพระองค์ แต่เขาไม่ได้ทำเช่นนัน เพราะเหตุนีเขาจึงถูกลงโทษ

สำหรับเราในปัจจุบันก็เหมือนกัน ถ้าคนหนึงเห็นหมายสำคัญและการอัศจรรย์ด้วยตาของตนทีกระทำโดยคนของพระเจ้าและเขาหรือเธอก็ยังไม่เชือในพระเจ้า ตรงกันข้ามเขากลับพิพากษาและกล่าวโทษสถาน การณ์หรือคนของพระเจ้า ถ้าเป็นเช่นนันบุคคลนีก็กำลังแสดงหลักฐานว่าเขามีความชัวอยู่ในจิตใจของตน ถ้าเช่นนันทำไมผู้คนจึงไม่เชือ เหตุผลก็เพราะว่าเขาต้องเอาชนะและกำจัดสิงซึงเป็นของเนือหนังทิงไป แต่เขาไม่ได้ทำสิงนี ตรงกันข้ามเขากลับทำตามการงานของเนือหนังและทำบาป ยิงเขาทำบาปมากขึนเท่าใดจิตใจของเขาก็ยิงแข็งกระด้างและด้านชามากขึนเท่านัน จิตสำนึกของเขาจะไร้ความรู้สึก และในทีสุดเขาจะมีแต่ความด้านชา

แม้พระเจ้าทรงสำแดงการอัศจรรย์ให้เขาเห็น ผู้คนแบบนีก็ไม่มีความเข้าใจและเชือ เนืองจากไม่มีความเข้าใจเขาจึงไม่สามารถกลับใจ และเพราะเขาไม่กลับใจ เขาจึงไม่สามารถต้อนรับเอาพระเยซูคริสต์ สิงนีเป็นเหมือนคนลักขโมย ครังแรก เขาจะรู้สึกกลัวการขโมยแม้กระทังสิงของชินเล็ก แต่หลังจากทีเขาทำพฤติกรรมนันซ้ำอีกสองสามครังเขาจะไม่รู้สึกผิดในจิตสำนึกของเขาด้วยซ้ำไปแม้เขาจะขโมยของชินใหญ่เพราะจิตใจของเขาแข็งกระด้างผ่านขันตอนนัน

ถ้าเรารักพระเจ้า เป็นสิงถูกต้องทีจะเกลียดชังสิงทีชัวและยึดมันในสิงทีดี เพือจะทำเช่นนี อันดับแรกเราต้องหยุดทำตามการงานของเนือหนังทุกอย่างและจากนันกำจัดสิงซึงเป็นของเนือหนังทิงไปจากจิ

ตใจของเราเช่นกัน

และเมื่อเราอยู่ในขั้นตอนของการกำจัดความบาปและความชั่วทิ้งไป เราสามารถสร้างความสัมพันธ์กับพระเจ้าและได้รับความรักของพระองค์ (1 ยอห์น 1:7; 3:9) ใบหน้าของเราจะสะท้อนความชื่นชมยินดีและการขอบพระคุณอย่างเปี่ยมล้นออกมา เราสามารถรับการรักษาให้หายจากโรคภัยไข้เจ็บทุกชนิด และเราสามารถรับเอาคำตอบต่อปัญหาทุกอย่างที่เรามีในครอบครัว ที่ทำงาน ธุรกิจ หรือในที่อื่นๆ

คนชาติชั่วและคิดคดทรยศต่อพระเจ้าแสวงหาหมายสำคัญ

ในมัทธิว 12:38-39 เราเห็นพวกธรรมาจารย์และพวกฟาริสีบางคนเรียกร้องให้พระเยซูทำหมายสำคัญให้เขาเห็น จากนั้น พระเยซูตรัสกับเขาว่าคนชาติชั่วและคิดคดทรยศต่อพระเจ้าแสวงหาหมายสำคัญ ยกตัวอย่าง มีบางคนพูดว่า "ถ้าคุณสำแดงให้ผมเห็นพระเจ้าผมจะเชื่อ" หรือ "ถ้าคุณทำให้คนตายฟื้นคืนชีพผมจะเชื่อ" คนเหล่านี้ไม่ได้พูดเช่นนี้ด้วยจิตใจที่ไร้เดียงสาซึ่งแสวงหาความเชื่ออย่างแท้จริง แต่เขาพูดเช่นนี้จากความสงสัย

ดังนั้น ความโน้มเอียงที่จะไม่เชื่อในความจริง หรือความโอนเอียงที่จะไม่ยอมรับหรือสงสัยบางคนที่ดีกว่าเขา หรือความต้องการที่จะปฏิเสธทุกสิ่งที่ไม่ตรงกับความคิดหรือมุมมองของเขาเช่นนี้ล้วนเกิดจากธรรมชาติที่คิดคดทรยศฝ่ายวิญญาณทั้งสิ้น ในขณะที่กำลังปฏิเสธที่จะเชื่อ ผู้คนที่เรียกร้องหาหมายสำคัญได้คบคิดและพยายามจับผิดพระเยซูเพื่อจะประณามและกล่าวโทษพระองค์

ยิ่งผู้คนมีความชอบธรรมส่วนตัว ความหยิ่งผยอง และความเห็นแก่ตัวมากขึ้นเท่าใด เขาก็ยิ่งจะเป็นผู้คนที่คิดคดทรยศมากขึ้นเท่านั้น ยิ่งอารยธรรมมีความก้าวหน้ามากขึ้นเหมือนในปัจจุบัน ผู้คนก็ยิ่งเรียกร้องหาหมายสำคัญมากขึ้นเช่นกัน อย่างไรก็ตาม มีหลายคนที่เห็นหมายสำคัญและก็ยังไม่เชื่อ จึงไม่น่าแปลกใจที่ผู้คน

เหล่านี้ถูกตำหนิว่าเป็นคนชาติชั่วและคิดคดทรยศ

ถ้าท่านเกลียดชังความชั่ว ท่านจะไม่ทำความชั่ว ถ้าอุจจาระกระเด็นมาโดนตัวท่าน ท่านจะล้างสิ่งนั้นออกทันที ความบาปและความชั่ว (ซึ่งทำให้วิญญาณจิตเสื่อมสูญและลากดวงวิญญาณไปสู่หนทางแห่งความตาย) สกปรกกว่า เหม็นกว่าและน่าเกลียดกว่าอุจจาระ เราไม่สามารถเปรียบเทียบความโสโครกของความบาปกับอุจจาระได้

ถ้าเช่นนั้น ความชั่วประเภทใดบ้างที่เราควรเกลียดชัง ในมัทธิวบทที่ 23 พระเยซูทรงกล่าวโทษพวกธรรมาจารย์และพวกฟาริสีด้วยการตรัสว่า "วิบัติแก่เจ้า..." พระองค์ทรงใช้วลี "วิบัติแก่เจ้า" เพื่อแสดงให้เห็นว่าคนเหล่านั้นไม่ได้รับความรอด และเราจะแบ่งเหตุผลออกเป็นเจ็ดข้อและศึกษาเหตุผลเหล่านั้นในรายละเอียดมากขึ้น

ความชั่วรูปแบบต่างๆ ที่เราควรเกลียดชัง

1. การปิดประตูสวรรค์เพื่อคนอื่นจะไม่สามารถเข้าไป

ในมัทธิว 23:13 พระเยซูตรัสว่า "วิบัติแก่เจ้าพวกธรรมาจารย์และพวกฟาริสี คนหน้าซื่อใจคด เพราะพวกเจ้าปิดประตูแผ่นดินสวรรค์ไว้จากมนุษย์ พวกเจ้าเองก็ไม่เข้าไป และเมื่อคนอื่นจะเข้าไป พวกเจ้าก็ขัดขวางไว้"

พวกธรรมาจารย์และพวกฟาริสีรู้จักและบันทึกพระคำของพระเจ้าและประพฤติตนเหมือนกับว่าเขารักษาพระคำของพระเจ้า แต่จิตใจของเขาแข็งกระด้างและเขาทำงานของพระเจ้าแบบผิวเผิน เพราะเหตุนี้เขาจึงถูกกล่าวโทษ แม้เขาจะมีรูปแบบของความบริสุทธิ์ แต่จิตใจของเขาก็เต็มไปด้วยความชั่วร้ายและการประพฤติผิด เมื่อเขาเห็นพระเยซูทำการอัศจรรย์ที่เป็นไปไม่ได้สำหรับมนุษย์ แทนที่เขาจะยอมรับพระองค์และชื่นชมยินดี เขากลับผุดแผนการมากมายไว้ในใจเพื่อจะต่อต้านพระองค์ คนเหล่านี้เป็นหัวหอกสำคัญในการสิ้นพระชนม์ของพระองค์

สิ่งนี้เป็นความจริงสำหรับผู้คนของยุคนี้ด้วยเช่นกัน ผู้คนที่อ้างว่าเชื่อในพระเยซูคริสต์และไม่ได้ดำเนินชีวิตที่เป็นแบบอย่างจัดอยู่ในคนกลุ่มนี้ ถ้าท่านทำให้คนบางคนพูดว่า "ผมไม่อยากเชื่อในพระเยซูเพราะผู้คนอย่างพวกคุณนี่แหละ" ถ้าเป็นเช่นนั้น ท่านก็เป็นบุคคลที่ปิดประตูแผ่นดินสวรรค์จากผู้คน ไม่เพียงแต่ท่านไม่ได้เข้าไปในสวรรค์ แต่ท่านกำลังขัดขวางคนอื่นไม่ให้เข้าไปด้วยเช่นกัน

ผู้คนที่อ้างว่าเชื่อในพระเจ้า แต่ยังคงประนีประนอมกับโลกคือผู้คนที่พระเยซูทรงกล่าวโทษด้วยเช่นกัน ถ้าคนที่มีตำแหน่งในคริสตจักรซึ่งอยู่ในฐานะที่จะสอนคนอื่นแสดงความเกลียดชัง โกรธเคือง หรือแสดงความไม่เชื่อฟังต่ออีกคนหนึ่ง คริสเตียนใหม่จะมองดูบุคคลคนนี้และไว้วางใจเขาได้อย่างไร นี่ไม่ต้องพูดถึงการให้ความเคารพกับเขา คนที่มาใหม่จะรู้สึกผิดหวังมากกว่าและมีโอกาสที่จะสูญเสียความเชื่อของตนไป ถ้าในหมู่คนที่ไม่เชื่อซึ่งภรรยาหรือสามีของเขามีความเชื่อและพยายามเติบโตขึ้นในความเชื่อของตนและคนที่ไม่เชื่อเหล่านั้นข่มเหงภรรยาหรือสามีของตนหรือกดดันให้เขาทำชั่วและเข้าส่วนในความบาป คนที่ไม่เชื่อเหล่านั้นจะถูกกล่าวโทษด้วยวลีว่า "วิบัติแก่เจ้า" ด้วยเช่นกัน

2. การทำให้คนหนึ่งที่เข้าจารีตไปถึงนรกยิ่งกว่าตัวท่านเองถึงสองเท่า

ในมัทธิว 23:15 พระเยซูตรัสว่า "วิบัติแก่เจ้า พวกธรรมาจารย์และพวกฟาริสี คนหน้าซื่อใจคด ด้วยพวกเจ้าเที่ยวไปตามทางทะเลและทางบกทั่วไป เพื่อจะได้แม้แต่คนเดียวเข้าจารีต เมื่อได้แล้ว ก็ทำให้เขาถึงนรกยิ่งกว่าเจ้าเองถึงสองเท่า"

มีคำโบราณกล่าวไว้ว่าลูกสะใภ้ที่ได้รับความลำบากจากแม่สามีของตนจะสร้างความลำบากมากขึ้นแก่ลูกสะใภ้ของตน สิ่งที่บุคคลเห็นและมีประสบการณ์จะถูกเก็บซ่อนไว้ในความทรงจำของเขา และเขาจะทำตัวตามสิ่งที่เขามีประสบการณ์โดยจิตใต้สำนึก เพราะเหตุนี้ท่านเรียนอะไรและเรียนจากใครจึงสำคัญอย่างยิ่ง ถ้าท่านเรียนรู้การ

ดำเนินชีวิตคริสเตียนจากผู้คนอย่างพวกธรรมาจารย์และพวกฟาริสี ท่านก็จะล้มลงไปสู่ความชั่วร่วมกับเขาเหมือนคนตาบอดจูงคนตาบอด

ยกตัวอย่าง ถ้าผู้นำคนหนึ่งชอบพิพากษา กล่าวโทษ และติฉินนินทาคนอื่นอยู่เสมอพร้อมกับพูดในแง่ลบอยู่ตลอดเวลา ผู้เชื่อที่เรียนจากเขาจะถูกเปรอะเปื้อนด้วยพฤติกรรมของเขาเช่นกัน และเขาจะเข้าไปสู่หนทางแห่งความตายด้วยกัน ในสังคมของเรา ลูกที่เติบโตขึ้นในครอบครัวที่พ่อแม่ตบตีและเกลียดชังกันอยู่เป็นประจำมีโอกาสสูงมากที่จะออกนอกลู่นอกทางเมื่อเทียบกับลูกที่เติบโตขึ้นในครอบครัวที่สงบสุข

ด้วยเหตุนี้ พ่อแม่ ครูบาอาจารย์ และผู้นำต้องเป็นแบบอย่างที่ดีกว่าคนอื่นๆ ถ้าคำพูดและการกระทำของคนกลุ่มนี้ไม่เป็นแบบอย่าง เขาสามารถทำให้คนอื่นสะดุดล้มลงได้ แม้แต่ในคริสตจักร มีหลายกรณีที่ผู้รับใช้หรือผู้นำไม่ได้เป็นแบบอย่างที่ดีและเขากลายเป็นอุปสรรคต่อการฟื้นฟูหรือการเจริญเติบโตของกลุ่มย่อย แผนก หรือองค์กรในที่สุด เราต้องรู้ว่าถ้านี่คือสิ่งที่เรากำลังทำอยู่ เราไม่เพียงทำให้ตนเองไปถึงนรก แต่เรากำลังทำให้คนอื่นไปถึงนรกยิ่งกว่าตัวเราเองถึงสองเท่า

3. การประกาศถึงพระประสงค์ของพระเจ้าด้วยวิธีการที่ผิดเนื่องจากความโลภและความเท็จ

ในมัทธิว 23:16-22 พระเยซูตรัสว่า “วิบัติแก่เจ้า คนนำทางตาบอด เจ้าสอนว่า ‘ผู้ใดจะสาบานอ้างพระวิหาร คำสาบานนั้นไม่ผูกมัด แต่ผู้ใดจะสาบานอ้างทองคำของพระวิหาร ผู้นั้นจะต้องกระทำตามคำสาบาน’ โอ คนโฉดเขลาตาบอด สิ่งไหนจะสำคัญกว่า ทองคำหรือพระวิหารซึ่งกระทำให้ทองคำนั้นศักดิ์สิทธิ์ และว่า ‘ผู้ใดจะสาบานอ้างแท่นบูชา คำสาบานนั้นไม่ผูกมัด แต่ผู้ใดจะสาบานอ้างเครื่องตั้งถวายบนแท่นบูชานั้น ผู้นั้นต้องกระทำตามคำสาบาน’ ช่างตาบอดกันเสียจริงหนอ

สิ่งใดจะสำคัญกว่า เครื่องตั้งถวาย หรือแท่นบูชาที่กระทำให้เครื่องตั้งถวายนั้นศักดิ์สิทธิ์ เหตุฉะนี้ผู้ใดจะสาบานอ้างแท่นบูชา ก็สาบานอ้างแท่นบูชา และสิ่งสารพัดซึ่งอยู่บนแท่นบูชานั้นด้วย ผู้ใดจะสาบานอ้างพระวิหาร ก็สาบานอ้างพระวิหาร และอ้างพระองค์ผู้ทรงสถิตในพระวิหารนั้นด้วย ผู้ใดจะสาบานอ้างสวรรค์ ก็สาบานอ้างพระที่นั่งของพระเจ้า และอ้างพระองค์ผู้ประทับบนพระที่นั่งนั้นด้วย”

คำตรัสนี้เป็นคำกล่าวโทษต่อผู้คนที่สอนเรื่องพระประสงค์ของพระเจ้าอย่างผิดๆ เพราะความโลภ การล่อลวง และความเห็นแก่ตัวในจิตใจของเขา ถ้าคนปฏิญาณตนหรือให้คำสัญญากับพระเจ้า ครูควรสอนให้คนนั้นทำตามคำสัญญา แต่ครูกลับสอนให้ผู้คนรอไว้ก่อนและบอกให้เขาทำตามสัญญาที่ให้ไว้เกี่ยวกับทรัพย์สินเงินทองหรือวัตถุสิ่งของ ถ้าผู้รับใช้ละเลยการสอนผู้คนให้ดำเนินชีวิตในความจริงและเน้นเฉพาะเรื่องเงินถวาย ถ้าเป็นเช่นนั้นเขาก็คือตาบอด

ก่อนสิ่งอื่นใด ผู้นำต้องสอนผู้คนให้กลับใจจากความบาปของเขา เพาะบ่มความชอบของพระเจ้าเอาไว้ และเข้าไปสู่แผ่นดินสวรรค์ การสาบานอ้างพระวิหาร อ้างพระเยซูคริสต์ อ้างแท่นบูชา และอ้างพระที่นั่งบนสวรรค์ล้วนเหมือนกัน ด้วยเหตุนี้ บุคคลต้องแน่ใจว่าเขาทำตามคำสาบาน

4. การละเลยส่วนที่เป็นข้อสำคัญกว่าของธรรมบัญญัติ

ในมัทธิว 23:23-24 พระเยซูตรัสว่า “วิบัติแก่เจ้าพวกธรรมาจารย์และพวกฟาริสี คนหน้าซื่อใจคด ด้วยพวกเจ้าถวายทศางค์ของสะระแหน่ ลูกผักชี และยี่หร่า ส่วนข้อสำคัญแห่งธรรมบัญญัติคือความยุติธรรม ความเมตตา ความเชื่อนั้นได้ละเลยเสีย การถวายทศางค์พวกเจ้าก็ควรปฏิบัติ แต่ไม่ควรละเลยข้อสำคัญนั้นด้วย โอ คนนำทางตาบอด เจ้ากรองลูกน้ำออกแต่กลืนตัวอูฐเข้าไป”

คนที่เชื่อในพระเจ้าอย่างแท้จริงจะถวายสิบลดอย่างสม

บูรณ์ ถ้าเราถวายสิบลดอย่างสมบูรณ์เราก็จะได้รับพระพร แต่ถ้าเราไม่ได้ถวาย เราก็กำลังปล้นพระเจ้า (มาลาคี 3:8-10) ใช่ พวกธรรมาจารย์และพวกฟาริสีถวายสิบลดของเขา แต่พระเยซูทรงรังเกียจการที่เขาละเลยความยุติธรรม ความเมตตา และความซื่อสัตย์ ถ้าเช่นนั้น การละเลยความยุติธรรม ความเมตตา และความสัตย์ซื่อหมายถึงอะไร

"ความยุติธรรม" หมายถึงการกำจัดความบาปทิ้งไป การดำเนินชีวิตตามพระคำของพระเจ้า และการเชื่อฟังพระองค์ด้วยความเชื่อ "การเชื่อฟัง" ตามมาตรฐานชาวโลก คือการอยู่ในโอวาทและการทำสิ่งที่ท่านสามารถทำได้ อย่างไรก็ตาม ในความจริง "การเชื่อฟัง" คือการยอมทำตามและทำในสิ่งที่ดูเหมือนว่าเป็นไปไม่ได้อย่างแน่นอนที่จะทำเช่นนั้น

ในพระคัมภีร์ ผู้เผยพระวจนะที่ได้รับการยอมรับจากพระเจ้าเป็นผู้ที่เชื่อฟังพระคำของพระองค์ด้วยความเชื่อ คนเหล่าแยกทะเลแดงออกจากกัน ทำลายกำแพงเมืองเยรีโค และหยุดการไหลของแม่น้ำจอร์แดน ถ้าเขาใส่ความคิดของมนุษย์เข้าไปในสถานการณ์นั้น สิ่งเหล่านี้คงไม่มีวันเกิดขึ้น แต่ด้วยความเชื่อคนเหล่านั้นเชื่อฟังพระเจ้าและทำให้สิ่งเหล่านั้นเป็นไปได้

"ความเมตตา" คือการทำหน้าที่ทั้งสิ้นของท่านให้สำเร็จในฐานะมนุษย์ในทุกแง่มุมของชีวิตท่าน มีหลักศีลธรรมและจริยธรรมขั้นพื้นฐานในโลกนี้ที่มนุษย์สามารถปฏิบัติตามเพื่อรักษาความเป็นมนุษย์ของตน อย่างไรก็ตาม มาตรฐานเหล่านี้ไม่สมบูรณ์แบบ แม้คนหนึ่งจะดูเป็นคนที่ได้รับการสั่งสอนและการขัดเกลาในภายนอก แต่ถ้าเขามีความชั่วอยู่ภายใน เราก็ไม่สามารถพูดว่าเขาได้รับการขัดเกลาอย่างแท้จริง เพื่อให้เราดำเนินชีวิตที่ควรค่าอย่างแท้จริง เราต้องทำหน้าที่ทั้งสิ้นของมนุษย์ซึ่งได้แก่การเชื่อฟังคำสั่งของพระเจ้า (ปัญญาจารย์ 12:13)

นอกจากนั้น "ความสัตย์ซื่อ" คือการเข้าส่วนในธรรมชาติของพระเจ้าโดยความเชื่อ (2 เปโตร 1:4) พระประสงค์ของพระเจ้าในการสร้างฟ้าสวรรค์และแผ่นดินโลก และสิ่งสารพัดซึ่งอยู่ในที่เหล่านั้นรวม

ทั้งมนุษย์คือเพื่อจะมีบุตรที่แท้จริงซึ่งสะท้อนให้เห็นถึงพระทัยของพระองค์ พระเจ้าทรงบอกให้เราสัตย์จริงเหมือนที่พระองค์ทรงสัตย์จริงและสมบูรณ์แบบเหมือนที่พระองค์ทรงสมบูรณ์แบบ เราไม่ควรมีเพียงรูปลักษณ์ของความบริสุทธิ์ เราจะสามารถเข้าส่วนในธรรมชาติของพระเจ้าได้อย่างแท้จริงก็ต่อเมื่อเรากำจัดความชั่วออกไปจากจิตใจของเราและทำตามคำสั่งของพระองค์อย่างสมบูรณ์แล้วเท่านั้น

อย่างไรก็ตาม พวกธรรมาจารย์และพวกฟาริสีในสมัยของพระเยซูได้ละเลยความยุติธรรม ความเมตตา และความสัตย์ซื่อ และให้ความสนใจกับของถวายและเครื่องบูชาเท่านั้น พระเจ้าทรงพอพระทัยมากกว่ากับหัวใจที่กลับใจ แทนที่จะเป็นเครื่องบูชาที่ถวายด้วยจิตใจที่อสัตย์อธรรม (สดุดี 51:16-17) อย่างไรก็ตาม คนเหล่านั้นกลับสั่งสอนในสิ่งที่ไม่ถูกต้องตามพระประสงค์ของพระเจ้า บุคคลที่อยู่ในตำแหน่งของการสอนควรชี้ไปยังความบาปของผู้คน ช่วยเขาให้เกิดผลที่พิสูจน์ถึงการกลับใจ และนำเขาให้มีสันติสุขกับพระเจ้าก่อนเป็นอันดับแรก หลังจากนั้นเขาควรสอนเกี่ยวกับการถวายสิบลด รูปแบบของการนมัสการ การอธิษฐาน และเรื่องอื่นๆ จนกว่าคนเหล่านั้นจะบรรลุถึงความรอดอย่างสมบูรณ์

5. การรักษาสิ่งที่อยู่ภายนอกให้สะอาดในขณะที่ปล่อยให้สิ่งที่อยู่ภายในเต็มไปด้วยการโจรกรรมและการมัวเมาในกิเลส

ในมัทธิว 23:25-26 พระเยซูตรัสว่า "วิบัติแก่เจ้าพวกธรรมาจารย์และพวกฟาริสี คนหน้าซื่อใจคด ด้วยเจ้าขัดชำระถ้วยชามแต่ภายนอก ส่วนภายในถ้วยชามนั้นเต็มด้วยโจรกรรมและการมัวเมากิเลส โอ พวกฟาริสีตาบอด จงชำระถ้วยชามภายในเสียก่อน เพื่อข้างนอกจะได้สะอาดด้วย"

เมื่อท่านมองดูแก้วน้ำที่ทำจากแก้วที่มีคุณภาพดี แก้วใบนั้นจะสุกใสและงดงามมาก อย่างไรก็ตาม แก้วใบนั้นอาจทอแสงสุกใสงดงามมากขึ้น หรือแก้วใบนั้นอาจดูมัวหมอง ทั้งนี้ขึ้นอยู่กับสิ่งที่ท่านใส่เข้าไปในแก้วใบนั้น ถ้าแก้วใบนั้นมีน้ำสกปรกอยู่เต็มใบ

แก้วใบนั้นก็เป็นได้เพียงแก้วน้ำสกปรก ในทำนองเดียวกัน แม้บางคนจะดูเหมือนเป็นบุคคลของพระเจ้าที่ภายนอก แต่ถ้าจิตใจของเขาเต็มไปด้วยความชั่ว พระเจ้าผู้ทรงทอดพระเนตรดูจิตใจจะมองเห็นความสกปรกอยู่ภายในและจะทรงถือว่าเขามีมลทิน

ในความสัมพันธ์ของผู้คนก็เช่นเดียวกัน ไม่ว่าบุคคลจะดูสะอาดแต่งตัวดี และมีวัฒนธรรมมากเพียงใดก็ตามที่ภายนอก แต่ถ้าเราพบว่าเขาเต็มไปด้วยความเกลียดชัง ความอิจฉา ความริษยา และความชั่วทุกชนิด เราก็รู้สึกถึงความสกปรกและความน่าอับอาย ถ้าเช่นนั้น พระเจ้าผู้ทรงเป็นความชอบธรรมและความจริงจะทรงรู้สึกอย่างไรเมื่อพระองค์ทอดพระเนตรเห็นผู้คนในลักษณะนี้ ด้วยเหตุนี้เราต้องสะท้อนตัวเราเองด้วยพระคำของพระเจ้าและกลับใจจากการทำผิดศีลธรรมทุกอย่างและความโลภและพยายามที่จะบรรลุถึงการมีจิตใจสะอาด ถ้าเราประพฤติตามพระคำของพระเจ้าและกำจัดความบาปของเราทิ้งไปอย่างต่อเนื่อง จิตใจของเราจะสะอาด ดังนั้นรูปลักษณ์ภายนอกของเราก็จะสะอาดและบริสุทธิ์โดยธรรมชาติ

6. การเป็นเหมือนอุโมงค์ฝังศพที่ฉาบด้วยปูนขาว

ในมัทธิว 23:27-28 พระเยซูตรัสว่า "วิบัติแก่เจ้า พวกธรรมาจารย์และพวกฟาริสี คนหน้าซื่อใจคด เพราะว่าเจ้าเป็นเหมือนอุโมงค์ฝังศพซึ่งฉาบด้วยปูนขาว ข้างนอกดูงดงาม แต่ข้างในเต็มไปด้วยกระดูกคนตาย และสารพัดโสโครก เจ้าทั้งหลายก็เป็นอย่างนั้นแหละ ภายนอกแลดูเหมือนว่าเป็นคนชอบธรรม แต่ภายในเต็มไปด้วยความเท็จเทียมและอธรรม"

ไม่ว่าท่านจะใช้เงินมากเพียงใดก็ตามในการทำให้อุโมงค์ฝังศพดูสวยงาม ในที่สุด อะไรอยู่ในอุโมงค์นั้น ซากศพที่กำลังเน่าเปื่อยซึ่งไม่นานก็จะกลายเป็นผงคลีดิน ด้วยเหตุนี้ อุโมงค์ฝังศพที่ฉาบด้วยปูนขาวจึงเป็นสัญลักษณ์ของคนหน้าซื่อใจคดซึ่งสะอาดหมดจดเฉพาะภายนอก คนเหล่านี้ดูดี อ่อนสุภาพ และสะอาดบริสุทธิ์ที่ภายนอกพร้อมกับให้คำแนะนำและการตักเตือนว่ากล่าวคนอื่นในขณะที่

ภายในของเขาเต็มไปด้วยความเกลียดชัง ความอิจฉา ความริษยา การล่วงประเวณี และอื่นๆ อีกมากมาย

ถ้าเราประกาศว่าเราเชื่อในพระเจ้าและเราเก็บความเกลียดชังเอาไว้ในใจของเราเมื่อเรากล่าวโทษคนอื่น ถ้าเป็นเช่นนั้นเรากำลังมองเห็นผงฝุ่นที่อยู่ในตาของคนอื่นและกลับมองไม่เห็นท่อนไม้ที่อยู่ในตาของเราเอง นี่คือสิ่งที่ถือว่าเป็นความหน้าซื่อใจคด สิ่งนี้สามารถประยุกต์ใช้กับคนไม่เชื่อด้วยเช่นกัน การมีจิตใจที่โอนเอียงไปสู่การทรยศสามีหรือภรรยาของตน การละเลยลูกๆ ของตน หรือการไม่ให้เกียรติพ่อแม่ของตนในขณะเดียวกันก็เยาะเย้ยความจริงและวิพากษ์วิจารณ์คนอื่น สิ่งนี้คือการกระทำที่เป็นความหน้าซื่อใจคดด้วยเช่นกัน

7. การถือว่าตัวเองเป็นคนชอบธรรม

ในมัทธิว 23:29-33 พระเยซูตรัสว่า "วิบัติแก่เจ้าพวกธรรมาจารย์และพวกฟาริสี คนหน้าซื่อใจคด ด้วยพวกเจ้าก่อสร้างอุโมงค์ฝังศพของผู้เผยพระวจนะและตกแต่งอุโมงค์ฝังศพของผู้ชอบธรรมให้งดงาม แล้วกล่าวว่า 'ถ้าเราได้อยู่ในสมัยบรรพบุรุษของเรานั้นจะได้มีส่วนกับเขาในการทำโลหิตของผู้เผยพระวจนะให้ตก ก็หามิได้' อย่างนั้นเจ้าทั้งหลายก็เป็นพยานปรักปรำตนเองว่าเจ้าเป็นบุตรของผู้ที่ได้ฆ่าผู้เผยพระวจนะเหล่านั้น เจ้าทั้งหลายจงกระทำตามที่บรรพบุรุษได้กระทำนั้นให้ครบถ้วนเถิด โอ พวกงู พันธุ์งูร้าย เจ้าจะพ้นโทษนรกอย่างไรได้"

พวกธรรมาจารย์และพวกฟาริสีที่หน้าซื่อใจคดได้ก่อสร้างอุโมงค์ฝังศพของผู้เผยพระวจนะและตกแต่งอุโมงค์ฝังศพของผู้ชอบธรรมให้งดงามและกล่าวว่า "ถ้าเราได้อยู่ในสมัยบรรพบุรุษของเรานั้นจะได้มีส่วนกับเขาในการทำโลหิตของผู้เผยพระวจนะให้ตก ก็หามิได้" อย่างไรก็ตาม คำพูดนี้ไม่เป็นความจริง พวกธรรมาจารย์และพวกฟาริสีไม่เพียงแต่ไม่ยอมรับพระเยซูที่เสด็จมาเป็นพระผู้ช่วยให้รอดเท่านั้น แต่เขาปฏิเสธพระองค์และตรึงพระองค์ที่กางเขนและฆ่าพระองค์ในที่สุด เขาจะสามารถเรียกตัวเองว่าเป็นผู้ชอบธรรมมากกว่าบรรพ

บุรุษของเขาได้อย่างไร

พระเยซูทรงเยาะเย้ยผู้นำที่หน้าซื่อใจคดเหล่านี้ด้วยการตรัสว่า "เจ้าทั้งหลายจงกระทำตามที่บรรพบุรุษได้กระทำนั้นให้ครบถ้วนเถิด" เมื่อคนหนึ่งทำบาป ถ้าเขามีเค้าเงื่อนของจิตสำนึกอยู่บ้างเขาจะรู้สึกผิดและหยุดทำบาป แต่มีผู้คนมากมายเช่นกันที่ไม่หันกลับจากการทำชั่วของตนจนถึงวาระสุดท้าย นี่คือสิ่งที่พระเยซูหมายถึงเมื่อพระองค์ตรัสว่า "จงกระทำให้ครบถ้วนเถิด" คนเหล่านี้เป็นลูกของมาร เป็นพันธุ์ร้าย และทำความชั่วเพิ่มมากขึ้น

เช่นเดียวกัน ถ้าคนหนึ่งได้ยินถึงความจริงและรู้สึกมีเสียงฟ้องของจิตสำนึก และกระนั้นก็ยังถือว่าตนเองเป็นคนชอบธรรมและปฏิเสธที่จะกลับใจ ถ้าเป็นเช่นนั้นคนนี้ก็ไม่แตกต่างไปจากบุคคลที่ทำตามขนาดของความผิดที่บรรพบุรุษของเขาได้ทำไว้อย่างครบถ้วน พระเยซูตรัสว่าถ้าคนเหล่านี้ไม่กลับใจและเกิดผลที่พิสูจน์ถึงการกลับใจ เขาก็ไม่สามารถพ้นโทษนรกได้

ด้วยเหตุนี้ เราต้องใคร่ครวญดูตัวเราเองจากคำตำหนิอย่างรุนแรงที่พระเยซูตรัสกับพวกธรรมาจารย์และพวกฟาริสีและดูว่ามีสิ่งใดที่เกี่ยวข้องกับเราบ้างและกำจัดสิ่งนั้นทิ้งไปอย่างรวดเร็ว ผมหวังว่าผู้อ่านทุกท่านจะเป็นผู้ชอบธรรมที่เกลียดชังความชั่วและยึดมั่นกับสิ่งที่ดีซึ่งเป็นการถวายสง่าราศีแด่พระเจ้าและชื่นชมกับชีวิตที่เป็นพระพรมากเท่ากับที่ใจของท่านปรารถนา

อภิธานศัพท์และคำอธิบายเพิ่มเติมforklaring

อะไรคือ "การเตรียมมนุษย์"

"การเตรียม" คือขั้นตอนที่ชาวนาหว่านเมล็ด ดูแลเมล็ดนั้น และเกิดผลจากเมล็ดนั้นเพื่อให้มีบุตรที่แท้จริงของพระองค์ พระเจ้าทรงปลูกอาดัมและเอวาไว้ในโลกนี้ในฐานะผลแรก หลังจากการล้มลงในความบาปของอาดัม มนุษย์กลายเป็นคนบาปและหลังจากต้อนรับเอาพระเยซูคริสต์และด้วยความช่วยเหลือของพระวิญญาณบริสุทธิ์ มนุษย์สามารถที่จะรื้อฟื้นพระฉายาที่แท้จริงของพระเจ้าที่ครั้งหนึ่งเคยอยู่ในเขาขึ้นมาใหม่ ดังนั้น จึงมีการเรียกขั้นตอนทั้งหมดของการที่พระเจ้าทรงสร้างมนุษย์และทรงควบคุมดูแลประวัติศาสตร์ทั้งสิ้นของมนุษย์ไปจนถึงการพิพากษาครั้งสุดท้ายว่า "การเตรียมมนุษย์"

ความแตกต่างระหว่าง "ร่างกาย" "เนื้อหนัง" และ "สิ่งซึ่งเป็นของเนื้อหนัง"

ปกติเมื่อเราพูดถึงร่างกายของมนุษย์เราจะใช้คำว่า "ร่างกาย" และ "เนื้อหนัง" สลับกันไปมา อย่างไรก็ตาม ในพระคัมภีร์คำแต่ละคำมีความหมายฝ่ายวิญญาณอย่างเฉพาะเจาะจง มีหลายครั้งที่คำว่า "เนื้อหนัง" ถูกใช้เพียงเพื่อหมายถึงร่างกายของมนุษย์ แต่ในฝ่ายวิญญาณคำนี้หมายถึงสิ่งต่างๆ ที่เน่าเปื่อย เปลี่ยนแปลง และไม่สมบูรณ์แบบ และสกปรก

อาดัม มนุษย์คนแรก เป็นวิญญาณที่มีชีวิตและเขาไม่มีความผิดบาปใดเลย อย่างไรก็ตาม หลังจากถูกทดลองจากซาตานเพื่อให้กินผลจากต้นไม้แห่งความรู้ดีและรู้ชั่ว อาดัมต้องมีประสบการณ์กับความตายเพราะค่าจ้างของความบาปคือความตาย (ปฐมกาล 2:17; โรม 6:23) พระเจ้าทรงปลูกความรู้แห่งชีวิตและความจริงไว้ภายในมนุษย์ในการทรงสร้างเขา มีการเรียกรูปทรงหรือสภาพของมนุษย์ที่ปราศจากความจริงนี้ (ซึ่งรั่วไหลออกไปหลังจากอาดัมทำบาป) ว่า "ร่างกาย" และมีการเรียกธรรมชาติที่ผสมผสานอยู่ภายในร่างกายนี้ว่า "เนื้อหนัง" เนื้อหนังนี้ไม่มีสภาพที่มองเห็นได้ แต่เป็นธรรมชาติบาปที่สามารถถูกยั่วยุให้ปรากฏออกมาได้ทุกเวลา

ดินแห่งจิตใจของมนุษย์

พระคัมภีร์จำแนกจิตใจของมนุษย์ออกเป็นดินชนิดต่างๆ ได้แก่ ดินริมหนทาง ดินที่มีพื้นหิน ดินกลางหนาม และดินดี (มาระโกบทที่ 4)

ดินริมหนทางหมายถึงจิตใจที่แข็งกระด้างและด้านชา แม้เมล็ดแห่งพระคำของพระเจ้าจะถูกปลูกลงไปในดินชนิดนี้ เมล็ดก็ไม่สามารถแตกหน่อและไม่สามารถเกิดผล ด้วยเหตุนี้ บุคคลเช่นนี้จึงไม่ได้รับความรอด

ดินที่มีพื้นหินหมายถึงบุคคลที่เข้าใจพระคำของพระเจ้าด้วยสมองของตน แต่เขาไม่สามารถเชื่อในจิตใจของตน ในขณะที่ฟังพระคำเขาอาจตั้งใจที่จะประยุกต์ใช้สิ่งที่เขาเรียนรู้ แต่เมื่อความยากลำบากเกิดขึ้น เขาก็ไม่สามารถรักษาความเชื่อของตนเอาไว้

ดินกลางหนามหมายถึงจิตใจของบุคคลที่ฟัง เข้าใจ และประยุกต์ใช้พระคำของพระเจ้ากับชีวิตของตน แต่เขาไม่สามารถเอาชนะการทดลองของโลกนี้ได้ เขาจะถูกชักนำด้วยความวิตกกังวลของโลก ความโลภ และความปรารถนาฝ่ายเนื้อหนัง ดังนั้นการทดลองและความยากลำบากจึงตามมาและเขาไม่สามารถเติบโตในฝ่ายวิญญาณ

ดินดีหมายถึงจิตใจของบุคคลที่เมื่อพระคำของพระเจ้าตกลงไปในดินนั้นพระคำจะเกิดผล 30 เท่า 60 เท่า 100 เท่า และพระพรและคำตอบของพระเจ้าจะตามมาอยู่เสมอ

บทบาทของซาตานและมาร

ซาตานเป็นสิ่งมีชีวิตซึ่งมีพลังอำนาจของความมืดซึ่งสามารถทำให้ผู้คนทำสิ่งที่ชั่วร้าย ซาตานไม่ได้มีสัณฐานที่เจาะจง ซาตานสามารถแพร่กระจายความคิดและจิตใจอันมืดมิดพร้อมกับพลังอำนาจที่จะทำสิ่งชั่วร้ายของมันเข้าไปในอากาศเหมือนคลื่นวิทยุ และเมื่อความเท็จที่อยู่ภายในจิตใจของมนุษย์รับเอาความถี่ของคลื่นนี้เข้าไป ซาตานจะใช้ความคิดของมนุษย์ถ่ายเทพลังอำนาจอันมืดมิดของมันนี้เข้าไปในมนุษย์ นี่คือสิ่งที่เราเรียกว่า "การรับเอาการทำงานของซาตาน" หรือ "การฟังเสียงของซาตาน"

มารเป็นส่วนหนึ่งของพวกทูตสวรรค์ที่ล้มลงพร้อมกับลูซีเฟอร์ มารสวมใส่ชุดสีดำและมีลักษณะหน้าตา มือและเท้าเหมือนคนหรือทูตสวรรค์ มารรับคำสั่งจากซาตานและรักษาคำสั่งเอาไว้ และออกคำสั่งให้ภูตผีปีศาจอีกมากมายนำความป่วยไข้มาเหนือผู้คนและทำให้ผู้คนล้มลงสู่ความบาปและความชั่ว

ลักษณะของภาชนะและลักษณะของจิตใจ

มีการกล่าวถึงผู้คนในรูปของ "*ภาชนะ*" ลักษณะของภาชนะของบุคคลขึ้นอยู่กับว่าเขาฟังพระคำของพระเจ้าและจารึกพระคำนั้นไว้ในใจของเขาดีเพียงใดและเขานำพระคำนั้นไปประพฤติตามด้วยความเชื่อแค่ไหน ลักษณะของภาชนะเกี่ยวข้องกับประเภทของวัสดุที่ใช้สร้างภาชนะนั้น ถ้าบุคคลมีลักษณะของภาชนะที่ดี เขาสามารถรับการชำระให้บริสุทธิ์อย่างรวดเร็วและเขาสามารถแสดงฤทธิ์อำนาจฝ่ายวิญญาณในวงกว้างกว่า เพื่อจะเพาะบ่มลักษณะของภาชนะที่ดี บุคคลต้องฟังพระคำอย่างถูกต้องและจารึกพระคำนั้นไว้ในกลางใจของเขา สิ่งที่กำหนดลักษณะของภาชนะของบุคคลคือความขยันหมั่นเพียรของเขาในการนำสิ่งที่เขาได้เรียนรู้ไปประพฤติตาม

ลักษณะของจิตใจขึ้นอยู่กับว่าจิตใจนั้นถูกใช้กว้างขวางแค่ไหนและขึ้นอยู่กับขนาดของภาชนะ มีกรณีของ 1) การทำเกินความสามารถของตนเอง 2) การทำให้ครบตามความสามารถของตนเอง 3) การทำให้ครบตามความสามารถขั้นต่ำสุดของตนเองอย่างเสียไม่ได้ และ 4) คือกรณีของคนที่คิดว่าเป็นการดีกว่าที่เขาไม่ต้องเริ่มทำสิ่งใดเลยตั้งแต่แรกเพราะเหตุความชั่วที่เขากระทำ ถ้าลักษณะของจิตใจของบุคคลมีขนาดเล็กและบกพร่อง เขาหรือเธอต้องเปลี่ยนจิตใจนั้นให้เป็นจิตใจที่กว้างใหญ่มากขึ้น

ความชอบธรรมในสายพระเนตรของพระเจ้า

ความชอบธรรมระดับหนึ่งคือการกำจัดความชั่วทิ้งไป ในระดับนี้บุคคลได้รับการประกาศให้เป็นผู้ชอบธรรมด้วยการต้อนรับเอาพระเยซูคริสต์และได้รับพระวิญญาณบริสุทธิ์ จากนั้นเขาค้นพบความบาปของตนเขาอธิษฐานอย่างพากเพียรเพื่อกำจัดความบาปนั้นทิ้งไป พระเจ้าทรงพอพระทัยกับการกระทำนี้และทรงตอบคำอธิษฐานของเขาและทรงอวยพรเขา

ความชอบธรรมระดับที่สองคือการรักษาพระคำ หลังจากคนหนึ่งกำจัดความบาปทิ้งไป เขาสามารถรับการเติมเต็มด้วยพระคำของพระเจ้าภายในเขาและเขาสามารถประพฤติตามพระคำนั้น ยกตัวอย่าง ถ้าเขาได้ยินคำเทศนาเกี่ยวกับการห้ามไม่ให้เกลียดผู้ใด เขาจะกำจัดความเกลียดชังทิ้งไปและพยายามที่จะรักทุกคน นี่คือวิธีการที่เขาเชื่อฟังพระคำของพระเจ้า ในเวลานี้ เขาได้รับพระพรของการมีพลานามัยสมบูรณ์ทุกเวลาและคำอธิษฐานทุกอย่างที่เขาร้องทูลจะได้รับคำตอบ

ความชอบธรรมระดับที่สามคือการเป็นที่พอพระทัยพระเจ้า ในระดับนี้ไม่เพียงแต่บุคคลจะกำจัดความบาปทิ้งไป แต่เขาจะทำตามพระประสงค์ของพระเจ้าตลอดเวลาด้วยเช่นกัน และเขาอุทิศชีวิตของเขาเพื่อทำให้การทรงเรียกของเขาสำเร็จ ถ้าบุคคลไปถึงระดับนี้ พระเจ้าจะทรงตอบแม้กระทั่งความปรารถนาเล็กๆ น้อยๆ ที่เขาคิดอยู่ในจิตใจ

ภาคที่ 2 ในเรื่องความชอบธรรม

"ในเรื่องความชอบธรรมนั้น คือเพราะเราไปหาพระบิดา และท่าน
ทั้งหลายจะไม่เห็นเราอีก"
(ยอห์น 16:10)

“อับรามก็เชื่อพระเจ้า ความเชื่อนั้นพระองค์ทรงนับว่าเป็นความชอบธรรมแก่ท่าน” (ปฐมกาล 15:6)
“เพราะเราบอกท่านทั้งหลายว่า ถ้าความชอบธรรมของท่าน ไม่ยิ่งกว่าความชอบธรรมของพวกธรรมาจารย์ และพวกฟาริสี ท่านจะไม่มีวันได้เข้าสู่แผ่นดินสวรรค์” (มัทธิว 5:20)

“แต่บัดนี้ได้ปรากฏแล้วว่า ความชอบธรรมซึ่งมาจากพระเจ้านั้นปรากฏนอกเหนือกฎบัญญัติ ธรรมบัญญัติกับพวกผู้เผยพระวจนะเป็นพยานอยู่ คือความชอบธรรมของพระเจ้า ซึ่งทรงประทานโดยความเชื่อในพระเยซูคริสต์แก่ทุกคนที่เชื่อ เพราะว่าคนทั้งหลายไม่ต่างกัน” (โรม 3:21-22)

“จะได้เป็นผู้ที่บริบูรณ์ด้วยผลของความชอบธรรม ซึ่งเกิดขึ้นโดยพระเยซูคริสต์ เพื่อถวายพระเกียรติและความสรรเสริญแด่พระเจ้า” (ฟีลิปปี 1:11)

“ต่อแต่นี้ไปมงกุฎแห่งความชอบธรรมก็จะเป็นของข้าพเจ้า ซึ่งองค์พระผู้เป็นเจ้าผู้พิพากษาอันชอบธรรม จะทรงประทานเป็นรางวัลแก่ข้าพเจ้าในวันนั้น และมิใช่แก่ข้าพเจ้าผู้เดียวเท่านั้น แต่จะทรงประทานแก่คนทั้งปวงที่ยินดีในการเสด็จมาของพระองค์” (2 ทิโมธี 4:8)

“และพระคัมภีร์ก็สำเร็จที่ว่า อับราฮัมเชื่อพระเจ้า และพระองค์ทรงถือว่า ความเชื่อนั้นเป็นความชอบธรรมแก่ท่าน และท่านได้ชื่อว่า เป็นสหายของพระเจ้า” (ยากอบ 2:23)

“ดังนี้แหละ จึงเห็นได้ว่าผู้ใดเป็นบุตรของพระเจ้า และผู้ใดเป็นลูกของมาร คือว่าผู้ใดที่มิได้ประพฤติชอบ และไม่รักพี่น้องของตน ผู้นั้นก็มิได้มาจากพระเจ้า” (1 ยอห์น 3:10)

บทที่ 6

ความชอบธรรมนำไปสู่ชีวิต

"ฉะนั้นการพิพากษาลงโทษได้มาถึงคนทั้งปวง
เพราะการละเมิดครั้งเดียวฉันใด การกระทำ
อันชอบธรรมครั้งเดียว ก็นำการปลดปล่อยและชีวิ
ตมาถึงทุกคนฉันนั้น"
(โรม 5:18)

ผมพบกับพระเจ้าผู้พระชนม์อยู่หลังจากนอนป่วยอยู่บนเตียงคนไข้เป็นเวลาเจ็ดปี ไม่เพียงแต่ผมได้รับการรักษาให้หายจากโรคทุกชนิดของผมด้วยไฟของพระวิญญาณบริสุทธิ์เท่านั้น แต่หลังจากผมกลับใจผมได้รับชีวิตนิรันดร์เพื่อให้ผมมีชีวิตอยู่ในสวรรค์ตลอดไป ผมขอบพระคุณอย่างมากสำหรับพระคุณของพระเจ้าที่ว่านับจากช่วงเวลาที่ผมเริ่มเข้าร่วมในคริสตจักรผมหยุดดื่มเหล้าและผมหยุดเสิร์ฟเครื่องดื่มแอลกอฮอล์ให้กับคนอื่นด้วยเช่นกัน

มีอยู่ครั้งหนึ่งที่ญาติของผมคนหนึ่งเยาะเย้ยถากถางคริสตจักร เพราะไม่สามารถยับยั้งตนเองผมจึงพูดออกไปอย่างโกรธเคืองว่า "ทำไมคุณจึงพูดไม่ดีเกี่ยวกับพระเจ้าและพูดในแง่ลบเกี่ยวกับคริสตจักรและศิษยาภิบาล?" ในฐานะคริสเตียนแรกเกิดผมคิดว่าการกระท

ำของผมเป็นสิ่งที่ชอบธรรม ผมมารู้ในภายหลังว่าการกระทำของผมไม่ถูกต้อง ความชอบธรรมในสายตาของผมนำหน้าความชอบธรรมในสายพระเนตรของพระเจ้า สิ่งนี้ส่งผลให้เกิดการทะเลาะวิวาทและการโต้เถียง

ในสถานการณ์แบบนี้ อะไรคือคือความชอบธรรมในสายพระเนตรของพระเจ้า? ความชอบธรรมในสายพระเนตรของพระเจ้าคือการพยายามเข้าใจคนอื่นด้วยความรัก ถ้าท่านพิจารณาความจริงที่ว่าการที่คนเหล่านั้นทำในสิ่งที่เขาทำอยู่ก็เพราะเขาไม่รู้จักองค์พระผู้เป็นเจ้าและไม่รู้จักพระเจ้า จากนั้นก็ไม่มีเหตุผลที่จะอารมณ์เสียกับเขา ความชอบธรรมที่แท้จริงคือการอธิษฐานเผื่อคนเหล่านั้นด้วยความรักและการเสาะหาแนวทางที่ชาญฉลาดที่จะประกาศกับเขาและนำเขามาเป็นบุตรของพระเจ้า

ความชอบธรรมในสายพระเนตรของพระเจ้า

อพยพ 15:26 กล่าวว่า "ถ้าเจ้าทั้งหลายฟังพระสุรเสียงของพระเจ้าของเจ้า และกระทำสิ่งที่ชอบในสายพระเนตรของพระองค์..." ข้อนี้บอกเราถึงความจริงที่ว่าความชอบธรรมในสายตาของมนุษย์และความชอบธรรมในสายพระเนตรของพระเจ้าแตกต่างกันอย่างชัดเจน

ในโลกของเรามักถือว่าการแก้แค้นเป็นการกระทำที่ชอบธรรม อย่างไรก็ตาม พระเจ้าทรงบอกเราว่าการรักทุกคนและการรักแม้กระทั่งศัตรูของเราคือความชอบธรรม นอกจากนั้น โลกถือว่าเป็นสิ่งชอบธรรมเมื่อคนบางคนต่อสู้เพื่อให้ได้มาซึ่งสิ่งที่เขาคิดว่าเป็นสิ่งถูกต้องที่จะกระทำแม้สิ่งนั้นจะหมายถึงการทำลายความสงบสุขกับคนอื่นก็ตาม แต่พระเจ้าไม่ทรงถือว่าคนนั้นเป็นคนชอบธรรมเมื่อเขาทำลายความสงบสุขกับคนอื่นเพียงเพราะเป็นสิ่งที่เขาคิดว่าถูกต้องในความคิดของเขา

นอกจากนั้น ในโลกนี้ ไม่ว่าท่านจะมีความชั่ว (เช่น ความเกลียดชัง ความขัดแย้ง ความอิจฉา ความริษยา ความโกรธ และความเห็นแก่ตัว) อยู่ในจิตใจของท่านมากเป็นเพียงก็ตาม ตราบใดที่ท่านไม่ละเมิดกฎหมายของบ้านเมืองและท่านไม่ได้ทำบาปใดใน

การกระทำของท่าน ไม่มีใครจะเรียกท่านว่าคนอธรรม อย่างไรก็ตามแม้ท่านไม่ได้ทำความบาปใดด้วยการกระทำของท่าน แต่ถ้าท่านมีความชั่วอยู่ในจิตใจของท่าน พระเจ้าจะทรงเรียกท่านว่าคนอธรรม ความคิดของมนุษย์ในเรื่องความชอบธรรมและความอธรรมนั้นแตกต่างกันออกไปตามแต่ละบุคคล สถานที่ และยุคสมัย ด้วยเหตุนี้ เพื่อให้เรามีมาตรฐานที่แท้จริงสำหรับความชอบธรรมและความอธรรม เราต้องตั้งมาตรฐานที่พระเจ้า สิ่งที่พระเจ้าเรียกว่าชอบธรรมคือความชอบธรรมที่แท้จริง

ทีนี้ แล้วพระเยซูทรงทำสิ่งใด? โรม 5:18 กล่าวว่า "ฉะนั้นการพิพากษาลงโทษได้มาถึงคนทั้งปวง เพราะการละเมิดครั้งเดียวฉันใด การกระทำอันชอบธรรมครั้งเดียว ก็นำการปลดปล่อยและชีวิตมาถึงทุกคนฉันนั้น" "การละเมิดครั้งเดียว" ในข้อนี้คือความบาปของอาดัม บิดาของมวลมนุษย์ และ "การกระทำอันชอบธรรมครั้งเดียว" คือการเชื่อฟังของพระเยซูพระบุตรของพระเจ้า พระองค์ทรงกระทำการอันชอบธรรมครั้งเดียวของการนำผู้คนจำนวนมากมาถึงชีวิตจนสำเร็จ ขอให้เราศึกษาในรายละเอียดมากขึ้นเกี่ยวกับความหมายของการกระทำอันชอบธรรมครั้งเดียวซึ่งนำผู้คนมาถึงชีวิต

การกระทำอันชอบธรรมครั้งเดียวที่ช่วยมวลมนุษย์ให้รอด

ในปฐมกาล 2:7 เราอ่านพบว่าพระเจ้าทรงสร้างอาดัมมนุษย์คนแรก ตามพระฉายาของพระองค์ จากนั้นพระองค์ทรงระบายลมปราณแห่งชีวิตเข้าไปทางจมูกของเขาและทำให้เขาเป็นวิญญาณที่มีชีวิต เช่นเดียวกับทารกแรกเกิด ไม่มีสิ่งใดบันทึกไว้อยู่ในเขาเลย อาดัมคือการเริ่มต้นแบบสดใหม่ที่ใสสะอาด เช่นเดียวกับทารกที่เติบโตและเริ่มสะสมและใช้ความรู้ผ่านสิ่งที่เขาเห็นและได้ยิน อาดัมได้รับการสั่งสอนจากพระเจ้าเกี่ยวกับความกลมกลืนของจักรวาลทั้งมวล กฎของอาณาเขตฝ่ายวิญญาณ และถ้อยคำแห่งความจริง

พระเจ้าทรงสอนทุกสิ่งที่เขาต้องการรู้ให้กับอาดัมเพื่อให้ดำเนินชี

วิตในฐานะผู้ครอบครองของการทรงสร้าง ที่นี่มีอยู่เพียงสิ่งเดียวที่พระเจ้าทรงห้าม อาดัมสามารถกินผลจากต้นไม้ทุกต้นในสวนเอเดนยกเว้นผลจากต้นไม้แห่งความรู้ดีและรู้ชั่ว พระเจ้าทรงตักเตือนเขาอย่างเข้มงวดว่าในวันที่เขากินผลจากนั้นไม้นั้นเขาจะตายแน่ (ปฐมกาล 2:16-17)

อย่างไรก็ตาม หลังจากเวลาอันยาวนานผ่านพ้นไปอาดัมไม่ได้จดจำถ้อยคำเหล่านี้เอาไว้และเขาล้มลงในการทดลองของงูและกินผลไม้ต้องห้ามนั้น ผลลัพธ์ก็คือการสื่อสารของเขากับพระเจ้าถูกตัดขาดและเหมือนที่พระเจ้าตรัสไว้ว่า “เจ้าจะตายแน่” วิญญาณของอาดัมซึ่งเคยเป็นวิญญาณที่มีชีวิตได้ตายลง เพราะเขาไม่ฟังพระคำของพระเจ้าแต่กลับไปฟังคำพูดของมาร เขาจึงกลายเป็นลูกของมาร

1 ยอห์น 3:8 กล่าวว่า “ผู้ที่กระทำบาปก็มาจากมาร เพราะว่ามารได้กระทำบาปตั้งแต่เริ่มแรก พระบุตรของพระเจ้าได้เสด็จมาปรากฏก็เพราะเหตุนี้ คือเพื่อทรงทำลายกิจการของมาร” และยอห์น 8:44 กล่าวว่า “ท่านทั้งหลายมาจากพ่อของท่านคือมาร และท่านใคร่จะทำตามความปรารถนาของพ่อท่าน มันเป็นผู้ฆ่าคนตั้งแต่ปฐมกาลและมิได้ตั้งอยู่ในสัจจะ เพราะมันไม่มีสัจจะ เมื่อมันพูดเท็จมันก็พูดตามสันดานของมันเอง เพราะมันเป็นผู้มุสาและเป็นพ่อของการมุสา”

ถ้าอาดัมเป็นคนที่ไม่เชื่อฟังและทำบาป ถ้าเช่นนั้นเหตุใดเชื้อสายของเขาจึงไม่ใช่คนบาป? ลูกจะมีลักษณะเหมือนพ่อแม่ของเขาโดยเฉพาะอย่างในเรื่องรูปลักษณ์ของเขา แต่บุคลิกภาพของเขาและแม้กระทั่งวิธีการเดินของเขาจะเหมือนพ่อแม่ของเขา สาเหตุก็เพราะว่าลูกสืบทอดเอาสิ่งที่เรียกว่า “วิญญาณ” หรือ “พลังของชีวิต” ของพ่อแม่ของเขา และเช่นเดียวกับที่พลังของชีวิตถูกถ่ายทอดมาสู่ลูก ธรรมชาติบาปของพ่อแม่ก็ถูกถ่ายทอดลงมาด้วยเช่นกัน (สดุดี 51:5) ไม่มีใครสอนทารกแรกเกิดให้ร้องไห้และงอแงแต่เขาทำสิ่งนี้ด้วยตนเอง ที่เป็นเช่นนี้ก็เพราะว่าธรรมชาติบาปที่บรรจุอยู่ในพลังของชีวิตซึ่งถูกถ่ายทอดจากคนรุ่นหนึ่งไปสู่คนอีกรุ่นหนึ่งล้วนมาจากอาดัมทั้งสิ้น

นอกเหนือจากความบาปดั้งเดิมที่มนุษย์สืบทอดมา เขายังทำความบาปอย่างต่อเนื่องด้วยตนเอง และดังนั้นจิตใจของเขาจึงเปรอะ

เปื้อนไปด้วยความบาปมากขึ้นเรื่อยๆ จากนั้นเขาจะส่งผ่านสิ่งนี้ต่อไปยังลูกๆ ของเขา เมื่อเวลาผ่านไปโลกก็เอ่อล้นไปด้วยความบาป ถ้าเช่นนั้น มนุษย์ซึ่งเป็นลูกของมารจะรื้อฟื้นความสัมพันธ์ของเขากับพระเจ้าขึ้นมาใหม่ได้อย่างไร?

พระเจ้าทรงทราบตั้งแต่แรกว่ามนุษย์จะทำบาป ด้วยเหตุนี้พระองค์จึงทรงเตรียมการจัดเตรียมเรื่องความรอดของพระองค์และทรงซ่อนเรื่องนี้เอาไว้ ความรอดของมวลมนุษย์โดยทางพระเยซูคริสต์คือความลับที่ถูกซ่อนไว้ตั้งแต่ปฐมกาล ดังนั้น พระเยซูคริสต์ผู้ทรงไร้ตำหนิและปราศจากมลทิน จึงรับเอาการแช่งสาปไว้ที่พระองค์เองและทรงถูกตรึงบนกางเขนเพื่อเปิดหนทางแห่งความรอดสำหรับมวลมนุษย์ผู้ถูกกำหนดไว้สำหรับความตาย ผ่านการกระทำอันชอบธรรมครั้งนี้ของพระเยซู ผู้คนจำนวนมากที่เคยเป็นคนบาปจึงเป็นอิสระจากความตายและมีชีวิตนิรันดร์

จุดเริ่มต้นของความชอบธรรมคือการเชื่อในพระเจ้า

"ความชอบธรรม" คือการเป็นไปตามหลักคุณธรรมหรือหลักศีลธรรม อย่างไรก็ตาม "ความชอบธรรม" ตามหลักของพระเจ้าคือการเชื่อฟังด้วยความเชื่อเนื่องจากความยำเกรงที่มีต่อพระองค์ การกำจัดความทิ้งไป และการรักษาคำบัญชาของพระองค์ (ปัญญาจารย์ 12:13) แต่เหนือสิ่งอื่นใด พระคัมภีร์เรียกการแสดงออกถึงการไม่เชื่อในพระเจ้าว่าความบาป (ยอห์น 16:9) ด้วยเหตุนี้ การแสดงออกถึงการเชื่อในพระเจ้าจึงเป็นการกระทำอันชอบธรรม และสิ่งนี้เป็นเงื่อนไขแรกที่บุคคลต้องมีเพื่อจะเป็นคนชอบธรรม

เราจะเรียกบุคคลคนหนึ่งว่าเป็นคนที่ถูกต้องหรือเหมาะสมได้อย่างไรถ้าคนๆ นั้นละเลยและทรยศพ่อแม่ของเขาที่ให้กำเนิดเขา ผู้คนจะชี้นิ้วไปที่เขาและเรียกเขาว่าคนบาปที่ไม่เห็นคุณค่าของความเป็นมนุษย์ เช่นเดียวกัน ถ้าบุคคลคนหนึ่งไม่เชื่อในพระเจ้าพระผู้สร้างที่ทรงสร้างเรา ถ้าเขาไม่เรียกพระองค์ว่าพระบิดา และเหนือสิ่งอื่นใด ถ้าเขารับใช้มาร ซึ่งเกลียดชังพระเจ้ามากที่สุด

ดังนั้น สิ่งนี้จึงเป็นความบาปร้ายแรง

ด้วยเหตุนี้ เพื่อจะเป็นคนชอบธรรม ประการแรกและเป็นประการที่สำคัญที่สุด ท่านต้องเชื่อในพระเจ้า เหมือนที่พระเยซูทรงมีความเชื่ออย่างสิ้นเชิงในพระเจ้าและทรงรักษาทุกถ้อยคำของพระองค์ เราต้องมีความเชื่อในพระองค์และรักษาถ้อยคำของพระองค์ด้วยเช่นกัน การมีความเชื่อในพระเจ้าหมายถึงการเชื่อในความจริงที่ว่าพระเจ้าทรงเป็นองค์พระผู้เป็นเจ้าแห่งการทรงสร้างผู้ทรงสร้างจักรวาลทั้งมวลและทรงสร้างเราและผู้ทรงควบคุมเหนือชีวิตและความตายของมวลมนุษย์แต่ผู้เดียว สิ่งนี้เป็นการเชื่อในความจริงที่ว่าพระเจ้าทรงดำรงอยู่ด้วยพระองค์เอง พระองค์ทรงเป็นเบื้องต้นและเบื้องปลาย ทรงเป็นปฐมและทรงเป็นอวสานด้วยเช่นกัน นี่เป็นการเชื่อว่าพระองค์ทรงเป็นผู้พิพากษาสูงสุดผู้ทรงจัดเตรียมสวรรค์และนรกเอาไว้และผู้จะทรงพิพากษาแต่ละบุคคลด้วยความยุติธรรม พระเจ้าทรงส่งพระเยซูคริสต์พระบุตรองค์เดียวของพระองค์เข้ามาในโลกนี้เพื่อเปิดหนทางแห่งความรอดสำหรับเรา ด้วยเหตุนี้ การเชื่อในพระเยซูคริสต์และการได้รับความรอด ในสาระสำคัญ จึงเป็นการเชื่อในพระเจ้า

ดังนั้น มีบางสิ่งที่พระเจ้าทรงเรียกร้องจากบุตรของพระองค์ทุกคนที่ผ่านเข้าไปในประตูแห่งความรอด ในโลกนี้ พลเมืองของประเทศหนึ่งต้องทำตามกฎหมายของประเทศนั้น ในทำนองเดียวกัน ถ้าท่านเป็นพลเมืองของสวรรค์ท่านต้องทำตามกฎหมายของสวรรค์ นั่นคือพระคำของพระเจ้าซึ่งเป็นความจริง ยกตัวอย่าง เนื่องจากอพยพ 20:8 กล่าวว่า "จงระลึกถึงวันสะบาโต ถือเป็นวันบริสุทธิ์" ท่านควรเชื่อฟังกฎเกณฑ์ของพระเจ้าและทำให้สิ่งนี้เป็นความสำคัญอันดับแรกด้วยการรักษาวันสะบาโตอย่างครบถ้วนและไม่ประนีประนอมกับโลก เราควรทำสิ่งนี้เพราะพระเจ้าทรงถือว่าความเชื่อและการเชื่อฟังแบบนี้เป็นความชอบธรรม

โดยทางพระเยซูคริสต์พระเจ้าทรงให้ความกระจ่างแก่เราเกี่ยวกับกฎแห่งความชอบธรรมซึ่งนำเราไปสู่ชีวิต ถ้าเราทำตามกฎข้อนี้เราก็เป็นคนชอบธรรม เราสามารถไปสวรรค์ และเราสามารถรับเอาความรักและพระพรของพระเจ้า

ความชอบธรรมของพระเยซูคริสต์ที่เราต้องเลียนแบบ

แม้แต่พระเยซู ผู้เป็นพระบุตรของพระเจ้า ก็ทรงบรรลุถึงความชอบธรรมด้วยการทำตามกฎเกณฑ์ของพระเจ้าอย่างสมบูรณ์เหนือสิ่งอื่นใด ในขณะที่พระองค์ทรงอยู่บนโลกนี้พระองค์ไม่เคยแสดงให้เห็นแม้กระทั่งเค้าเงื่อนของความชั่ว เพราะพระองค์ทรงปฏิสนธิโดยพระวิญญาณบริสุทธิ์พระองค์จึงไม่มีความบาปดั้งเดิม และเนื่องจากพระองค์ไม่มีความคิดหรือสิ่งใดที่เป็นของความชั่ว พระองค์จึงไม่ได้ทำบาปเช่นกัน

ส่วนใหญ่ ผู้คนแสดงการกระทำที่ชั่วร้ายเพราะเขามีความคิดที่ชั่วร้าย บุคคลที่มีความโลภจะคิดก่อนว่า "ฉันจะได้ทรัพย์สมบัติมาได้อย่างไร ฉันจะยึดเอาทรัพย์สินของคนนั้นมาเป็นของฉันได้อย่างไร" และจากนั้นบุคคลนี้ก็จะปลูกความคิดนี้ไว้ในจิตใจของเขา และเมื่อจิตใจของเขาถูกยั่วยุ เขามีโอกาสมากที่สุดที่จะแสดงการกระทำชั่วออกมา เพราะเขามีความโลภอยู่ในจิตใจของตนเขาจึงถูกทดลองจากซาตานผ่านความคิดของเขาและเมื่อเขายอมรับเอาการทดลองนี้เขาจะแสดงการกระทำชั่วต่างๆ ออกมา เช่น การฉ้อโกง การยักยอก และการลักขโมย เป็นต้น

โยบ 15:35 กล่าวว่า “เขาทั้งหลายตั้งท้องความชั่วและคลอดความร้ายออกมาและจิตใจของเขาทั้งหลายตระเตรียมการล่อลวง” และปฐมกาล 6:5 กล่าวว่าก่อนที่พระเจ้าจะทรงพิพากษาโลกโดยน้ำท่วมใหญ่ความชั่วช้าของมนุษย์ก็มีมากบนแผ่นดินโลกและเค้าความคิดในใจของเขาล้วนเป็นเรื่องร้ายเสมอไป เพราะจิตใจชั่วร้ายความคิดจึงชั่วร้ายเช่นกัน อย่างไรก็ตาม ถ้าไม่มีความชั่วร้ายอยู่ในจิตใจของเรา ซาตานก็ไม่สามารถทำงานผ่านความคิดของเราเพื่อทดลองเราเช่นกัน เหมือนที่มีคำเขียนไว้ว่าสิ่งที่ออกมาจากปากเกิดออกมาจากใจ (มัทธิว 15:18) ถ้าจิตใจไม่ชั่วร้าย ความคิดชั่วหรือการกระทำชั่วก็ไม่สามารถเกิดมาจากจิตใจได้เช่นกัน

พระเยซู

(ผู้ไม่มีทั้งความบาปดั้งเดิมและความบาปที่เป็นการกระทำ) มีพระหัยที่เป็นความบริสุทธิ์ ด้วยเหตุนี้ การกระทำทั้งสิ้นของพระองค์จึงเป็นการทำดีอยู่เสมอ เพราะพระหัยของพระองค์ชอบธรรม พระองค์จึงมีเฉพาะความคิดที่ชอบธรรมและพระองค์ทรงกระทำการที่ชอบธรรมเท่านั้น เพื่อให้เราเป็นคนชอบธรรมเราต้องป้องกันความคิดของเราด้วยการกำจัดความชั่วในจิตใจของเราทิ้งไป และจากนั้นการกระทำของเราก็จะดีงามเช่นกัน

ถ้าเราเชื่อฟังและทำตามสิ่งที่พระคัมภีร์กล่าวว่า "จงทำ อย่าทำ จงรักษา และจงละทิ้ง" พระหัยของพระเจ้า (หรือความจริง) จะดำรงอยู่ในจิตใจของเราเพื่อว่าเราจะไม่ทำบาปด้วยความคิดของเรา และการกระทำของเราจะดีงามด้วยการรับเอาการทรงนำและการชี้นำของพระวิญญาณบริสุทธิ์ พระเจ้าตรัสว่า "จงรักษาวันอาทิตย์ให้บริสุทธิ์" ดังนั้น เราจึงรักษาวันอาทิตย์ให้บริสุทธิ์ พระองค์ว่า "จงอธิษฐาน จงรัก และจงแบ่งปันพระกิตติคุณ" ดังนั้นเราจึงอธิษฐาน สำแดงความรัก และแบ่งปันพระกิตติคุณ พระองค์ตรัสว่าอย่าขโมยหรืออย่าล่วงประเวณี ดังนั้น เราจึงไม่ทำสิ่งเหล่านี้

และเนื่องจากพระองค์ทรงบอกให้เรากำจัดแม้กระทั่งความชั่วเล็กๆ น้อยๆ ทิ้งไป เราจึงกำจัดความเท็จต่างๆ ทิ้งไปอย่างต่อเนื่อง เช่น ความอิจฉา ความริษยา ความเกลียดชัง การล่วงประเวณี และการหลอกลวง เป็นต้น และถ้าเราปฏิบัติตามพระคำของพระเจ้า จากนั้น ความเท็จที่อยู่ในจิตใจของเราก็จะหายไปและมีเพียงความจริงเท่านั้นที่เหลืออยู่ ถ้าเราถอนรากขมขื่นแห่งความบาปออกไปจากจิตใจของเรา ความบาปก็ไม่สามารถเข้ามาในเราผ่านความคิดของเราได้อีก ด้วยเหตุนี้ ไม่ว่าเราจะมองดูอะไรก็ตามเราจะมองด้วยความดีและไม่ว่าเราจะพูดและทำสิ่งใดก็ตามเราจะพูดและทำด้วยความดีที่มาจากจิตใจของเรา

สุภาษิต 4:23 กล่าวว่า "จงรักษาใจของเจ้าด้วยความระวังระไวรอบด้าน เพราะชีวิตเริ่มต้นออกมาจากใจ" ความชอบธรรมที่นำไปสู่ชีวิต (หรือแหล่งของชีวิต)

มาจากการรักษาจิตใจ เพื่อให้เรามีชีวิตเราต้องรักษาความชอบธรรม (ซึ่งได้แก่ความจริง) ไว้ในจิตใจของเราและประพฤติตามความจริงนั้น เพราะเหตุนี้การป้องกันความคิดและจิตใจของบุคคลจึงสำคัญอย่างยิ่ง

แต่เนื่องจากเรามีความชั่วมากมายอยู่ภายในเรา เราจึงไม่สามารถกำจัดความชั่วเหล่านั้นทิ้งไปด้วยกำลังของเราเองเพียงลำพัง นอกเหนือจากความพยายามของเราในการละทิ้งความบาปแล้ว เรายังต้องการฤทธิ์อำนาจของพระวิญญาณบริสุทธิ์ด้วยเช่นกัน เพราะเหตุนี้เราจึงต้องอธิษฐาน เมื่ออธิษฐานด้วยคำอธิษฐานที่ร้อนรน พระคุณและฤทธิ์อำนาจของพระเจ้าจะมาเหนือเราและเราจะเต็มล้นด้วยพระวิญญาณบริสุทธิ์ เมื่อนั้นเราก็สามารถกำจัดความบาปเหล่านั้นทิ้งไป

ยากอบ 3:17 กล่าวว่า "แต่ปัญญาจากเบื้องบนนั้นบริสุทธิ์เป็นประการแรก..." สิ่งนี้หมายความว่าเมื่อเรากำจัดความบาปทิ้งไปจากจิตใจของเรา จากนั้นสติปัญญาจะมาเหนือเรา ไม่ว่าสติปัญญาของโลกนี้จะยิ่งใหญ่เพียงใดก็ตาม สิ่งนั้นไม่สามารถเทียบได้กับสติปัญญาที่มาจากเบื้องบน สติปัญญาของโลกนี้มาจากมนุษย์ที่จำกัดและไม่สามารถมองเห็นสิ่งที่จะเกิดขึ้นล่วงหน้า อย่างไรก็ตาม สติปัญญาที่มาจากเบื้องบนถูกส่งมาจากพระเจ้าผู้ยิ่งใหญ่ ดังนั้น เราจึงสามารถรู้แม้กระทั่งเกี่ยวกับสิ่งที่จะเกิดขึ้นในอนาคตและเตรียมตัวสำหรับสิ่งนั้น

ลูกา 2:40 กล่าวว่าพระเยซูทรง "เจริญวัยแข็งแรงขึ้น ประกอบด้วยสติปัญญา" มีบันทึกไว้ว่าเมื่อพระองค์อายุครบสิบสองปี พระองค์เฉลียวฉลาดมากจนพวกรับบีที่มีความรู้เรื่องพระบัญญัติอย่างถ่องแท้ก็ประหลาดใจด้วยพระปัญญาของพระองค์ เพราะความคิดพระเยซูจดจ่ออยู่กับความชอบธรรม พระองค์จึงได้รับสติปัญญาจากเบื้องบน

1 เปโต 2:22-23 กล่าวว่า "พระองค์ [พระเยซู] ไม่ได้ทรงกระทำบาปเลย และไม่ได้ตรัสคำเท็จเลย เมื่อเขากล่าวคำหยาบคายต่อพระองค์ พระองค์ไม่ได้ทรงกล่าวตอบเขาด้วยคำหยาบคายเลย เมื่อพระองค์ทรงทนทุกข์ พระองค์ไม่ได้ทรงมาดร้าย..." จากข้อนี้เราสามารถมองเห็นพระทัยของพระเยซู นอกจากนั้น

ในยอห์น 4:34 เมื่อสาวกนำอาหารมา พระเยซูตรัสว่า "อาหารของเราคือการกระทำตามพระทัยของพระองค์ ผู้ทรงใช้เรามาและทำให้งานของพระองค์สำเร็จ" เพราะพระทัยและความคิดของพระเยซูจดจ่ออยู่กับความชอบธรรม การกระทำทั้งหมดของพระองค์จึงดีงามอยู่ตลอดเวลา

พระเยซูไม่เพียงแต่สัตย์ซื่อกับการทำงานของพระเจ้าเท่านั้น แต่พระองค์ทรงสัตย์ซื่อใน "ชุมนุมชนอันเป็นครอบครัวของพระเจ้า" ด้วยเช่นกัน แม้กระทั่งในขณะที่กำลังสิ้นพระชนม์บนกางเขน พระองค์ทรงฝากฝังมารีย์หญิงพรหมจารีย์ไว้กับยอห์นเพื่อให้แน่ใจว่าเธอได้รับการดูแล ดังนั้นพระเยซูทรงทำหน้าที่ฝ่ายโลกของพระองค์ครบถ้วนสมบูรณ์ในฐานะบุคคลในขณะที่ประกาศพระกิตติคุณแห่งแผ่นดินสวรรค์และรักษาผู้ป่วยด้วยฤทธิ์อำนาจของพระเจ้า ในที่สุดพระองค์ทรงทำพันธกิจสำหรับการเสด็จเข้ามาในโลกนี้ของพระองค์ให้สำเร็จด้วยการแบกรับเอาไม้กางเขนเพื่อจัดการเรื่องความบาปและความอ่อนแอของมนุษย์ นั่นคือวิธีการที่พระองค์ทรงเป็นพระผู้ช่วยให้รอดของมนุษย์ ผู้ทรงเป็นจอมกษัตริย์และจอมเจ้านาย

หนทางของการเป็นคนชอบธรรม

ถ้าเช่นนั้น ในฐานะบุตรของพระเจ้าพวกเราควรทำสิ่งใด เราต้องเป็นคนชอบธรรมด้วยการรักษาพระบัญญัติของพระเจ้าผ่านการกระทำของเรา เนื่องจากพระเยซูทรงเป็นแบบอย่างที่ดีเลิศให้กับเราทุกคนด้วยการรักษาและการประพฤติตามพระบัญญัติทั้งสิ้นของพระเจ้า เราต้องทำแบบเดียวกันด้วยการเดินตามแบบอย่างของพระองค์

การประพฤติตามพระบัญญัติของพระเจ้าหมายถึงการรักษาคำบัญชาทั้งสิ้นของพระองค์และการไม่มีที่ติในเรื่องกฎเกณฑ์ของพระองค์ พระบัญญัติสิบประการเป็นตัวอย่างที่ดีที่สุดของคำบัญชาของพระเจ้า โดยสรุป เราสามารถคิดว่าพระบัญญัติของพระเจ้าคือคำสั่งทั้งหมดของพระเจ้าที่บรรจุอยู่ในหนังสือ 66 เล่มของพระคัมภีร์ พระบัญญัติสิบประการแต่ละข้อมีความหมายฝ่ายวิญญาณอยู่ในนั้น เมื่อเราเข้าใจความหมายที่แท้จริงของแต่ละข้อและปฏิบัติตาม พระเจ้าจะทร

งเรียกเราว่าคนชอบธรรม

พระเยซูตรัสว่ามีพระบัญญัติข้อใหญ่และเป็นข้อสำคัญที่สุด นั่นคือการรักพระเจ้าด้วยสุดใจสุดจิตและด้วยสุดความคิดของเรา ข้อที่สองคือการรักเพื่อนบ้านเหมือนรักตนเอง (มัทธิว 22:37-39)

พระเยซูทรงรักษาและประพฤติตามพระบัญญัติเหล่านี้ทั้งหมด พระองค์ไม่เคยทะเลาะวิวาทหรือส่งเสียงดัง พระเยซูทรงอธิษฐานตลอดเวลาไม่ว่าในตอนเช้าตรู่หรือตลอดทั้งคืนก็ตาม พระองค์ทรงรักษากฎเกณฑ์ทั้งหมดด้วยเช่นกัน "กฎเกณฑ์" หมายถึงข้อกำหนดต่างๆ ที่พระเจ้าทรงตั้งไว้ให้กับเรา เช่น การรักษาปัสกาหรือการถวายสิบลด เป็นต้น มีบันทึกของการที่พระเยซูเสด็จขึ้นไปยังกรุงเยรูซาเล็มเพื่อเข้าร่วมพิธีปัสกาเหมือนชาวยิวคนอื่นๆ

คริสเตียน (ซึ่งเป็นยิวฝ่ายวิญญาณ) ยังคงรักษาและทำตามความหมายฝ่ายวิญญาณของพิธีกรรมของชาวยิวอย่างต่อเนื่อง คริสเตียนเข้าสุหนัตจิตใจของตนเหมือนการเข้าสุหนัตฝ่ายร่างกายที่ถือปฏิบัติในสมัยพระคัมภีร์เดิม คริสเตียนนมัสการด้วยจิตวิญญาณและความจริงในการประชุมนมัสการซึ่งเป็นการรักษาความ หมายฝ่ายวิญญาณของการถวายเครื่องบูชาแด่พระเจ้าในพระคัมภีร์เดิม เมื่อเรารักษาพระบัญญัติของพระเจ้าและประพฤติตามพระบัญญัติเหล่านั้น เราก็จะได้รับชีวิตที่แท้จริงและเป็นคนชอบธรรม องค์พระผู้เป็นเจ้าทรงเอาชนะความตายและทรงเป็นขึ้นมา ด้วยเหตุนี้เราจึงสามารถมีชีวิตนิรันดร์ด้วยการมาสู่การเป็นขึ้นมาของความชอบธรรมด้วยเช่นกัน

พระพรสำหรับคนชอบธรรม

การทะเลาะวิวาท การเป็นศัตรู และความป่วยไข้ต่างๆ เกิดขึ้นเพราะผู้คนไม่ชอบธรรม การทำผิดเกิดจากการไม่เป็นคนชอบธรรมและจากนั้นความเจ็บปวดและความทุกข์ก็เกิดขึ้น สาเหตุก็เพราะว่าผู้คนรับเอาการทำงานของซาตานผู้เป็นบิดาของความบาป ถ้าไม่มีการประพฤติผิดและการอธรรมโลกก็จะไม่มีภัยพิบัติ

ความชอบธรรมนำไปสู่ชีวิต • 93

ความทุกข์ หรือความยากลำบาก และโลกนี้คงเป็นสถานที่อันงดงามอย่างแท้จริง นอกจากนี้ ถ้าท่านเป็นคนชอบธรรมในสายพระเนตรของพระเจ้าท่านก็จะได้รับพระพรอย่างยิ่งใหญ่จากพระองค์ ท่านสามารถเป็นบุคคลดีเด่นและเป็นสุขอย่างแท้จริง

เฉลยธรรมบัญญัติ 28:1-6 พูดถึงเรื่องนี้ในรายละเอียดว่า "ถ้าท่านทั้งหลายเชื่อฟังพระสุรเสียงของพระเยโฮวาห์พระเจ้าของท่าน และระวังที่จะกระทำตามพระบัญญัติของพระองค์ ซึ่งข้าพเจ้าบัญชาท่านในวันนี้ พระเยโฮวาห์พระเจ้าของท่านจะทรงตั้งท่านไว้ให้สูงกว่าบรรดาประชาชาติทั้งหลายทั่วโลก พระพรเหล่านี้จะตามมาทันท่าน ถ้าท่านทั้งหลายฟังพระสุรเสียงของพระเยโฮวาห์พระเจ้าของท่าน ท่านทั้งหลายจะรับพระพรในเมือง ท่านทั้งหลายจะรับพระพรในทุ่งนา พงศ์พันธุ์ของตัวท่านเอง ผลแห่งพื้นดินของท่านและพันธุ์แห่งสัตว์ของท่านจะรับพระพร คือฝูงวัวของท่านที่เพิ่มขึ้น ฝูงแกะของท่านที่เพิ่มลูกขึ้น กระจาดของท่าน และรางนวดแป้งของท่านจะรับพระพร ท่านจะรับพระพรเมื่อท่านเข้ามา และท่านจะรับพระพรเมื่อท่านออกไป"

นอกจากนั้น ในอพยพ 15:26 พระเจ้าทรงสัญญาไว้ว่าถ้าเราทำสิ่งที่ถูกต้องในสายพระเนตร พระองค์จะไม่ทรงอนุญาตให้โรคต่างๆ ที่เกิดแก่ชาวอียิปต์บังเกิดกับเรา ด้วยเหตุนี้ ถ้าเราทำสิ่งที่ชอบธรรมในสายพระเนตรของพระเจ้า เราก็จะมีสุขภาพแข็งแรง เราสามารถจำเริญขึ้นในทุกๆ ด้านของชีวิตของเราและมีประสบ การณ์กับความชื่นชมยินดีและพระพรนิรันดร์

มาจนถึงตอนนี้เราได้พิจารณาดูว่าอะไรคือความชอบธรรมในสายพระเนตรของพระเจ้า ตอนนี้ผมหวังว่าท่านจะสามารถมีประสบการณ์กับความรักและพระพรของพระเจ้าอย่างเต็มขนาดด้วยการประพฤติตามพระบัญญัติและกฎเกณฑ์ของพระเจ้าโดยไม่บกพร่องและดำเนินชีวิตอย่างชอบธรรมในสายพระเนตรของพระเจ้า

อภิธานศัพท์

ความเชื่อและผู้ชอบธรรม

ความเชื่อมีอยู่สองชนิด ได้แก่ “ความเชื่อฝ่ายวิญญาณ” กับ “ความเชื่อฝ่ายเนื้อหนัง” การมี “ความเชื่อฝ่ายเนื้อหนัง” คือการสามารถที่จะเชื่อในสิ่งต่างๆ ที่สอดคล้องกับความรู้และความคิดของบุคคลเท่านั้น ความเชื่อประเภทนี้เป็นความเชื่อที่ปราศจากการกระทำ ด้วยเหตุนี้จึงเป็นความเชื่อที่ตายแล้วซึ่งพระเจ้าไม่ยอมรับ การมี

“ความเชื่อฝ่ายวิญญาณ”

คือการสามารถที่จะเชื่อในทุกสิ่งที่มาจากพระเจ้าแม้สิ่งนั้นอาจไม่ตรงกับความรู้หรือความคิดของบุคคลก็ตาม ด้วยความเชื่อประเภทนี้บุคคลจะประพฤติตามพระคำของพระเจ้า

บุคคลจะมีความเชื่อชนิดนี้ได้ก็ต่อเมื่อพระเจ้าทรงประทานแก่เขาเท่านั้น และแต่ละคนมีขนาดความเชื่อที่แตกต่างกัน (โรม 12:3) ส่วนใหญ่ความสามารถจำแนกออกเป็นห้าระดับ ได้แก่ ความเชื่อระดับที่หนึ่งซึ่งเป็นความเชื่อที่บุคคลมีเพื่อจะได้รับความรอด ในความเชื่อระดับที่สองบุคคลพยายามที่จะประพฤติตามพระคำของพระเจ้า ในความเชื่อระดับที่สามบุคคลสามารถทำตามพระคำของพระเจ้าอย่างครบถ้วน ในความเชื่อระดับที่สี่บุคคลได้รับการชำระให้บริสุทธิ์ด้วยการกำจัดบาปทิ้งไปและรักองค์พระผู้เป็นเจ้ามากที่สุด และในความเชื่อระดับที่ห้าบุคคลมีความเชื่อที่จะนำความชื่นชมยินดีอย่างสมบูรณ์แบบมาถวายแด่พระเจ้า

“ผู้ชอบธรรม” หมายถึงบุคคลที่เป็นคนชอบธรรม

เมื่อเราต้อนรับเอาพระเยซูคริสต์และได้รับการยกโทษความผิดบาปของเราโดยพระโลหิตประเสริฐของพระองค์ เรากลายเป็นผู้ชอบธรรม สิ่งนี้หมายความว่าเราเป็นผู้ชอบธรรมโดยความเชื่อของเรา ทีนี้เมื่อเรากำจัดความชั่ว หรือความเท็จออกไปจากจิตใจของเราและเราพยายามที่จะประพฤติอยู่ในความจริงตามพระคำของพระเจ้า เราก็สามารถเปลี่ยนแปลงไปเป็นผู้ชอบธรรมอย่างแท้จริงซึ่งพระเจ้าทรงให้การยอมรับว่าเป็นผู้ชอบธรรม พระเจ้าทรงปลื้มปีติยินดีอย่างยิ่งในผู้คนที่ชอบธรรมแบบนี้และพระองค์ทรงตอบคำอธิษฐานทุกอย่างของเขา (ยากอบ 5:16)

บทที่ 7

คนชอบธรรมจะมีชีวิตดำรงอยู่โดยความเชื่อ

"เพราะว่าในข่าวประเสริฐนั้น ความชอบธรรมขอ
งพระเจ้าก็ได้สำแดงออก โดยเริ่มต้นก็ความเชื่อ
สุดท้ายก็ความเชื่อ ตามที่พระคัมภีร์มีเขียนไว้ว่า
คนชอบธรรมจะมีชีวิตดำรงอยู่โดยความเชื่อ"
(โรม 1:17)

เมื่อมีบางคนทำสิ่งที่ดีกับเด็กกำพร้า หญิงม่าย หรือเพื่อนบ้านที่ขัดสน บ่อยครั้งผู้คนจะเรียกบุคคลนั้นว่าเป็นชายหรือหญิงที่ชอบธรรม เมื่อบางคนดูเป็นคนอ่อนสุภาพและมีใจเมตตา ปฏิบัติตามกฎหมาย ไม่โกรธง่าย และอดทนอย่างเงียบๆ ผู้คนจะยกย่องบุคคลเช่นนั้นว่า "คนนั้นไม่จำเป็นต้องมีกฎระเบียบข้อบังคับ" ถ้าเช่นนั้นสิ่งนี้หมายความว่าบุคคลนี้เป็นคนชอบธรรมจริงใช่หรือไม่

โฮเชยา 14:9 กล่าวว่า "ผู้ใดที่ฉลาด ก็ให้เข้าใจสิ่งเหล่านี้เถิด ผู้ใดที่ช่างสังเกต ก็ให้เขารู้ เพราะว่าพระมรรคาของพระเจ้าก็เที่ยงตรง ผู้ชอบธรรมทั้งหลายก็เดินในทางนี้ แต่ผู้ทรยศก็สะดุดอยู่ในทางนี้" สิ่งนี้หมายความว่าบุคคลที่ปฏิบัติตามพระบัญญัติของพระเจ้าคือผู้ชอบธรรมที่แท้จริง

นอกจากนั้น ลูกา 1:5-6 กล่าวว่า "ในรัชกาลเฮโรด

กษัตริย์ของยูเดีย มีปุโรหิตคนหนึ่งชื่อเศคาริยาห์ อยู่ในเวรอาบียาห์ ภรรยาของเศคาริยาห์ ชื่อเอลีซาเบธ อยู่ในตระกูลอาโรน เขาทั้งสองเป็นคนชอบธรรมจำเพาะพระเจ้า และดำเนินตามบัญญัติและกฎหมายทั้งปวงของพระเป็นเจ้าไม่มีที่ติเลย" สิ่งนี้หมายความคนบางคนจะเป็นผู้ชอบธรรมได้ก็ต่อเมื่อเขาทำกฎหมายของพระเจ้าซึ่งได้แก่พระบัญญัติและกฎเกณฑ์ทั้งสิ้นขององค์พระผู้เป็นเจ้าเท่านั้น

เพื่อจะเป็นคนชอบธรรมอย่างแท้จริง

ไม่ว่าบุคคลจะพยายามเป็นผู้ชอบธรรมมากเพียงใดก็ตาม ไม่มีใครเป็นผู้ชอบธรรมเพราะทุกคนมีความบาปดั้งเดิมซึ่งเขาสืบทอดมาจากบรรพบุรุษของตนและความบาปที่เขาได้ทำหรือซึ่งเป็นที่รู้จักในอีกชื่อหนึ่งว่า "ความบาปที่แท้จริง" โรม 3:10 กล่าวว่า "ไม่มีผู้ใดเป็นคนชอบธรรมสักคนเดียว ไม่มีเลย" บุคคลเดียวเท่านั้นที่เคยเป็นและยังเป็นผู้ชอบธรรมคือพระเยซูคริสต์

พระเยซู (ผู้ไม่มีทั้งความบาปดั้งเดิมและบาปที่ตนกระทำ) ทรงหลั่งพระโลหิตของพระองค์และทรงสิ้นพระชนม์บนกางเขนเพื่อชดใช้โทษทัณฑ์แห่งความบาปของเราและพระองค์ทรงเป็นขึ้นมาจากความตายและทรงเป็นพระผู้ช่วยให้รอดของเรา ในวินาทีที่เราเชื่อในพระเยซูคริสต์ (ผู้ทรงเป็นทางนั้น เป็นความจริง และเป็นชีวิต) นั่นคือช่วงเวลาที่ความบาปของเราได้รับการชำระล้างและเรากลายเป็นผู้ชอบธรรม อย่างไรก็ตาม เพียงเพราะเราเป็นผู้ชอบธรรมโดยความเชื่อ นั่นไม่ได้หมายความว่าเราเสร็จสมบูรณ์แล้ว ใช่ เมื่อเราเชื่อในพระเยซูคริสต์เราได้รับการยกโทษความผิดบาปของเราและเราเป็นผู้ชอบธรรม อย่างไรก็ตาม เรายังมีธรรมชาติบาปอยู่ภายในจิตใจของเรา

เพราะเหตุนี้ จึงมีเขียนไว้ในโรม 2:13 ว่า "เพราะว่าคนที่เพียงแต่ฟังธรรมบัญญัติเท่านั้น หาใช่ผู้ชอบธรรมในสายพระเนตรของพระเจ้าไม่ คนที่ประพฤติตามธรรมบัญญัติต่างหากที่พระเจ้าทรงถือว่าเป็นผู้ชอบธรรม" สิ่งนี้หมายความว่าแม้เราจะเป็นผู้ชอบธรรมโดยความเชื่อ แต่เราจะสามารถเป็นผู้ชอบธรรมที่แท้จริงได้ก็ต่อเมื่อเราเปลี่ย

นจิตใจแห่งความเท็จของเราไปเป็นจิตใจแห่งความจริงด้วยการทำตามพระคำของพระเจ้าเท่านั้น

ในสมัยพระคัมภีร์เดิมก่อนทีพระวิญญาณบริสุทธิ์เสด็จมา ผู้คนไม่สามารถกำจัดความบาปของตนทิ้งไปได้อย่างสมบูรณ์ ดังนั้นถ้าเขาไม่ได้ทำบาปด้วยการกระทำของตน เขาก็ไม่ถือว่าตนเป็นคนบาป นีเป็นยุคของธรรมบัญญัติซึงผู้คนตอบแทนกันและกันแบบ "ตาต่อตา ฟันต่อฟัน" อย่างไรก็ตาม สิงทีพระเจ้าทรงต้องการคือการเข้าสุหนัตจิตใจ การกำจัดความเท็จหรือธรรมชาติบาปแห่งจิตใจทิ้งไปและการสำแดงความรักและความเมตตา ดังนั้นผู้คนในยุคพระคัมภีร์ใหม่จึงแตกต่างไปจากผู้คนในสมัยพระคัมภีร์เดิม เพราะผู้คนในสมัยพระคัมภีร์ใหม่ได้ต้อนรับเอาพระเยซูคริสต์และได้รับพระวิญญาณบริสุทธิ์เป็นของขวัญ ด้วยความช่วยเหลือของพระวิญญาณบริสุทธิ์คนเหล่านีได้รับการเสริมกำลังให้กำจัดธรรมชาติทิ้งไปจากจิตใจของตน มนุษย์ไม่สามารถกำจัดความบาปทิ้งไปและเป็นผู้ชอบธรรมด้วยกำลังของเขาเองเพียงลำพัง เพราะเหตุนีพระวิญญาณบริสุทธิ์จึงเสด็จมา

ด้วยเหตุนี้ เพือจะเป็นคนชอบธรรมอย่างแท้จริง เราจึงต้องการความช่วยเหลือของพระวิญญาณบริสุทธิ์ เมือเราร้องทูลต่อพระเจ้าในคำอธิษฐานเพือจะเป็นผู้ชอบธรรม พระเจ้าจะประทานพระคุณและกำลังแก่เราและพระวิญญาณบริสุทธิ์จะทรงช่วยเรา ดังนั้นเราจึงสามารถเอาชนะความบาปและถอนรากของธรรมชาติบาปออกไปจากภายในจิตใจของเราได้อย่างแน่นอน เมือกำจัดบาปทิ้งไปมากขึน ได้รับการชำระให้บริสุทธิ์ และบรรลุถึงขนาดแห่งความเชืออย่างสมบูรณ์ด้วยความช่วยเหลือของพระวิญญาณบริสุทธิ์ เราก็จะได้รับความรักของพระเจ้าเพิมมากขึนและกลายเป็นผู้ชอบธรรมอย่างแท้จริง

ทำไมเราต้องเป็นคนชอบธรรม

ท่านอาจถามว่า "ผมจำเป็นต้องเป็นคนชอบธรรมจริงๆ เหรอ ผมแค่เชือในพระเยซูไปถึงจุดหนึงและใช้ชีวิตแบบ

คนธรรมดาไม่ได้หรือ" แต่พระเจ้าตรัสไว้ในวิวรณ์ 3:15-16 ว่า "'เรารู้จักแนวการกระทำของเจ้า เจ้าไม่เย็นไม่ร้อน เราใคร่ให้เจ้าเย็นหรือร้อน เพราะเหตุที่เจ้าเป็นแต่อุ่นๆ ไม่เย็นและไม่ร้อน เราจะคายเจ้าออกจากปากของเรา"

พระเจ้าไม่ชอบ "ความเชื่อแบบปานกลาง" ความเชื่อแบบอุ่นๆ เป็นสิ่งที่อันตรายเพราะเป็นการยากที่จะรักษาความเชื่อประเภทไว้เป็นเวลานาน ในที่สุด ความเชื่อประเภทนี้จะเยือกเย็น สิ่งนี้เป็นเหมือนน้ำอุ่น ถ้าท่านทิ้งน้ำอุ่นไว้สักครู่ ในที่สุดน้ำนั้นก็จะเย็นลงและกลายเป็นน้ำเย็น พระเจ้าตรัสว่าพระองค์จะคายผู้คนที่มีความเชื่อประเภทนี้ทิ้งไป สิ่งนี้หมายความว่าผู้คนที่มีความเชื่อประเภทนี้จะไม่รอด

ดังนั้น ทำไมเราต้องเป็นคนชอบธรรม เหมือนที่เขียนไว้ในโรม 6:23 ว่า "เพราะว่าค่าจ้างของความบาปคือความตาย" คนบาปเป็นของผีมารซาตานและเดินไปสู่หนทางแห่งความตาย ด้วยเหตุนี้ คนบาปต้องหันหลังกลับจากบาปและเป็นคนชอบธรรม เมื่อเขาทำเช่นนั้นแล้วเท่านั้นเขาจึงจะเป็นอิสระจากการทดลอง ความยากลำบากและความป่วยไข้ที่มารหยิบยื่นให้เขา เมื่อมนุษย์ดำเนินชีวิตอยู่ในโลกนี้ เขามีโอกาสที่จะเผชิญกับสถานการณ์ที่น่าเศร้าและยุ่งยาก เช่น ความเจ็บป่วย อุบัติเหตุ และความตาย เป็นต้น อย่างไรก็ตาม ถ้าคนหนึ่งเป็นคนชอบธรรม เขาก็ไม่ข้องแวะกับสิ่งเหล่านี้เลย

ด้วยเหตุนี้ เราต้องให้ความสนใจกับพระคำของพระเจ้าและรักษาพระบัญญัติทั้งสิ้นของพระองค์ ถ้าเราดำเนินชีวิตอย่างชอบธรรม เราก็จะได้รับพระพรทั้งสิ้นที่บรรยายไว้ในเฉลยธรรมบัญญัติบทที่ 28 และเมื่อวิญญาณจิตของเราจำเริญขึ้น เราก็จะจำเริญสุขทุกประการและเราจะมีพลานามัยสมบูรณ์

แต่จนกว่าท่านจะเป็นคนชอบธรรมที่สามารถรับเอาพระพรต่างๆ เหล่านี้ ความยากลำบากจะไล่ตามท่านไป ยกตัวอย่าง เพื่อจะพิชิตเหรียญทองในกีฬาโอลิมปิกส์ นักกีฬาต้องเข้าสู่การฝึกฝนอย่างหนัก ในลักษณะเดียวกัน พระเจ้าจะทรงอนุญาตให้บุตรที่รักของพระองค์เข้าสู่การทดลองและความยากลำบากทีละเล็กทีละน้อยภายในกรอบ

ความสามารถของเขาตามขนาดแห่งความเชื่อของเขาเพื่อวิญญาณจิตของเขาจะจำเริญมากยิ่งขึ้น

พระเจ้าทรงบอกให้อับราฮัมออกจากบ้านเรือนของบิดาท่านและตรัสว่า "จงดำเนินอยู่ต่อหน้าเราและเป็นคนดีพร้อม" (ปฐมกาล 17:1) พระองค์ทรงฝึกฝนอับราฮัมและทรงนำท่านให้กลายเป็นคนชอบธรรมอย่างแท้จริง ในที่สุด หลังจากอับราฮัมผ่านการทดสอบครั้งสุดท้ายของการถวายอิสอัคบุตรชายคนเดียวของท่านเป็นเครื่องเผาบูชาแด่พระเจ้า การทดลองก็จบสิ้นลง หลังจากนั้นอับราฮัมได้รับพระพรอยู่ตลอดเวลาและทุกสิ่งดำเนินไปอย่างราบรื่นอยู่เสมอสำหรับท่าน

พระเจ้าทรงฝึกฝนเราเพื่อจะเพิ่มพูนความเชื่อของเราและทำให้เราเป็นคนชอบธรรม เมื่อแต่ละคนผ่านการทดลองแต่ละอย่างพระเจ้าจะทรงอวยพรเขาและจากนั้นจะทรงนำเขาไปสู่ความเชื่อที่ยิ่งใหญ่ยิ่งขึ้น และผ่านขั้นตอนนี้ เราจะเพาะบ่มพระทัยขององค์พระผู้เป็นเจ้าเอาไว้มากยิ่งขึ้น

สง่าราศีที่เราได้รับในสวรรค์จะแตกต่างกันไปโดยขึ้นอยู่กับว่าเรากำจัดความบาปทิ้งไปมากเพียงใดและจิตใจของเราเป็นเหมือนพระทัยของพระคริสต์มากแค่ไหน เหมือนที่เขียนไว้ใน 1 โครินธ์ 15:41 ว่า "ศักดิ์ศรีของดวงอาทิตย์ก็อย่างหนึ่ง ศักดิ์ศรีของดวงจันทร์ก็อย่างหนึ่ง ศักดิ์ศรีของดวงดาวก็อย่างหนึ่ง แท้ที่จริงศักดิ์ศรีของดาวดวงหนึ่งก็ต่างกันกับศักดิ์ศรีของดาวดวงอื่นๆ" ขนาดของสง่าราศีที่เราได้รับในสวรรค์จะขึ้นอยู่กับว่าเราเป็นคนชอบธรรมมากแค่ไหนในโลกนี้

ลักษณะของบุตรที่พระเจ้าทรงต้องการที่จะมีต้องเป็นบุคคลที่มีคุณสมบัติต่างๆ ของการเป็นบุตรที่แท้จริงซึ่งได้แก่ผู้คนที่มีพระทัยขององค์พระผู้เป็นเจ้า ผู้คนเหล่านี้จะเข้าไปสู่นครเยรูซาเล็มใหม่ซึ่งเป็นที่ตั้งแห่งพระบัลลังก์ของพระเจ้าและเขาจะได้อาศัยอยู่ในสถานที่แห่งสง่าราศีที่ส่องแสงสุกใสเจิดจ้าเหมือนดวงอาทิตย์

คนชอบธรรมจะมีชีวิตดำรงอยู่โดยความเชื่อ

ดังนั้นเราควรดำเนินชีวิตอย่างไรเพื่อจะเป็นคนชอบธรรม เราต้องดำเนินชีวิตด้วยความเชื่อเหมือนที่เขียนไว้ในโรม 1:17 ว่า "คนชอบธรรมจะมีชีวิตดำรงอยู่โดยความเชื่อ" เราสามารถจำแนกความเชื่อออกเป็นสองประเภทใหญ่ๆ ได้แก่ ความเชื่อฝ่ายเนื้อหนังกับความเชื่อฝ่ายวิญญาณ ความเชื่อฝ่ายเนื้อหนังเป็นความเชื่อที่อยู่บนพื้นฐานของความรู้หรือความเชื่อบนพื้นฐานของเหตุผล

เมื่อคนหนึ่งเกิดและเติบโตขึ้นมา สิ่งต่างๆ ที่เขาเห็น ได้ยิน และเรียนรู้จากพ่อแม่ ครู เพื่อนบ้าน และเพื่อนฝูงของเขาจะถูกสะสมไว้เป็นความรู้ในระบบความทรงจำซึ่งอยู่ในสมองของเขา ถ้าคนหนึ่งเชื่อเฉพาะเมื่อบางสิ่งสอดคล้องกับความรู้ที่เขามีอยู่แล้ว เราเรียกสิ่งนี้ว่าความเชื่อฝ่ายเนื้อหนัง ผู้คนที่มีความเชื่อประเภทนี้เชื่อว่าบางสิ่งบางอย่างสามารถถูกสร้างขึ้นจากบางสิ่งบางอย่างที่มีอยู่แล้ว แต่เขาไม่สามารถเชื่อหรือยอมรับว่าบางสิ่งบางอย่างจะถูกสร้างขึ้นจากความว่างเปล่าได้

ยกตัวอย่าง เขาไม่สามารถเชื่อว่าพระเจ้าทรงสร้างฟ้าสวรรค์และแผ่นดินโลกด้วยพระดำรัส เขาไม่สามารถเชื่อในเหตุการณ์ที่พระเยซูทรงทำให้พายุสงบลงด้วยการห้ามลมและการสั่งทะเลว่า "จงสงบเงียบซิ" (มาระโก 4:39) พระเจ้าทรงเปิดปากของลาและทำให้มันพูด พระองค์ทรงให้โมเสสแยกทะเลแดงด้วยไม้เท้าของท่าน พระองค์ทรงทำให้กำแพงขนาดใหญ่ของเมืองเยรีโคพังทลายลงหลังจากคนอิสราเอลเพียงแค่เดินรอบกำแพงและร้องตะโกน เหตุการณ์เหล่านี้ไม่มีเหตุผลเลยตามความรู้และเหตุผลของบุคคลทั่วไป

ทะเลจะแยกออกจากกันเพียงเพราะบางคนยกไม้เท้าชี้ไปยังทะเลได้อย่างไร อย่างไรก็ตาม ถ้าพระเจ้า (ซึ่งสำหรับพระองค์ไม่มีสิ่งใดที่เป็นไปไม่ได้) ทำให้สิ่งนั้นเกิดขึ้น สิ่งนั้นก็เกิดขึ้น คนที่พูดว่าตนเชื่อในพระเจ้าและกระนั้นก็ไม่มีความเชื่อฝ่ายวิญญาณจะไม่เชื่อว่าเหตุการณ์เหล่านี้เกิดขึ้นจริง ดังนั้นบุคคลที่มีความเชื่อฝ่ายเนื้อหนังไม่มีความเชื่อที่จะทำให้เขาเชื่อ ดังนั้น จึงเป็นเรื่องธรรมชาติที่เขาจ

ะไม่สามารถเชื่อฟังพระคำของพระเจ้า ด้วยเหตุนี้เขาจึงไม่ได้รับคำตอบต่อคำอธิษฐานของตนและเขาจะไม่ได้รับความรอด เพราะเหตุนี้ความเชื่อของเขาจึงถูกเรียกว่า "ความเชื่อที่ตายแล้ว"

ในทางตรงกันข้าม ความเชื่อฝ่ายวิญญาณ ซึ่งเป็นความเชื่อที่จะเชื่อในการทรงสร้างบางสิ่งบางอย่างจากความว่างเปล่าถูกเรียกว่า "ความเชื่อที่มีชีวิต" ผู้คนที่มีความเชื่อประเภทนี้จะทำลายความคิดฝ่ายเนื้อหนังของตนและเขาจะไม่พยายามเข้าใจเหตุการณ์หรือสถานการณ์บนพื้นฐานแห่งความรู้และความคิดของเขาเพียงอย่างเดียว ผู้คนที่มีความเชื่อฝ่ายวิญญาณมีความเชื่อที่จะยอมรับทุกสิ่งตามที่เขียนไว้ในพระคัมภีร์ ความเชื่อฝ่ายวิญญาณเป็นความเชื่อที่เชื่อในสิ่งที่เป็นไปไม่ได้ และเพราะความเชื่อนี้นำมนุษย์ไปสู่ความรอด เราจึงเรียกความเชื่อนี้ว่า "ความเชื่อที่มีชีวิต" ถ้าท่านต้องการจะเป็นคนชอบธรรม ท่านต้องมีความเชื่อฝ่ายวิญญาณ

เราจะมีความเชื่อฝ่ายวิญญาณได้อย่างไร

เพื่อให้มีความเชื่อฝ่ายวิญญาณ ประการแรก เราต้องทำลายความคิดและหลักการทั้งสิ้นในสมองของเราซึ่งทำให้เราไขว้เขวไปจากการบรรลุถึงความเชื่อฝ่ายวิญญาณ เหมือนที่เขียนไว้ใน 2 โครินธ์ 10:5 ว่าเราต้องทำลายความคิดที่มีเหตุผลจอมปลอมและทิฐิมานะทุกประการที่ตั้งตัวขัดขวางความรู้ของพระเจ้าและเราต้องน้อมนำความคิดทุกประการให้เข้าอยู่ใต้บังคับจนถึงการเชื่อฟังพระคริสต์

ความรู้ หลักการ กระบวนการคิดและใช้เหตุผล และค่านิยมที่คนหนึ่งเรียนรู้มาตั้งแต่กำเนิดไม่ใช่สิ่งที่ถูกต้องเสมอไป พระคำของพระเจ้าเท่านั้นที่เป็นความจริงสูงสุดและชั่วนิรันดร์ ถ้าเรายืนกรานว่าความรู้และหลักการที่จำกัดของมนุษย์เป็นสิ่งถูกต้อง เราไม่มีทางที่จะยอมรับว่าพระคำของพระเจ้าเป็นความจริง ดังนั้นเราจึงไม่สามารถมีความเชื่อฝ่ายวิญญาณได้ เพราะเหตุนี้จึงเป็นสิ่งสำคัญที่สุดสำหรับเราที่จะทำลายวิธีคิดแบบนี้ทิ้งไปก่อนเป็นอันดับแรก

นอกจากนั้น เพื่อจะมีความเชื่อฝ่ายวิญญาณ เราต้องฟังพระคำของพระเจ้าอย่างพากเพียร โรม 10:17 กล่าวว่าความเชื่อเกิดจากการได้ยิน ด้วยเหตุนี้เราต้องฟังพระคำของพระเจ้า ถ้าเราไม่ฟังพระคำของพระเจ้า เราจะไม่รู้ว่าความจริงคืออะไร ดังนั้นความเชื่อฝ่ายวิญญาณจึงไม่เกิดขึ้นภายในเรา เมื่อเราฟังพระคำของพระเจ้าหรือฟังคำพยานของคนอื่นในการประชุมนมัสการและการประชุมต่างๆ ของคริสตจักร หน่อแห่งความเชื่อจะเกิดขึ้นภายในเรา แม้สิ่งนั้นอาจเป็นความเชื่อที่เป็นความรู้ในครั้งแรก

จากนั้น เพื่อจะเปลี่ยนความเชื่อที่อยู่บนพื้นฐานของความรู้นี้ไปเป็นความเชื่อฝ่ายวิญญาณ เราต้องประพฤติตามพระคำของพระเจ้าเหมือนที่เขียนไว้ในยากอบ 2:22 ว่าความเชื่อทำงานร่วมกับการประพฤติของมนุษย์และผลลัพธ์ของการทำงานนี้ก็ทำให้ความเชื่อบริบูรณ์

คนที่รักเบสบอลจะไม่สามารถเป็นผู้เล่นเบสบอลที่เก่งกล้าได้ เพียงเพราะเขาอ่านหนังสือมากมายเกี่ยวกับเบสบอล ถ้าเขาสะสมความรู้เอาไว้แล้ว ตอนนี้เขาต้องเข้าสู่การฝึกฝนอย่างหนักตามความรู้ที่เขาได้รับเพื่อจะกลายเป็นผู้เล่นเบสบอลที่เก่งกล้า ในทำนองเดียวกัน ไม่ว่าท่านจะอ่านพระคัมภีร์มากเพียงใดก็ตาม ถ้าการประพฤติของท่านไม่สอดคล้องกับสิ่งที่ท่านอ่าน ความเชื่อของท่านก็ยังเป็นเพียงความเชื่อที่อยู่บนพื้นฐานของความรู้และท่านจะไม่สามารถมีความเชื่อฝ่ายวิญญาณ เมื่อท่านนำสิ่งที่ท่านได้ยินไปประพฤติตาม นี่คือช่วงเวลาที่พระเจ้าทรงมอบความเชื่อฝ่ายวิญญาณให้กับท่าน เป็นความเชื่อที่จะทำให้ท่านเชื่อได้อย่างแท้จริงจากศูนย์กลางแห่งจิตใจของท่าน

ดังนั้น ถ้าบางคนเชื่อจากจิตใจของเขาอย่างแท้จริงในพระคำของพระเจ้าที่กล่าวว่า "จงชื่นบานอยู่เสมอ จงอธิษฐานอย่างสม่ำเสมอ จงขอบพระคุณในทุกกรณี" เขาควรประพฤติตนแบบไหน แน่นอนเขาจะชื่นบานในสถานการณ์ที่น่าชื่นใจ แต่เขาจะชื่นบานเช่นกันเมื่อสถานการณ์ที่ยุ่งยากเกิดขึ้น ด้วยความชื่นชมยินดีเขาจะมอบทุกสิ่งไว้ในพระหัตถ์ของพระเจ้า ไม่ว่าเขาจะมีงานยุ่งเพียงใดก็ตามเขาจ

ะให้เวลากับการอธิษฐานอยู่เสมอ และไม่ว่าสถานการณ์จะเป็นอย่างไรก็ตาม เขาจะขอบพระคุณอยู่เสมอด้วยการเชื่อว่าคำอธิษฐานของเขาจะได้รับคำตอบเพราะเขาเชื่อในพระเจ้าผู้ยิ่งใหญ่

ด้วยวิธีนี้ เมื่อเราเชื่อฟังพระคำของพระเจ้า พระเจ้าจะทรงพอพระทัยกับความเชื่อของเราและพระองค์จะนำเอาการทดลองและความทุกข์ลำบากไปจากเรา และพระองค์จะทรงตอบคำอธิษฐานของเราเพื่อให้เรามีเหตุผลที่จะชื่นบานและขอบพระคุณอย่างแท้จริง เมื่อเราอธิษฐานอย่างพากเพียร กำจัดความไม่จริงต่างๆ ออกไปจากจิตใจของเราด้วยความช่วยเหลือของพระวิญญาณบริสุทธิ์และเราทำตามพระคำของพระเจ้า จากนั้นความเชื่อของเราซึ่งอยู่บนพื้นฐานของความรู้จะกลายเป็นเหมือนแท่นรองรับความเชื่อฝ่ายวิญญาณที่พระเจ้าจะทรงมอบให้กับเรา

ถ้าเรามีความเชื่อฝ่ายวิญญาณเราจะเชื่อฟังพระคำของพระเจ้า เมื่อเราพยายาม (ด้วยความเชื่อ) ที่จะประพฤติตามบางสิ่งบางอย่างที่เราไม่สามารถทำด้วยตัวเอง พระเจ้าจะทรงช่วยเราให้สามารถทำสิ่งนั้น เพราะเหตุนี้การได้รับพระพรทางด้านการเงินควรเป็นสิ่งที่ง่ายมาก เหมือนที่มีบันทึกไว้ในมาลาคี 3:10 ว่าเมื่อเราถวายสิบลดอย่างสมบูรณ์ พระเจ้าจะทรงเทพระพรอย่างมากมาเหนือเราจนทำให้คลังของเราล้นไหลออกมา เพราะเราเชื่อว่าเมื่อเราหว่านเราจะเก็บเกี่ยว 30 เท่า 60 เท่า และ 100 เท่า เราจึงสามารถหว่านด้วยความชื่นชมยินดี นี่เป็นแนวทางที่คนชอบธรรมจะได้รับความรักและพระพรของพระเจ้าด้วยความเชื่อ

แนวทางของการดำเนินชีวิตด้วยความเชื่อ

ในชีวิตประจำวันของเรา เราเผชิญกับ "ทะเลแดง" ที่ขวางกั้นเราอยู่ "กำแพงเมืองเยรีโค" ที่เราต้องทลายลง และ "แม่น้ำจอร์แดน" ที่ท่วมเรา เมื่อปัญหาเหล่านี้มาอยู่ต่อหน้า การเดินอยู่ในความจริงคือการดำเนินชีวิตด้วยความเชื่อ ยกตัวอย่าง ด้วยความเชื่อฝ่ายเนื้อหนัง ถ้ามีคนตบตีเรา

เราต้องการจะตบตีเขากลับ ไปและเกลียดชังคนนั้น แต่ถ้าเรามีความเชื่อฝ่ายวิญญาณ เราจะไม่เกลียดชังคนอื่น แต่จะรักเขา เมื่อเรามีความเชื่อที่มีชีวิตแบบนี้ ซึ่งเป็นความเชื่อที่จะนำเอาพระคำของพระเจ้าไปประพฤติตาม ผีมารจะหนีเราไปและปัญหาของเราจะได้รับการแก้ไข

คนชอบธรรมที่ดำเนินชีวิตด้วยความเชื่อจะรักพระเจ้า เชื่อฟังและรักษาพระบัญญัติของพระองค์ และประพฤติตามความจริง ในบางครั้งผู้คนจะถามว่า "เราจะรักษาพระบัญญัติทั้งสิ้นของพระองค์ได้อย่างไร" การที่บุตรให้เกียรติบิดามารดาของตนเป็นสิ่งที่ถูกต้องฉันใด (เช่นเดียวกับการที่สามีกับภรรยารักกันและกัน) ถ้าเราเรียกตนเองว่าเป็นบุตรของพระเจ้า การที่เราจะรักษาพระบัญญัติของพระองค์ก็เป็นสิ่งที่ถูกต้องด้วยฉันนั้น

สำหรับผู้เชื่อใหม่ที่เพิ่งเริ่มเข้าร่วมนมัสการในคริสตจักร การปิดร้านของเขาในวันอาทิตย์อาจเป็นสิ่งที่ยากสำหรับเขาในตอนแรก เขาได้ยินว่าพระเจ้าจะอวยพรเขาถ้าเขารักษาวันสะบาโตให้บริสุทธิ์ด้วยการปิดร้านของตนในวันอาทิตย์ แต่สิ่งนี้อาจเป็นการยากที่จะเชื่อในครั้งแรก ดังนั้น ในบางกรณี คนเหล่านี้อาจเข้าร่วมนมัสการในตอนเช้าวันอาทิตย์และจากนั้นเปิดร้านของตนในตอนบ่าย

ในอีกด้านหนึ่ง สำหรับผู้เชื่อมีความเป็นผู้ใหญ่มากขึ้น กำไรไม่ใช่ปัญหาสำหรับเขา ความสำคัญอันดับแรกของเขาคือการเชื่อฟังพระคำของพระเจ้า ดังนั้น เขาจึงเชื่อฟังด้วยการปิดร้านค้าในวันอาทิตย์ จากนั้น พระเจ้าทรงมองเห็นความเชื่อของเขาและทรงทำให้เขามีกำไรมากขึ้นกว่าเมื่อครั้งที่เขาเคยเปิดร้านของตนในวันอาทิตย์และพระองค์ทรงอวยพรเขาแบบ "ยัดสั่นแน่นพูนล้น"

สิ่งนี้ประยุกต์ใช้กับการกำจัดบาปทิ้งไปด้วยเช่นกัน ความบาปต่างๆ เช่น ความเกลียดชัง ความอิจฉา และตัณหาถือเป็นความบาปที่กำจัดทิ้งได้ยาก แต่ความบาปเหล่านี้สามารถถูกกำจัดทิ้งไปเมื่อเราอธิษฐานอย่างร้อนรน จากประสบการณ์ส่วนตัวของผม สำหรับความบาปที่ไม่อาจกำจัดทิ้งเพียงด้วยการอธิษฐาน ผมจะกำจัดความบาปเหล่านั้นทิ้งไปด้วยการอดอาหาร

ถ้าอดอาหารสามวันไม่ได้ผล ผมจะพยายามอดอาหารเจ็ดวันและจากนั้นสิบวัน ผมอดอาหารไปจนกว่าความบาปจะถูกกำจัดทิ้งไป จากนั้น ผมพบว่าตนเองกำจัดบาปทิ้งไปเพื่อหลีกเลี่ยงการอดอาหาร

ถ้าเราสามารถกำจัดความบาปสองสามอย่างที่กำจัดทิ้งได้ยากที่สุดทิ้งไปได้ จากนั้น ความบาปอย่างอื่นก็ง่ายต่อการกำจัดทิ้ง สิ่งนี้เป็นเหมือนการถอนรากของต้นไม้ทิ้งไป ถ้าเราถอนรากแก้วทิ้ง รากฝอยอื่นๆ ก็จะถูกถอนออกไปด้วย

ถ้าเรารักพระเจ้า การรักษาพระบัญญัติของพระองค์ก็ไม่ใช่เรื่องยาก คนที่รักพระเจ้าจะไม่สามารถเชื่อฟังพระคำของพระองค์ได้อย่างไร การรักพระเจ้าคือการเชื่อฟังพระคำของพระองค์ ดังนั้น ถ้าท่านมีความรักให้กับพระองค์ท่านก็สามารถรักษาพระบัญญัติทั้งสิ้นของพระองค์ได้ ปัญหาต่างๆ กำลังกองทับถมกันขึ้นใหญ่โตเหมือนทะเลแดงหรือน่ากลัวเหมือนกำแพงเมืองเยรีโคหรือเปล่า

ถ้าเรามีความเชื่อฝ่ายวิญญาณ สำแดงความเชื่อของเราออกมาเป็นการกระทำ และเดินอยู่ในหนทางแห่งความชอบธรรม จากนั้นพระเจ้าจะทรงแก้ปัญหาที่ยุ่งยากทุกอย่างของเราและขจัดความทุกข์ไปจากเรา ยิ่งเราเป็นคนชอบธรรมมากเท่าใด ปัญหาก็จะได้รับการแก้ไขเร็วยิ่งขึ้นเท่านั้น และคำอธิษฐานของเราก็จะได้รับคำตอบรวดเร็วมากขึ้น ดังนั้น สุดท้ายนี้ผมหวังว่าท่านจะชื่นชมกับชีวิตที่จำเริญรุ่งเรืองไม่ใช่เฉพาะในโลกนี้เท่านั้น แต่กับพระพรนิรันดร์ในสวรรค์ด้วยเช่นกันด้วยการเดินหน้าต่อไปด้วยความเชื่อในฐานะคนชอบธรรมของพระเจ้า

อภิธานศัพท์

ความคิด หลักการ และกรอบความคิด

"ความคิด" คือการนำเอาความรู้ที่ถูกสะสมไว้ในระบบความทรงจำของสมองออกมาโดยผ่านการทำงานของจิต ความคิดเหล่านี้อาจแยกออกได้เป็นสองส่วน ได้แก่ ความคิดฝ่ายเนื้อหนังที่ต่อสู้กับพระเจ้าและความคิดฝ่ายวิญญาณที่พอพระทัยพระเจ้า ในบรรดาความรู้ที่ถูกสะสมไว้ในความทรงจำของเรา ถ้าเราเลือกเอาความรู้ที่เป็นความจริง เราจะมีความคิดฝ่ายวิญญาณ ในทางตรงกันข้ามถ้าเราเลือกความรู้ที่เป็นความเท็จ เราจะมีความคิดฝ่ายเนื้อหนัง

"หลักการ" คือเหตุผลที่บุคคลสร้างบนพื้นฐานของความรู้ที่ได้รับมาผ่านทางประสบการณ์ การคิดและการใช้เหตุผล หรือการศึกษา หลักการจะแตกต่างหลากหลายโดยขึ้นอยู่กับประสบการณ์ ความคิด หรือยุคสมัยของแต่ละคน หลักการสร้างข้อโต้แย้ง และหลายครั้งหลักการจะขัดแย้งกับพระคำของพระเจ้า

"กรอบความคิด" คือโครงสร้างทางความคิดซึ่งทำให้บุคคลเชื่อว่าเขาเป็นฝ่ายถูก กรอบเหล่านี้ถูกสร้างขึ้นเมื่อความชอบธรรมส่วนตัวของบุคคลแข็งกล้าเพราะเหตุนี้ สำหรับบางคน บุคลิกภาพของเขากลายเป็นกรอบและสำหรับคนอื่นๆ ความรู้และหลักการของเขาสามารถเป็นกรอบของเขาได้เช่นกัน เราต้องฟังพระคำของพระเจ้าและเข้าใจความจริงเพื่อจะค้นพบกรอบต่างๆ เหล่านี้ในความคิดของเราและทำลายสิ่งเหล่านี้ลง

บทที่ 8

จนถึงการเชื่อฟังพระคริสต์

"เพราะว่า ถึงแม้ว่าเราอยู่ในโลกก็จริง แต่เราก็มิได้สู้รบตามโลกียวิสัย เพราะว่าศาสตราวุธของเราไม่เป็นฝ่ายโลกียวิสัย แต่มีฤทธิ์เดชจากพระเจ้าอาจทำลายป้อมได้ คือทำลายความคิดที่มีเหตุผลจอมปลอม และทิฐิมานะทุกประการที่ตั้งตัวขึ้นขัดขวางความรู้ของพระเจ้า และน้อมนำความคิดทุกประการให้เข้าอยู่ใต้บังคับจนถึงรับฟังพระคริสต์ และพร้อมที่จะลงโทษทุกคนที่ไม่เชื่อฟัง ในเมื่อท่านรับว่าจะเชื่อฟังอย่างสมบูรณ์แล้ว"
(2 โครินธ์ 10:3-6)

ถ้าเราต้อนรับเอาพระเยซูคริสต์และกลายเป็นคนชอบธรรมที่มีความเชื่อฝ่ายวิญญาณ เราก็จะได้รับพระพรอย่างเหลือเชื่อจากพระเจ้า ไม่เพียงแต่เราจะสามารถถวายสง่าราศีแด่พระเจ้าด้วยการทำงานของพระเจ้าอย่างยิ่งใหญ่เท่านั้น แต่สิ่งใดก็ตามที่เราทูลขอในคำอธิษฐาน พระองค์จะทรงตอบเราและเราก็สามารถดำเนินชีวิตที่จำเริญรุ่งเรืองในทุกทางด้วยเช่นกัน

อย่างไรก็ตาม มีบางคนที่พูดว่าเขาเชื่อในพระเจ้าและกระนั้นเขาก็ยังไม่เชื่อฟังพระคำของพระเจ้า และด้วยเหตุนี้เขาจึงไม่สามารถบรรลุถึงการเป็นผู้ชอบธรรมของพระเจ้า เขาประกาศว่าเขาอธิษ

ฐานและทำงานหนักเพื่อองค์พระผู้เป็นเจ้า และกระนั้นเขาก็ไม่ได้รับพระพรและเขายังอยู่ในท่ามกลางการทดลอง ความยากลำบากและโรคภัยไข้เจ็บอยู่ตลอดเวลา ถ้าคนหนึ่งมีความเชื่อ เขาควรดำเนินชีวิตตามพระคำของพระเจ้าและได้รับพระพรของพระองค์อย่างบริบูรณ์ แต่ทำไมผู้เชื่อจึงไม่สามารถทำเช่นนี้ สาเหตุก็เพราะเขายังยึดติดอยู่กับความคิดฝ่ายเนื้อหนังนั่นเอง

ความคิดฝ่ายเนื้อหนังที่เป็นศัตรูกับพระเจ้า

คำว่า "เนื้อหนัง" หมายถึงร่างกายของบุคคลที่ผสมผสานเข้ากับธรรมชาติบาป ธรรมชาติบาปเหล่านี้เป็นความเท็จที่อยู่ในจิตใจของบุคคลซึ่งยังไม่ถูกเปิดเผยออกมาเป็นการกระทำ เมื่อความเท็จเหล่านี้ปรากฏออกมาในรูปของความคิด เราเรียกความคิดเหล่านี้ว่า "ความคิดฝ่ายเนื้อหนัง" เมื่อเรามีความคิดฝ่ายเนื้อหนังเราก็ไม่สามารถเชื่อฟังความจริงได้อย่างครบถ้วน โรม 8:7 กล่าวว่า "เหตุว่าใจซึ่งปักอยู่กับเนื้อหนังนั้นก็เป็นศัตรูต่อพระเจ้า หาได้อยู่ใต้บังคับธรรมบัญญัติของพระเจ้าไม่ และที่จริงจะอยู่ใต้บังคับธรรมบัญญัตินั้นไม่ได้"

ถ้าเช่นนั้น ในความหมายที่เจาะจงมากขึ้น ความคิดฝ่ายเนื้อหนังเหล่านี้คืออะไร ความคิดมีอยู่สองประเภท ประเภทแรกคือความคิดฝ่ายวิญญาณซึ่งช่วยให้เราประพฤติตามความจริง (หรือพระบัญญัติของพระเจ้า) และอีกประเภทหนึ่งคือความคิดที่ขัดขวางเราไม่ให้ทำตามพระบัญญัติของพระเจ้า (โรม 8:6) ด้วยการเลือกระหว่างความจริงกับความเท็จ เราสามารถมีความคิดฝ่ายวิญญาณหรือความคิดฝ่ายเนื้อหนัง

ในด้านหนึ่ง บางครั้งเมื่อเราเห็นบางคนทำสิ่งที่เราไม่ชอบเราอาจมีความคิดที่ไม่ชอบคนๆ นั้นตามความรู้สึกไม่ดีที่เรามีต่อเขา แต่ในอีกด้านหนึ่ง เราอาจมีความคิดของการพยายามที่จะรักบุคคลนั้น ถ้าเราเห็นเพื่อนบ้านของเรามีบางสิ่งบางอย่างที่ดี เราอาจมีความคิดที่จะขโมยของสิ่งนั้นไปจากเขา หรือความคิดที่ว่าเราต้องไม่อยากได้สิ่งของของเพื่อนบ้าน ความคิดที่สอดคล้องกับพระบัญญัติขอ

งพระเจ้าที่ว่า “จงรักเพื่อนบ้านของเจ้า” และ “อย่าโลภ” สิ่งเหล่านี้คือความคิดฝ่ายวิญญาณ แต่ความคิดที่ยั่วยุให้ท่านเกลียดชังและขโมยเป็นความคิดที่ขัดแย้งกับพระบัญญัติของพระเจ้า และสิ่งเหล่านี้คือความคิดฝ่ายเนื้อหนัง

ความคิดฝ่ายเนื้อหนังเป็นศัตรูกับพระเจ้า ด้วยเหตุนี้ความคิดฝ่ายเนื้อหนังจึงหยุดยั้งการเจริญเติบโตฝ่ายวิญญาณของเราและต่อสู้กับพระเจ้า ถ้าเราทำตามความคิดฝ่ายเนื้อหนังเราก็เริ่มเหินห่างไปจากพระเจ้า ยอมจำนนกับโลกที่ไม่มีพระเจ้า และเผชิญกับการทดลองและความยากลำบากในที่สุด มีหลายสิ่งที่เราเห็น ได้ยิน และเรียนรู้จากโลกนี้ หลายสิ่งเหล่านี้ต่อสู้กับพระประสงค์ของพระเจ้าและเป็นสิ่งที่ทำให้เราไขว้เขวต่อการเดินในความเชื่อของเรา เราต้องรู้ว่าสิ่งเหล่านี้คือความคิดฝ่ายเนื้อหนังที่เป็นศัตรูกับพระเจ้า และเมื่อเราค้นพบความคิดเหล่านี้ เราต้องกำจัดความคิดเหล่านี้ทิ้งไปอย่างถ่องแท้ ไม่ว่าสิ่งนั้นจะดูเหมือนถูกต้องเพียงใดก็ตามสำหรับท่าน ถ้าสิ่งนั้นไม่ได้อยู่ในแนวเดียวกับพระประสงค์ของพระเจ้า สิ่งนั้นคือความคิดฝ่ายเนื้อหนัง และดังนั้นจึงเป็นศัตรูกับพระเจ้า

ขอให้เราพิจารณากรณีของเปโตร เมื่อพระเยซูตรัสกับพวกสาวกเกี่ยวกับวิธีการที่พระองค์จะเสด็จขึ้นไปยังกรุงเยรูซาเล็มเพื่อถูกตรึงและจากนั้นเป็นขึ้นมาในวันที่สาม เปโตรทูลทักท้วงว่า “พระองค์เจ้าข้าให้เหตุการณ์นั้นอยู่ห่างไกลจากพระองค์เถิด อย่าให้เป็นอย่างนั้นแก่พระองค์เลย” (มัทธิว 16:22) แต่จากนั้น พระเยซูตรัสกับเปโตรว่า “อ้ายซาตานจงไปให้พ้น เจ้าเป็นเครื่องกีดขวางเรา เพราะเจ้าคิดอย่างคน มิได้คิดอย่างพระเจ้า” (มัทธิว 16:23)

ในฐานะสาวกมือขวาของพระเยซู เปโตรกล่าวเช่นนั้นเพราะความรักที่เขามีต่อพระอาจารย์ของตน แต่ไม่ว่าเจตนาของเขาจะดีเพียงใดก็ตาม คำพูดของเขาก็ต่อสู้กับพระประสงค์ของพระเจ้า เพราะเป็นพระประสงค์ของพระเจ้าที่จะให้พระองค์แบกรับเอากางเขนและเปิดหนทางไปสู่ความรอด พระเยซูจึงขับไล่ซาตานที่พยายามทำให้เปโตรไขว้เขวผ่านทางความคิดของเขา ในที่สุด เมื่อเขามีประสบการณ์กับการสิ้นพระชนม์และการคืนพระชนม์ของพระเยซู เปโตรได้เรียนรู้ว่

าความคิดฝ่ายเนื้อหนังไร้ค่าและเป็นศัตรูกับพระเจ้ามากเพียงใด และเขาจึงทำลายความคิดเหล่านั้นทิ้งไปอย่างสิ้นเชิง ผลลัพธ์ก็คือ เปโตรกลายเป็นผู้มีบทบาทสำคัญในการเผยแพร่พระกิตติคุณของพระคริสต์และการสร้างคริสตจักรแห่งแรกให้มั่นคง

“ความชอบธรรมส่วนตัว” หนึ่งในความคิดฝ่ายเนื้อหนังที่สำคัญ

ในบรรดาความคิดฝ่ายเนื้อหนังประเภทต่างๆ “ความชอบธรรมส่วนตัว” คือตัวอย่างที่สำคัญที่สุด พูดง่ายๆ ก็คือ “ความชอบธรรมส่วนตัว” คือการโต้เถียงว่าท่านเป็นฝ่ายถูก หลังจากคนหนึ่งเกิดมาเขาจะเรียนรู้หลายสิ่งหลายอย่างจากพ่อแม่และครูของตน เขาเรียนรู้สิ่งต่างๆ ผ่านทางเพื่อนและสภาพแวดล้อมหลากหลายที่เขาพบ

แต่ไม่ว่าพ่อแม่และครูของบุคคลคนนั้นจะเก่งกาจเพียงใดก็ตาม ไม่ใช่เรื่องง่ายที่เขาจะเรียนรู้ความจริงเพียงอย่างเดียว เขามีโอกาสมากที่จะเรียนรู้หลายสิ่งที่ต่อสู้กับพระประสงค์ของพระเจ้า แน่นอนทุกคนพยายามจะสอนสิ่งที่ตนคิดว่าถูกต้อง อย่างไรก็ตาม เมื่อนำสิ่งนั้นมาสะท้อนกับมาตรฐานของพระเจ้าเรื่องความชอบธรรม เกือบทุกสิ่งเป็นความเท็จ ความจริงมีอยู่น้อยมาก สาเหตุก็เพราะว่าไม่มีใครประเสริฐนอกจากพระเจ้าแต่เพียงผู้เดียว (มาระโก 10:18; ลูกา 18:19)

ยกตัวอย่าง พระเจ้าทรงบอกให้เราตอบแทนความชั่วด้วยความดี พระองค์ทรงบอกเราว่าถ้ามีคนบังคับให้ท่านเดินไปกับเขาหนึ่งไมล์ ท่านจงเดินไปกับเขาสองไมล์ ถ้าเขาเอาเสื้อคลุมของท่านไป ท่านจงมอบเสื้อเชิร์ต ของท่านให้กับเขาด้วยเช่นกัน พระองค์ทรงสอนเราว่าคนที่รับใช้คือคนที่ยิ่งใหญ่กว่าและคนที่ให้และเสียสละคือผู้พิชิตที่แท้จริงในบั้นปลาย แต่สิ่งที่ผู้คนคิดว่าเป็น “ความชอบธรรม” จะแตกต่างกันออกไปสำหรับแต่ละคน ผู้คนสอนว่าเราต้องตอบแทนความชั่วด้วยความชั่วและเราต้องยืนหยัดต่อสู้กับความชั่วไปจนถึง

ที่สุดจนกว่าเราจะเอาชนะความชั่วนั้น

ต่อไปนี้เป็นตัวอย่างเปรียบเทียบง่ายๆ สมมุติว่าลูกของท่านไปเล่นที่บ้านของเพื่อนเขาและร้องไห้กลับมาบ้าน ใบหน้าของเขาดูเหมือนเขาถูกใครบางคนเอาเล็บข่วนที่หน้า ณ จุดนี้ พ่อแม่ส่วนใหญ่จะรู้สึกผิดหวังอย่างมากและจะเริ่มตำหนิลูกของตน ในกรณีที่ร้ายแรง พ่อแม่อาจพูดว่า "คราวหน้า อย่านั่งเฉยๆ และปล่อยให้เขาทำอยู่ข้างเดียวสิ สู้เขากลับไป" เขากำลังสอนลูกของตนว่าการถูกชกต่อยคือเครื่องหมายของความอ่อนแอหรือความพ่ายแพ้

นอกจากนั้น มีหลายคนที่ทนทุกข์จากความเจ็บปวย โดยไม่คำนึงว่าผู้ดูแลเขาจะรู้สึกอย่างไร คนเหล่านี้จะเรียกร้องสิ่งนี้และสิ่งนั้นในการพยายามที่จะทำให้เขาเองสบายมากขึ้น จากจุดยืนของคนที่ป่วย เนื่องจากความเจ็บปวดของเขามีมากเขาจึงคิดว่าการกระทำของเขาเป็นสิ่งถูกต้อง อย่างไรก็ตาม พระเจ้าทรงสอนเราไม่ให้เห็นแก่ประโยชน์ของตัวเราเอง แต่ให้เห็นแก่ประโยชน์ของคนอื่น ความคิดของมนุษย์กับความคิดของพระเจ้าแตกต่างกันในลักษณะนี้ มาตรฐานเรื่องความชอบธรรมของมนุษย์กับมาตรฐานเรื่องความชอบธรรมของพระเจ้าแตกต่างกันมาก

ในปฐมกาล 37:2 ด้วยความชอบธรรมของเขาเอง เราเห็นโยเซฟเล่าถึงความผิดของพวกพี่ชายของตนให้พ่อของเขาฟังอยู่บ่อยครั้ง จากจุดยืนของโยเซฟเขาไม่ชอบการประพฤติของพวกพี่ชายของเขา ถ้าโยเซฟมีความดีในจิตใจของเขาสักเล็กน้อยเขาคงแสวงหาสติปัญญาของพระเจ้าและค้นพบทางออกที่ดีกว่าและสงบสุขกว่าต่อปัญหานั้นโดยไม่ทำให้พี่ๆ ของตนอึดอัดใจ อย่างไรก็ตาม เนื่องจากความชอบธรรมส่วนตัวของเขา โยเซฟกลายเป็นที่เกลียดชังของพวกพี่ชายและถูกขายไปเป็นทาสในอียิปต์ด้วยมือของพี่ๆ ดังนั้น ถ้าท่านทำให้คนอื่นไม่พอใจด้วยวิธีนี้เนื่องจากสิ่งที่ท่านคิดว่า "ชอบธรรม" ท่านอาจพบกับความทุกข์เวทนาในลักษณะนี้

อย่างไรก็ตาม เกิดอะไรขึ้นกับโยเซฟหลังจากที่เขารู้จักความชอบธรรมของพระเจ้าผ่านการทดลองและความยากลำบากที่เขาเผชิญ

เขากำจัดความชอบธรรมส่วนตัวทิ้งไปและเจริญก้าวหน้าไปสู่ตำแหน่งนายก รัฐมนตรีของอียิปต์และมีสิทธิอำนาจที่จะปกครองเหนือผู้คนจำนวนมาก โยเซฟช่วยครอบครัวของเขาเองให้รอดจากการกันดารอาหารซึ่งรวมถึงพวกพี่ชายของเขาที่ขายเขามาเป็นทาส พระเจ้าทรงใช้โยเซฟให้เป็นรากฐานสำหรับการสร้างประเทศอิสราเอลด้วยเช่นกัน

อัครทูตเปาโลทำลายความคิดฝ่ายเนื้อหนังของท่าน

ในฟีลิปปี 3:7-9 เปาโลกล่าวว่า "แต่ว่าสิ่งใดที่เคยเป็นคุณประโยชน์แก่ข้าพเจ้า ข้าพเจ้าถือว่าสิ่งนั้นไร้ประโยชน์แล้ว เพื่อเห็นแก่พระคริสต์ ที่จริงข้าพเจ้าถือว่าสิ่งสารพัดไร้ประโยชน์ เพราะเห็นแก่ความประเสริฐแห่งความรู้ถึงพระเยซูคริสต์ องค์พระผู้เป็นเจ้าของข้าพเจ้า เพราะเหตุพระองค์ข้าพเจ้าจึงได้ยอมสละสิ่งสารพัด และถือว่าสิ่งเหล่านั้นเป็นเหมือนหยากเยื่อเพื่อข้าพเจ้าจะได้พระคริสต์ และจะได้ปรากฏอยู่ในพระองค์..."

เปาโลเกิดที่เมืองทารซัส เมืองหลวงของแคว้นซิลิเซีย ท่านเป็นพลเมืองโรมโดยกำเนิด การเป็นพลเมืองของโรมที่ปกครองโลกในเวลานั้นหมายความว่าท่านมีอำนาจทางสังคมอย่างมาก นอกเหนือจากนี้ เปาโลยังเป็นฟาริสีที่เคร่งครัดจากเผ่าเบนยามิน (กิจการ 22:3) และท่านศึกษาภายใต้กามาลิเอลซึ่งเป็นปรมาจารย์ที่โด่งดังที่สุดในเวลานั้น

ในฐานะคนยิวที่มีใจร้อนรนที่สุด เปาโลเป็นหัวหอกของการข่มเหงคริสเตียน ที่จริงท่านกำลังเดินทางไปยังเมืองดามัสกัสเพื่อจับกุมคริสเตียนที่อยู่ที่นั่นเมื่อท่านพบกับพระเยซูคริสต์ จากการเผชิญหน้ากับองค์พระผู้เป็นเจ้าในครั้งนี้เปาโลสำนึกถึงความผิดของตนและรู้แน่ว่าพระเยซูคริสต์คือพระผู้ช่วยให้รอดที่แท้จริง จากช่วงเวลานั้นเป็นต้นมา ท่านปฏิเสธการศึกษา ค่านิยม และสถานะทางสังคมทั้งสิ้นของท่านและติดตามองค์พระผู้เป็นเจ้า

หลังจากพบกับพระเยซูคริสต์ อะไรคือเหตุผลที่เปาโลถือว่า

สิ่งที่เคยเป็นคุณประโยชน์กลายเป็นสิ่งที่ไร้ประโยชน์กับท่าน ท่านรู้ว่าความรู้ทั้งสิ้นของท่านมาจากมนุษย์ผู้เป็นเพียงสิ่งทรงสร้างและด้วยเหตุนี้ความรู้นั้นจึงจำกัดมาก ท่านรู้เช่นกันว่ามนุษย์จะสามารถมีชีวิตนิรันดร์และพบความสุขนิรันดร์ในสวรรค์ด้วยการต้อนรับเอาพระเยซูคริสต์และรู้ว่าแท้ที่จริงจุดเริ่มต้นของความรู้และความเข้าใจทั้งปวงคือพระเจ้า

เปาโลรู้ว่าความรู้ทางวิชาการของโลกนี้จำเป็นสำหรับการมีชีวิตอยู่ในโลกนี้เท่านั้น แต่ความรู้เรื่องพระเยซูคริสต์คือรูปแบบของความรู้ที่สูงส่งที่สุดซึ่งสามารถแก้ปัญหาสำคัญของมนุษย์ได้ ท่านค้นพบว่าภายในความรู้ของการรู้จักพระเยซูคริสต์มีฤทธิ์อำนาจ สิทธิอำนาจ ขุมทรัพย์ เกียรติ และความมั่งคั่งอยู่อย่างไม่จำกัด เพราะท่านมีความเชื่อที่มั่นคงเช่นนี้ในความจริงเปาโลจึงถือว่าความรู้และความเข้าใจเชิงวิชาการของโลกนี้เป็นสิ่งไร้ประโยชน์และเป็นเหมือนหยากเยื่อสำหรับท่าน ทั้งนี้ก็เพื่อจะได้พระคริสต์และจะได้ปรากฏอยู่ในพระองค์

ถ้าบางคนเป็นคนหัวแข็งและคิดว่า "ผมรู้" และเป็นคนที่อวดตัวโดยคิดว่า "ผมถูกเสมอ" เขาคงไม่สามารถค้นพบตัวตนที่แท้จริงของเขาและจะคิดว่าเขาเป็นคนที่เยี่ยมที่สุด คนประเภทนี้จะไม่ฟังคนอื่นด้วยจิตใจถ่อม ด้วยเหตุนี้เขาจึงไม่สามารถเรียนรู้สิ่งใดและไม่สามารถเข้าใจอะไร อย่างไรก็ตาม เปาโลพบกับพระเยซูคริสต์ผู้เป็นพระอาจารย์ที่ยอดเยี่ยมที่สุดในทุกยุคทุกสมัย และเพื่อทำให้คำสอนของพระอาจารย์เป็นคำสอนของท่าน เปาโลจึงกำจัดความคิดฝ่ายเนื้อหนังที่ท่านเคยถือว่าถูกต้องที่สุดทั้งหมดของตนทิ้งไป สาเหตุก็เพราะว่าเปาโลต้องทำลายความคิดฝ่ายเนื้อหนังของท่านเพื่อจะได้ความรู้อันสูงส่งของพระคริสต์

ด้วยเหตุนี้ อัครทูตเปาโลจึงสามารถบรรลุถึงความชอบธรรมที่พระเจ้าพอพระทัยเหมือนที่ท่านกล่าวว่า "...ไม่มีความชอบธรรมของข้าพเจ้าเอง ซึ่งได้มาโดยธรรมบัญญัติ แต่มีมาโดยความเชื่อในพระคริสต์ เป็นความชอบธรรมซึ่งมาจากพระเจ้าซึ่งขึ้นอยู่กับความเชื่อ" (ฟีลิปปี 3:9)

ความชอบธรรมที่มาจากพระเจ้า

ก่อนพบปะกับองค์พระผู้เป็นเจ้า อัครทูตเปาโลรักษาธรรมบัญญัติอย่างเคร่งครัดและถือว่าตัวท่านเป็นผู้ชอบธรรม แต่หลังจากได้พบกับองค์พระผู้เป็นเจ้าและได้รับพระวิญญาณบริสุทธิ์ ท่านค้นพบตัวตนที่แท้จริงของท่านและกล่าวยอมรับว่า "พระเยซูคริสต์ได้เสด็จมาในโลก เพื่อจะได้ทรงช่วยคนบาปให้รอด และในพวกคนบาปนั้นข้าพเจ้าเป็นตัวเอก" (1 ทิโมธี 1:15) เปาโลรู้ว่าท่านมีทั้งความบาปดั้งเดิมและความบาปที่ท่านได้ทำ/ความบาปที่แท้จริงและรู้ว่าท่านยังต้องทำให้ความรักแท้ฝ่ายวิญญาณสำเร็จเป็นจริง ถ้าท่านเป็นคนชอบธรรมและเดินอยู่ในความเชื่อที่พอพระทัยพระเจ้ามาตั้งแต่เริ่มแรก ท่านคงรู้ว่าพระเยซูคือใครและรับใช้พระองค์มาตั้งแต่แรก อย่างไรก็ตาม ท่านไม่รู้จักพระผู้ช่วยให้รอด และตรงกันข้ามท่านมีส่วนในการข่มเหงผู้คนที่เชื่อในพระเยซู ดังนั้นในความเป็นจริง เปาโลไม่ได้แตกต่างไปจากพวกฟาริสีที่ตรึงพระเยซูบนกางเขนเลย

ในสมัยพระคัมภีร์เดิม ผู้คนต้องตอบแทนกันแบบตาต่อตาและฟันต่อฟัน ตามธรรมบัญญัติ ถ้ามีคนทำผิดฐานฆ่าคนหรือล่วงประเวณี เขาจะถูกหินขว้างให้ตาย แต่พวกฟาริสีไม่เข้าใจพระทัยที่แท้จริงของพระเจ้าซึ่งบรรจุอยู่ในธรรมบัญญัติ เหตุใดพระเจ้าแห่งความรักจึงสร้างกฎแบบนั้นขึ้นมา

ในสมัยพระคัมภีร์เดิม พระวิญญาณบริสุทธิ์ยังไม่ได้เสด็จเข้ามาในจิตใจของผู้คน คนสมัยนั้นควบคุมการกระทำของตนได้ยากกว่าผู้คนที่ได้รับพระวิญญาณบริสุทธิ์ (พระผู้ช่วย) ในสมัยพระคัมภีร์ใหม่ ดังนั้นความบาปคงแพร่กระจายไปอย่างรวดเร็วถ้าไม่มีการชดใช้ แต่กลับมีเฉพาะการยกโทษ เพราะเหตุนี้ เพื่อป้องกันไม่ให้ผู้คนทำบาปและเพื่อป้องกันไม่ให้ความบาปแพร่กระจายไป ผู้คนในยุคนั้นจึงชดใช้กันแบบชีวิตต่อชีวิต ตาต่อตา ฟันต่อฟัน และเท้าต่อเท้า นอกจากนั้น การฆ่าคนและการล่วงประเวณีเป็นความบาปที่ชั่วร้ายเช่นกัน แม้จะโดยมาตรฐานของคนชาวโลกก็ตาม บุคคลที่ทำบาปเ

หล่านี้มีจิตใจที่แข็งกระด้างมาก คงเป็นการยากที่บุคคลประเภทนี้จะหันกลับจากทางของเขา ดังนั้น เนื่องจากไม่สามารถได้รับความรอดและเขาต้องตกนรกอยู่แล้ว คงเป็นการดีกว่าที่จะให้เขาถูกหินขว้างจนตายและให้การลงโทษเช่นนั้นเป็นสิ่งเตือนใจและเป็นบทเรียนสำหรับคนอื่น

สิ่งนี้เป็นความรักของพระเจ้าด้วยเช่นกัน แต่พระเจ้าไม่เคยมีเจตนาหรือความปรารถนาที่จะให้มนุษย์มีความเชื่อแบบหยุมหยิมที่บุคคลต้องชดใช้แบบตาต่อตาและฟันต่อฟัน ในเฉลยธรรมบัญญัติ 10:16 พระเจ้าตรัสว่า "เพราะฉะนั้นจงตัดหนังปลายหัวใจของท่านเสีย อย่าคอแข็งอีกต่อไป" และเยเรมีย์ 4:4 กล่าวว่า "ดูก่อน คนยูดาห์และชาวกรุงเยรูซาเล็มเอ๋ย จงเอาตัวเข้าสุหนัตถวายแด่พระเยโฮวาห์ จงตัดหนังปลายหัวใจของเจ้าเสีย เกรงว่าความกริ้วของเราจะพลุ่งออกไปอย่างไฟและเผาไหม้ ไม่มีใครจะดับได้ เหตุด้วยความชั่วแห่งการกระทำทั้งหลายของเจ้า"

ท่านสามารถเห็นว่าแม้แต่ในสมัยพระคัมภีร์เดิม บรรดาผู้เผยพระวจนะที่พระเจ้าทรงยอมรับก็ไม่ได้มีความเชื่อแบบหยุมหยิม สาเหตุก็เพราะว่าสิ่งที่พระเจ้าทรงต้องการอย่างแท้จริงคือความรักและความเมตตาฝ่ายวิญญาณ เหมือนดังที่พระเยซูคริสต์ทรงทำให้ธรรมบัญญัติสมบูรณ์ด้วยความรัก ผู้เผยพระวจนะและเหล่าปิตาจารย์ที่ได้รับความรักและพระพรจากพระเจ้าก็แสวงหาความรักและสันติสุขด้วยเช่นกัน

ในกรณีของโมเสส เมื่อคนอิสราเอลยืนอยู่ต่อหน้าความตายจากการทำบาปที่ไม่อาจยกโทษให้ได้ โมเสสทูลวิงวอนต่อพระเจ้าเพื่อคนเหล่านั้นโดยขอให้พระเจ้าทรงแลกความรอดของท่านกับความรอดของคนเหล่านั้น อย่างไรก็ตาม เปาโลไม่ได้เป็นแบบนี้ก่อนที่ท่านพบกับพระเยซูคริสต์ ท่านไม่ใช่คนชอบธรรมในสายพระเนตรของพระเจ้า ท่านเป็นคนชอบธรรมในสายตาของตนเอง

เปาโลถือว่าทุกสิ่งที่ท่านรู้ก่อนหน้านี้ไร้ประโยชน์หลังจากที่ท่านพบกับพระคริสต์แล้วเท่านั้นและท่านเริ่มเผยแพร่ความรู้เรื่องพระคริสต์อันสูงส่งออกไป ด้วยความรักของท่านที่มีต่อดวงวิญญาณ เปาโล

ก่อตั้งคริสตจักรจำนวนมากในทุกที่ทุกแห่งที่ท่านก้าวย่างไปและท่านสละชีวิตของท่านเพื่อพระกิตติคุณ ท่านดำเนินชีวิตที่มีค่าที่สุดและเป็นชีวิตที่คู่ควรที่สุด

ซาอูลไม่เชื่อฟังพระเจ้าด้วยความคิดฝ่ายเนื้อหนัง

ซาอูลเป็นตัวอย่างที่สำคัญที่สุดของคนที่ตั้งตัวต่อสู้กับพระเจ้าเพราะความคิดฝ่ายเนื้อหนังของเขา ซาอูลได้รับการเจิมโดยผู้เผยพระวจนะซามูเอลเพื่อให้เป็นกษัตริย์องค์แรกของอิสราเอลที่ปกครองประเทศเป็นเวลา 40 ปี ก่อนขึ้นเป็นกษัตริย์ซาอูลเป็นคนถ่อมใจ แต่หลังจากเป็นกษัตริย์ซาอูลค่อยๆ มีความทะนงตัวเพิ่มมากขึ้น ยกตัวอย่างเมื่ออิสราเอลกำลังเตรียมพร้อมที่จะไปทำสงครามกับคนฟีลิสเตียและผู้เผยพระวจนะซามูเอลไม่ได้มาตามเวลาที่กำหนดไว้และประชาชนเริ่มสลายตัว แม้ปุโรหิตเท่านั้นที่ควรถวายเครื่องบูชาบนแท่น แต่ซาอูลก็ถวายเครื่องบูชาตามใจตัวเองซึ่งเป็นการกระทำที่ต่อสู้กับพระประสงค์ของพระเจ้า และเมื่อซามูเอลตำหนิซาอูลเพราะเขาไม่ให้ความสำคัญกับขอบเขตการทำหน้าที่อันศักดิ์สิทธิ์ปุโรหิต แทนที่จะกลับใจ ซาอูล กลับหาข้อแก้ตัวอย่างรวดเร็ว

และเมื่อพระเจ้าทรงบอกให้ซาอูล "ทำลายคนอามาเลขอย่างราบคาบ" เขาไม่ได้เชื่อฟัง เขาจับตัวกษัตริย์มาแทน เขาไว้ชีวิตสัตว์เลี้ยงที่สมบูรณ์ที่สุดและนำกลับมาบ้าน เพราะเขายอมให้ความคิดฝ่ายเนื้อหนังเล็ดลอดเข้ามา เขาจึงเอาความคิดของตนมาก่อนพระคำของพระเจ้า และกระนั้นเขาก็ยังเรียกร้องให้ประชาชนยกชูเขาขึ้น ในที่สุดพระเจ้าทรงหันพระพักตร์ไปจากเขาและเขาถูกทรมานด้วยวิญญาณชั่ว แต่แม้จะอยู่ภายใต้สถานการณ์เหล่านี้ซาอูลก็ปฏิเสธที่จะหันไปจากความชั่วและเขาพยายามฆ่าดาวิดผู้ที่พระเจ้าทรงเจิมเอาไว้ พระเจ้าทรงให้โอกาสแก่ซาอูลหลายต่อหลายครั้งเพื่อให้เขากลับใจ แต่ซาอูลไม่ยอมกำจัดความคิดฝ่ายเนื้อหนังของตนทิ้งไป และอีกครั้งหนึ่งเขาไม่ได้เชื่อฟังพระเจ้า ในที่สุด ซาอูลก็พบกับความตาย

แนวทางที่จะทำให้ความชอบธรรมของพระเจ้าสำเร็จโดยความเชื่อ

ถ้าเช่นนั้น เราจะกำจัดความคิดฝ่ายเนื้อหนังซึ่งเป็นศัตรูกับพระเจ้าทิ้งไปและกลายเป็นคนชอบธรรมในสายพระเนตรของพระเจ้าได้อย่างไร เราต้องทำลายความคิดที่มีเหตุผลจอมปลอมและทิฐิมานะทุกประการที่ตั้งตัวขึ้นขัดขวางความรู้ของพระเจ้าและน้อมนำความคิดทุกประการให้เข้าอยู่ใต้บังคับจนถึงการเชื่อฟังพระคริสต์ (1 โครินธ์ 10:5)

การเชื่อฟังพระคริสต์ไม่ได้หมายถึงการถูกใส่โซ่ตรวนหรือการถูกทรมาน การเชื่อฟังพระคริสต์เป็นหนทางไปสู่พระพรและชีวิตนิรันดร์ เพราะเหตุนี้ผู้คนที่ต้อนรับเอาพระเยซูคริสต์เป็นพระผู้ช่วยให้รอดของตนและมีประสบการณ์กับความรักอันอัศจรรย์ของพระเจ้าจึงเชื่อฟังพระคำของพระองค์และพยายามเลียนแบบพระทัยของพระองค์

ดังนั้น เพื่อจะบรรลุถึงความชอบธรรมของพระเจ้าโดยความเชื่อในพระเยซูคริสต์ เราต้องกำจัดความชั่วทุกรูปแบบทิ้งไป (1 เธสะโลนิกา 5:22) และมุ่งบรรลุถึงความดี ท่านจะไม่มีความคิดฝ่ายเนื้อหนังถ้าท่านไม่มีความเท็จในจิตใจของท่าน ท่านจะรับเอาการทำงานของซาตานและเดินตามหนทางที่ชั่วร้ายตามขนาดของความเท็จที่อยู่ในท่าน ด้วยเหตุนี้ การเชื่อฟังพระคริสต์จึงหมายถึงการกำจัดความเท็จทิ้งไปจากภายในเราและการรู้และการประพฤติตามพระคำของพระเจ้า

ถ้าพระเจ้าทรงบอกให้เรา "อุทิศตนเองให้กับการประชุมร่วมกัน" เราควรอุทิศตนเองให้กับการประชุมร่วมกันโดยไม่ใช้ความคิดของเราเอง เมื่อเราเข้าร่วมการนมัสการเราควรเข้าใจทางของพระเจ้าและเชื่อฟังแนวทางนั้น อย่างไรก็ตาม เพียงเพราะเรารู้จักพระคำของพระเจ้าไม่ได้หมายความว่าเราสามารถประพฤติตามพระคำนั้นได้ทันที เราต้องอธิษฐานเพื่อรับกำลังในการนำพระคำไปประพฤติตาม เมื่อเราอธิษฐานเราจะเต็มล้นไปด้วยพระวิญญาณบริสุทธิ์และสามารถกำจัดความคิดฝ่ายเนื้อหนังทิ้งไป แต่ถ้าเราไม่อธิษฐาน ความคิดฝ่ายเ

นื้อหนังของเราจะควบคุมเราเอาไว้และนำเราออกนอกลู่นอกทาง

ด้วยเหตุนี้ เราควรอธิษฐานในขณะที่พยายามจะดำเนินชีวิตตามพระคำของพระเจ้าอย่างพากเพียร ก่อนที่เราพบกับพระเยซูคริสต์เราอาจทำตามความปรารถนาฝ่ายเนื้อหนังโดยพูดว่า "ขอให้เราพักผ่อน หาความ สุข และขอให้เราดื่มและกินและรื่นเริงเถิด" แต่หลังจากพบกับพระเยซูคริสต์ เราควรไตร่ตรองดูว่าเราจะทำให้แผ่นดินของพระเจ้าและความชอบธรรมของพระองค์ให้สำเร็จอย่างไรและเราควรทำงานหนักเพื่อสำแดงความเชื่อของเราออกมาเป็นการประพฤติ เราควรค้นหาและกำจัดความชั่วต่างๆ เช่น ความเกลียดชังและความอิจฉาซึ่งขัดแย้งกับพระคำของพระเจ้าทิ้งไป เราควรทำเหมือนที่พระเยซูทรงกระทำ นั่นคือการรักศัตรูของเราและการถ่อมตัวลงในขณะที่รับใช้คนอื่น จากนั้นสิ่งนี้หมายความว่าเรากำลังบรรลุถึงความชอบธรรมของพระเจ้า

ผมหวังว่าท่านจะสามารถทำลายความคิดที่มีเหตุผลจอมปลอมและทิฐิมานะทุกประการที่ตั้งตัวขึ้นขัดขวางความรู้ของพระเจ้าและน้อมนำความคิดทุกประการให้เข้าอยู่ใต้บังคับจนถึงรับฟังพระคริสต์เหมือนที่อัครทูตเปาโลได้กระทำเพื่อท่านจะได้รับสติปัญญาและความเข้าใจจากพระเจ้าและกลายเป็นคนชอบธรรมที่จำเริญสุขทุกประการ

อภิธานศัพท์

ความชอบธรรมของความเชื่อ การเชื่อฟัง และการประพฤติ
ความชอบธรรมของความเชื่อคือการมองเห็นผลลัพธ์ในแง่บวกด้วยตาฝ่ายวิญญาณแทนที่จะมองเห็นเพียงความเป็นจริงตามที่เป็นอยู่ด้วยการไว้วางใจในพระคำของพระเจ้า สิ่งนี้คือการพึ่งพิงพระเจ้าเพียงลำพัง ไม่ใช่พึ่งพาความคิดและความสามารถของตนเอง

ความชอบธรรมของการเชื่อฟังไม่ใช่เป็นเพียงการเชื่อฟังที่บุคคลสามารถทำตามด้วยกำลังของตนเอง แต่เป็นการเชื่อฟังคำสั่งที่บุคคลคิดว่าเป็นไปไม่ได้ที่จะทำตามภายในกรอบของความจริง ถ้าบุคคลมีความชอบธรรมของความเชื่อ เขาก็สามารถทำให้ความชอบธรรมของการเชื่อฟังสำเร็จเช่นกัน บุคคลที่ทำให้ความชอบธรรมของการเชื่อฟังสำเร็จบนพื้นฐานของความชอบธรรมของความเชื่อของเขาก็สามารถเชื่อฟังด้วยความเชื่อแม้ในสถานการณ์ที่เป็นไปไม่ได้ในความเป็นจริง

ความชอบธรรมของการประพฤติคือความสามารถที่จะทำตามพระประสงค์ของพระเจ้าโดยไม่มีข้อแก้ตัวตราบใดที่สิ่งนั้นเป็นสิ่งที่พระเจ้าทรงต้องการ ความสามารถที่จะทำตามความชอบธรรมของการประพฤติแตกต่างกันไปในแต่ละบุคคลโดยขึ้นอยู่กับลักษณะของภาชนะของแต่ละคนและลักษณะของจิตใจ ยิ่งบุคคลไม่เห็นแก่ประโยชน์ส่วนตนและเห็นแก่ประโยชน์ของคนอื่นมากเท่าใด เขาก็ยิ่งจะสามารถทำให้ความชอบธรรมประเภทนี้สำเร็จได้มากเท่านั้น

บทที่ 9

คนที่พระเจ้าทรงยกย่อง

"เพราะคนทียกย่องตัวเองไม่เป็นทีนับถือข
องผู้ใด คนทีน่านับถือนั้นคือคนทีพระเจ้า
ทรงยกย่อง"
(2 โครินธ์ 10:18)

ไม่ว่าเราจะอยู่ในแวดวงใดก็ตาม ถ้าเราเป็นเลิศในสิงทีเราทำ เราก็จะได้รับการยกย่อง อย่างไรก็ตาม มีข้อแตกต่างกันระหว่างการเป็นทียกย่องจากบางคนโดยบังเอิญกับการเป็นทียกย่องจากผู้เชียวชาญในแวดวงทีท่านอยู่ ดังนั้น ถ้าองค์พระผู้เป็นเจ้าทรงยอมรับเรา ความชืนชมยินดีนั้นคงไม่มีสิงใดในโลกนีเปรียบเทียบได้

คนทีพระเจ้าทรงยกย่อง

พระเจ้าทรงยกย่องผู้คนทีจิตใจของเขาชอบธรรมและผู้ทีเกิดผลแห่งกลินหอมของพระคริสต์ ในพระคัมภีร์มีตัวอย่างของผู้คนทีพระเยซูทรงให้การยกย่องอยู่ไม่มากนัก แต่เมือพระองค์ทรงยกย่องพระองค์ไม่ได้ยกย่องอย่างเปิดเผย แต่ทรงยกย่องแบบอ้อมๆ ด้วยถ้อยคำ เช่น

"เจ้าทำสิ่งที่ถูกต้องแล้ว" "จงระลึกถึงสิ่งนี้" และ "จงเผยแพร่สิ่งนี้" เป็นต้น

ในลูกาบทที่ 21 เราเห็นหญิงม่ายยากจนคนหนึ่งนำเหรียญทองแดงสองอันมาถวาย พระเยซูทรงยกย่องหญิงม่ายคนนี้ที่นำเอาทุกสิ่งที่เธอมีอยู่มาถวายโดยตรัสว่า "เราบอกท่านทั้งหลายจริงๆ ว่า หญิงม่ายจนคนนี้ได้ใส่ไว้มากกว่าคนทั้งปวงนี้ เพราะว่าคนทั้งปวงนี้ได้เอาเงินเหลือใช้ของเขามาใส่ถวาย แต่ผู้หญิงนี้ขัดสนที่สุด ยังได้เอาเงินที่มีอยู่สำหรับเลี้ยงชีวิตของตนมาใส่จนหมด" (ข้อ 3-4)

ในมาระโกบทที่ 14 เราเห็นภาพที่ผู้หญิงคนหนึ่งเทน้ำหอมราคาแพงลงบนศีรษะของพระเยซู บางคนที่อยู่ที่นั่นตำหนิการกระทำของเธอว่า "เพราะว่าน้ำมันนี้ถ้าขายก็ได้เงินกว่าสามร้อยเหรียญเดนาริอัน แล้วจะแจกให้คนจนก็ได้" (ข้อ 5)

ในเรื่องนี้พระเยซูตรัสว่า "ด้วยว่าคนยากจนมีอยู่กับท่านเสมอ และท่านจะทำการดีแก่เขาเมื่อไรก็ทำได้ แต่เราจะไม่อยู่กับท่านเสมอไป ซึ่งผู้หญิงนี้ได้กระทำก็เป็นการสุดกำลังของเขา เขามาชโลมกายของเราก่อนเพื่อการศพของเรา เราบอกความจริงแก่ท่านทั้งหลายว่า การซึ่งผู้หญิงนี้ได้กระทำก็จะลือไปเป็นที่ระลึกถึงเขาที่ไหนๆ ที่ข่าวประเสริฐจะประกาศทั่วพิภพ" (ข้อ 6-9)

ถ้าท่านต้องการได้รับการยกย่องจากองค์พระผู้เป็นเจ้าในลักษณะนี้ อันดับแรก ท่านต้องทำสิ่งที่ท่านควรทำก่อน ดังนั้น ขอให้เราศึกษาอย่างเจาะจงมากขึ้นเกี่ยวกับสิ่งต่างๆ ที่เราควรทำในฐานะคนของพระเจ้า

เพื่อรับการรับรองจากพระเจ้า

1) จงสร้างแท่นบูชาต่อพระพักตร์พระเจ้าอย่างพากเพียร

ปฐมกาล 12:7-8 กล่าวว่า "พระเจ้าทรงสำแดงพระองค์ให้ปรากฏแก่อับราม ตรัสว่า "ดินแดนนี้เราจะยกให้พงศ์พันธุ์ของเจ้า" อับรามสร้างแท่นที่นั่นถวายบูชาแก่พระเจ้าผู้สำแดงพระองค์ให้ปรากฏ

แก่ท่าน อับรามย้ายไปจากที่นั่น มาถึงภูเขาทางทิศตะวันออกของเมืองเบธเอล จึงตั้งเต็นท์อยู่ที่นั่น ให้เมืองเบธเอลอยู่ทางทิศตะวันตกและเมืองอัยอยู่ทิศตะวันออก ส่วนท่านสร้างแท่นบูชาพระเจ้าที่นั่นและนมัสการออกพระนามพระเจ้า" นอกจากนี้ ในปฐมกาล 13:4 และ 13:18 มีบันทึกไว้เช่นกันว่าอับราฮัมสร้างแท่นบูชาต่อพระพักตร์พระเจ้า

ในปฐมกาลบทที่ 28 เราเห็นบันทึกเกี่ยวกับวิธีการที่ยาโคบสร้างแท่นบูชาต่อพระพักตร์พระเจ้า ในขณะที่กำลังหลบหนีจากพี่ชายของเขาซึ่งพยายามจะฆ่าเขา ยาโคบมาถึงสถานที่แห่งหนึ่งที่เขานอนลงโดยเอาก้อนหินหนุนศีรษะ ในความฝัน ยาโคบเห็นบันไดอันหนึ่งตั้งขึ้นไปถึงสวรรค์และเขาเห็นทูตสวรรค์ขึ้นลงอยู่บนนั้นและเขาได้ยินพระสุรเสียงของพระเจ้า เมื่อเขาตื่นขึ้นในเช้าวันต่อมา ยาโคบที่ใช้หินที่หนุนศีรษะมาตั้งขึ้นเป็นเหมือนเสาและเทน้ำมันลงบนยอดเสานั้นและสรรเสริญพระเจ้าที่นั่น

ในสมัยปัจจุบัน การสร้างแท่นบูชาต่อพระพักตร์พระเจ้าเทียบเท่ากับการไปคริสตจักรและการเข้าร่วมในการนมัสการ สิ่งนี้เป็นการถวายเครื่องบูชาที่แท้จริงด้วยสิ้นสุดใจของเราในขณะที่กำลังขอบพระคุณ การสร้างแท่นบูชาเป็นการฟังพระคำของพระเจ้าและการบำรุงจิตใจของเราด้วยพระคำนั้น สิ่งนี้เป็นการนำเอาพระคำที่เราได้ยินไปประพฤติตาม ด้วยวิธีนี้ เมื่อเรานมัสการด้วยจิตวิญญาณและความจริงและเมื่อเราประพฤติตามพระคำ พระเจ้าจะทรงพอพระทัยในเราและทรงนำเราไปสู่ชีวิตแห่งพระพร

2) จงถวายคำอธิษฐานที่พระเจ้าทรงต้องการได้ยิน

การอธิษฐานคือการหายใจฝ่ายวิญญาณ สิ่งนี้เป็นการสื่อสารกับพระเจ้า ความสำคัญของการอธิษฐานได้รับการเน้นหนักในหลายที่หลายอย่างตลอดพระคัมภีร์ แน่นอน แม้เราไม่ได้บอกพระองค์ในรายละเอียดปลีกย่อยทุกอย่างพระองค์ก็ทรงทราบทุกสิ่งอยู่แล้ว อย่างไรก็ตาม เพราะพระองค์ทรงต้องการสื่อสารกับเ

ราและแบ่งปันความรักของพระองค์กับเรา พระเจ้าจึงทรงให้คำสัญญานี้ไว้ในมัทธิว 7:7 ว่า "จงขอแล้วจะได้"

เพื่อให้วิญญาณจิตของเราจำเริญขึ้นและไปสู่สวรรค์ เราต้องอธิษฐาน เราจะสามารถกำจัดความคิดฝ่ายเนื้อหนังที่ขัดแย้งกับความจริงทิ้งไปและเราจะสามารถเต็มล้นด้วยพระคำของพระเจ้าซึ่งเป็นความจริงได้ก็ต่อเมื่อเราเต็มล้นด้วยพระคุณและฤทธิ์อำนาจของพระเจ้าและความไพบูลย์ของพระวิญญาณบริสุทธิ์แล้วเท่านั้น นอกจากนั้น เราต้องอธิษฐานเพื่อจะเป็นบุคคลแห่งความจริงซึ่งเป็นมนุษย์ฝ่ายวิญญาณ ด้วยการอธิษฐาน เราจะจำเริญสุขทุกประการ และเราจะพลานามัยสมบูรณ์เหมือนที่วิญญาณจิตของเราจำเริญอยู่นั้น

ทุกคนที่ได้รับความรักและการยอมรับจากพระเจ้าล้วนเป็นผู้คนที่อธิษฐาน 1 ซามูเอล 12:23 กล่าวว่า "ยิ่งกว่านั้นส่วนข้าพเจ้าขออย่าให้มีวี่แววที่ข้าพเจ้าจะกระทำบาปต่อพระเจ้าด้วยการหยุดอธิษฐาน" เพื่อรับเอาบางสิ่งจากพระเจ้าซึ่งพลังอำนาจของมนุษย์ทำไม่ได้ เราต้องสื่อสารกับพระเจ้า ดาเนียล เปโตร และอัครทูตเปาโลล้วนเป็นผู้คนที่อธิษฐาน พระเยซูทรงอธิษฐานในตอนเช้าตรู่และบางครั้งตลอดทั้งคืน เรื่องราวที่พระองค์ทรงอธิษฐานจนกระทั่งเหงื่อของพระองค์เป็นเหมือนหยดเลือดในสวนเกทเสมนีเป็นเรื่องราวที่โด่งดังมาก

3) จงมีความเชื่อเพื่อจะได้รับคำตอบ

ในมัทธิวบทที่ 8 นายร้อยคนหนึ่งมาหาพระเยซู ในเวลานั้นอิสราเอลถูกปกครองโดยโรม นายร้อยแห่งกองทัพโรมมีฐานะเทียบเท่ากับนายทหารตำแหน่งสูงของกองทัพในปัจจุบัน นายร้อยคนนั้นทูลขอให้พระเยซูทรงรักษาคนใช้ของเขาที่ทุกข์ทรมานจากอาการง่อย พระเยซูทรงเห็นความรักและความเชื่อของนายร้อย ดังนั้น พระองค์จึงตัดสินพระทัยรักษาคนใช้ของเขา

แต่นายร้อยกล่าวถ้อยคำแห่งความเชื่อต่อไปนี้ "พระองค์เจ้าข้า ข้าพระองค์เป็นคนไม่สมควรที่จะรับเสด็จพ

ระองค์เข้าใต้ชายคาของข้าพระองค์ ขอพระองค์ตรัสเท่านั้น บ่าวของข้าพระองค์ก็จะหายโรค ข้าพระองค์รู้ดี เพราะเหตุว่าข้าพระองค์อยู่ใต้วินัยทหาร แต่ก็ยังมีทหารอยู่ใต้บังคับบัญชาของข้าพระองค์ ข้าพระองค์จะบอกแก่คนนี้ว่า 'ไป' เขาก็ไป บอกแก่คนนั้นว่า 'มา' เขาก็มา บอกทาสของข้าพระองค์ว่า 'จงทำสิ่งนี้' เขาก็ทำ" (มัทธิว 8:8-9)

เมื่อทรงเห็นว่าความเชื่อและความถ่อมใจของนายร้อยมีค่ามาก พระเยซูจึงตรัสว่า "เราบอกความจริงแก่ท่านทั้งหลายว่า เราไม่เคยพบศรัทธาที่ไหนมากเท่านี้แม้ในอิสราเอล" (ข้อ 10) หลายคนปรารถนาที่จะมีความเชื่อแบบนี้ แต่เราไม่สามารถมีความเชื่อประเภทนี้ตามใจของเราได้ ยิ่งเรามีความดีในจิตใจของเราและยิ่งเรานำเอาพระคำของพระเจ้าไปประพฤติตามมากเท่าใด พระเจ้าก็ยิ่งจะประทานความเชื่อชนิดนี้แก่เรามากขึ้นเท่านั้น เนื่องจากนายร้อยคนนั้นมีจิตใจที่ดีงาม เขาจึงเชื่อทุกสิ่งที่เขาเห็นและได้ยินเกี่ยวกับพระเยซู ด้วยวิธีนี้พระเจ้าทรงยกย่องทุกคนที่เชื่อและสำแดงความเชื่อของเขาออกมาเป็นการกระทำและพระเจ้าทรงกระทำการตามความเชื่อของเขา

4) จงมีจิตใจถ่อมต่อพระพักตร์พระเจ้า

ในมาระโกบทที่ 7 หญิงชาวซีเรียฟินิเซียคนหนึ่งมาอยู่ต่อหน้าพระพักตร์พระเยซูด้วยใจถ่อมโดยปรารถนาให้พระองค์รักษาลูกสาวของตนที่ถูกผีสิง เมื่อหญิงคนนั้นทูลขอให้พระองค์รักษาลูกสาวของนาง พระเยซูตรัสตอบว่า "ให้พวกลูกกินอิ่มเสียก่อน เพราะว่าซึ่งจะเอาอาหารของลูกโยนให้แก่สุนัขก็ไม่ควร" (ข้อ 27) ผู้หญิงคนนี้ไม่ได้โกรธหรือรู้สึกไม่พอใจแม้เธอจะถูกเปรียบเทียบกับสุนัข

เนื่องจากเธอเต็มไปด้วยความปรารถนาที่จะได้รับคำตอบไม่ว่าอะไรจะเกิดขึ้นก็ตามและเพราะนางเชื่อในพระเยซูผู้ทรงเป็นความจริง เธอจึงลดตัวเองลงต่ำในลักษณะที่ถ่อมใจและเธอร้องทูลต่อไปว่า "จริงเจ้าข้า แต่สุนัขที่อยู่ใต้โต๊ะนั้นย่อมกินเดนอาหารของลูก" (ข้อ 28) พระเยซูทรงพอพระทัยกับความเชื่อและความถ่อมใจของเธอมา

กจนพระองค์ทรงตอบตามคำขอของนางโดยตรัสว่า “จงกลับไปเถิด ผีออกจากลูกสาวของเจ้าแล้ว” (ข้อ 29) เราต้องมีความถ่อมใจแบบนี้ต่อพระพักตร์พระเจ้าเมื่อเราแสวงหาพระองค์และอธิษฐาน

5) จงหว่านด้วยความเชื่อ

การหว่านด้วยความเชื่อเป็นส่วนหนึ่งของความชอบธรรมด้วยเช่นกันซึ่งเป็นสิ่งที่พระเจ้าทรงยกย่อง ถ้าท่านต้องการมั่งคั่งร่ำรวย จงหว่านตามกฎของการหว่านและการเกี่ยว สิ่งนี้ใช้ได้ดีที่สุดเมื่อพูดถึงการถวายสิบลดและการถวายเพื่อขอบพระคุณ แม้เมื่อเรามองดูกฎของธรรมชาติเราก็สามารถเห็นว่าท่านเก็บเกี่ยวในสิ่งที่ท่านหว่านลงไป ถ้าท่านหว่านเมล็ดข้าวท่านก็จะเก็บเกี่ยวเมล็ดข้าว และถ้าท่านหว่านเมล็ดถั่วท่านก็จะเก็บเกี่ยวเมล็ดถั่ว ถ้าท่านหว่านเพียงเล็กน้อยท่านก็จะเก็บเกี่ยวเพียงเล็กน้อยและถ้าท่านหว่านมากท่านก็จะเก็บเกี่ยวมาก ถ้าท่านหว่านลงในดินดีท่านก็จะเก็บเกี่ยวผลที่ดีและยิ่งท่านตัดแต่งและดูแลรักษาดีมากขึ้นเพียงใดท่านก็จะเก็บเกี่ยวผลผลิตที่ดีมากยิ่งขึ้นเท่านั้น

เงินถวายที่เรานำมาถวายต่อพระพักตร์พระเจ้าถูกนำไปใช้เพื่อช่วยดวงวิญญาณที่หลงหายให้รอด เพื่อสร้างคริสตจักร และเพื่อสนับสนุนพันธกิจและให้ความช่วยเหลือผู้ขัดสน เพราะเหตุนี้เราจึงสามารถแสดง ออกถึงความรักของเราที่มีต่อพระเจ้าผ่านเงินถวายของเรา เงินถวายถูกนำไปใช้เพื่อทำให้แผ่นดินของพระเจ้าและความชอบธรรมของพระองค์สำเร็จ ดังนั้น พระเจ้าจึงทรงรับเอาเงินถวายเหล่านี้ด้วยความชื่นชมยินดีและทรงอวยพรเรากลับมา 30 เท่า 60 เท่าหรือ 100 เท่า พระเจ้าพระผู้สร้างทรงขาดแคลนสิ่งใดหรือจนพระองค์ต้องบอกให้เรานำสิ่งเหล่านั้นมาถวายแด่พระองค์ พระองค์ทรงให้โอกาสแก่เราที่จะเก็บเกี่ยวสิ่งที่เราหวานและได้รับพระพรของพระองค์

เหมือนที่เขียนไว้ใน 2 โครินธ์ 9:6-7 ว่า “นี่แหละคนที่หว่านเพียงเล็กน้อยก็จะเกี่ยวเก็บได้เพียงเล็กน้อย คนที่หว่านมาก

ก็จะเกียวเก็บได้มาก ทุกคนจงให้ตามทีเขาได้คิดหมายไว้ในใจ มิใช่ให้ด้วยนึกเสียดาย มิใช่ให้ด้วยการฝืนใจ เพราะว่าพระเจ้าทรงรักคนนั้นทีให้ด้วยใจยินดี"

6) จงไว้วางใจและพึงพิงพระเจ้าตลอดเวลา

ดาวิดสอบถามพระเจ้าอยู่เสมอ ดังนั้นพระเจ้าจึงทรงนำทางท่านและทรงช่วยท่านหลีกเลี่ยงความยาก ลำบากต่างๆ ดาวิดทูลถามพระเจ้าว่า "ข้าพระองค์ควรทำสิ่งนี้หรือสิ่งนั้นหรือไม่พระเจ้าข้า" อย่างเจาะจงในเกือบทุกเรื่องและท่านทำตามคำแนะนำของพระเจ้า (อ้างอิง: 1 ซามูเอลบททึ 23) นั่นคือสาเหตุทีดาวิดสามารถมีชัยชนะในการทำสงครามหลายต่อหลายครั้ง เพราะเหตุนี้พระเจ้าจึงทรงรักบุตรเหล่านั้นทีไว้วางใจและทูลขอการชี้นำของพระองค์มากยิ่งขึ้นอยู่เสมอ อย่างไรก็ตาม ถ้าเราเรียกพระเจ้าว่า "พระบิดา" และกระนั้นเรายังไว้ วางใจโลกหรือความรู้ของเราเองมากกว่าพระเจ้า ถ้าเช่นนั้นพระเจ้าก็ไม่สามารถช่วยเรา

ยิ่งเราอยู่ในความจริงมากเท่าใดเราก็ยิ่งสอบถามพระเจ้ามากขึ้นเท่านั้นและองค์พระผู้เป็นเจ้าทรงสามารถยกย่องเราได้มากขึ้นเท่านั้น ไม่ว่าเราจะทำสิ่งใดก็ตามเราควรปรารถนาสติปัญญาของการแสวงหาพระเจ้าก่อนเป็นอันดับแรกและจากนั้นรอคอยทีจะรับคำตอบและพระพรของพระองค์

7) จงเชือฟังพระคำของพระเจ้า

เพราะพระเจ้าทรงบัญชาเราว่า "จงรักษาวันสะบาโตให้บริสุทธิ์" เราควรไปคริสตจักร นมัสการ มีสามัคคีธรรมกับพี่น้องผู้เชือ และใช้เวลาทั้งวันในทางทีบริสุทธิ์ และเพราะพระเจ้าทรงสั่งเราว่า "จงชื่นบานอยู่เสมอ จงขอบพระคุณในทุกกรณี" เราควรชื่นบานและขอบพระคุณไม่ว่าสถานการณ์ทีเกิดขึ้นกับเราจะเป็นแบบใดก็ตาม ผู้คนทีรักษาคำบัญชาในลักษณะนี้ในจิตใจและการเชือฟังของเขาจ

ะได้รับพระพรของการได้อยู่ในการสถิตอยู่ด้วยของพระเจ้าตลอดเวลา

โดยการเชื่อฟัง เปโตรสาวกของพระเยซูพบกับเหตุการณ์อัศจรรย์ เพื่อจะจ่ายภาษีให้พระวิหาร พระเยซูทรงบอกให้เปโตร "ไปตกเบ็ดที่ทะเล เมื่อได้ปลาตัวแรกขึ้นมาก็ให้เปิดปากมัน แล้วจะพบเงินตราเชเขลหนึ่ง จงเอาเงินนั้นไปชำระค่าบำรุงพระวิหารสำหรับเรากับท่านเถิด" (มัทธิว 17:27) ถ้าเปโตรปฏิเสธที่จะเชื่อฟังคำตรัสของพระเยซูและไม่ไปที่ทะเลเพื่อจะจับปลา เขาคงไม่มีประสบการณ์กับเหตุการณ์อัศจรรย์ในครั้งนี้ แต่ เปโตรเชื่อฟังและหย่อนเบ็ดลงไปและเขาสามารถมีประสบการณ์กับฤทธิ์อำนาจอันอัศจรรย์ของพระเจ้า

การกระทำแห่งความเชื่อทั้งหมดที่บันทึกไว้ในพระคัมภีร์ล้วนอยู่ในแนวทางเดียวกัน เมื่อพระเจ้าทำงานพระองค์ทรงกระทำการตามขนาดแห่งความเชื่อของแต่ละคน พระองค์จะไม่กดดันคนบางคนที่มีขนาดความเชื่อเล็กน้อยให้ยอมจำนนเกินความสามารถของเขา อันดับแรกพระองค์จะทรงให้โอกาสเขามีประสบการณ์กับฤทธิ์อำนาจของพระองค์ด้วยการเชื่อฟังบางสิ่งบางอย่างที่เล็กน้อยและจากนั้นพระองค์จะประทานความเชื่อฝ่ายวิญญาณแก่เขามากขึ้นผ่านสิ่งนั้น ดังนั้น ในคราวต่อไปเขาจะสามารถเชื่อฟังพระองค์ในบางสิ่งบางอย่างที่ใหญ่โตกว่า

จงตรึงตัณหาและความอยากไว้ที่กางเขน

มาจนถึงตอนนี้เราได้ศึกษาเกี่ยวกับสิ่งต่างๆ ที่เราต้องทำเพื่อจะรับการรับรอง การยกย่อง และการประกาศให้เป็นผู้ชอบธรรมต่อพระพักตร์พระเจ้า นอกจากนี้ เมื่อเราตรึงตัณหาและความอยากฝ่ายเนื้อหนังของเราบนกางเขน พระเจ้าจะทรงถือว่าสิ่งนั้นเป็นความชอบธรรมและจะทรงยกย่องเรา แต่เหตุใดจึงถือว่าตัณหาและความยากเป็นความบาป กาลาเทีย 5:24 กล่าวว่า "ผู้ที่อยู่ฝ่ายพระเยซูคริสต์ได้เอาเนื้อหนังกับความอยาก และตัณหาของเนื้อหนัง

ตรึงไว้ที่กางเขนแล้ว" ข้อนี้บอกเราชัดเจนว่าเราต้องกล้าตัดสิ่งเหล่านี้ทิ้งไป

"ตัณหา" คือการให้และการรับจิตใจของบุคคล นี่เป็นความใกล้ชิดที่ท่านรู้สึกกับคนบางคนเมื่อท่านทำความรู้จักและสร้างความสัมพันธ์กับเขา สิ่งนี้ไม่ได้เป็นจริงเฉพาะกับผู้คนที่เกี่ยวพาราสีกันเท่านั้นแต่เป็นจริงกับครอบครัว เพื่อนฝูง และเพื่อนบ้านด้วยเช่นกัน แต่เนื่องจาก "ตัณหา" เหล่านี้เราจึงมีอคติและความคิดคับแคบได้ง่ายๆ ยกตัวอย่าง ผู้คนส่วนใหญ่จะไม่ให้อภัยมากนักเมื่อเพื่อนบ้านคนหนึ่งทำผิดเพียงเล็กน้อย แต่กระนั้นเมื่อลูกของเขาทำความผิดแบบเดียวกัน เขาจะให้อภัยและให้ความเข้าใจมากขึ้น แต่ตัณหาฝ่ายเนื้อหนังเหล่านี้ไม่ได้ช่วยประเทศชาติ ครอบครัว หรือตัวบุคคลให้ยืนหยัดอย่างแข็งแกร่งในความชอบธรรม

"ความอยาก" ก็เหมือนกัน แม้แต่ดาวิด (ซึ่งเป็นคนที่ได้รับความรักอย่างมากจากพระเจ้า) ก็จบลงด้วยการทำบาปร้ายแรงด้วยการฆ่าสามีของนางบัทเชบาที่ไร้ความผิดเพื่อจะปิดซ่อนความจริงที่ว่าตนล่วงประเวณีกับนาง ตัณหาและความอยากฝ่ายเนื้อหนังให้กำเนิดความบาปด้วยวิธีนี้และความบาปก็นำไปสู่หนทางแห่งความตาย เมื่อมีการทำบาป คนบาปจะถูกลงโทษอย่างแน่นอน

ในโยชูวาบทที่ 7 เราพบกับเหตุการณ์น่าเศร้าซึ่งเกิดขึ้นอันเป็นผลของความอยากฝ่ายเนื้อหนังของชายคนหนึ่ง หลังจากอพยพออกจากอียิปต์ คนอิสราเอลข้ามแม่น้ำจอร์แดนและได้รับชัยชนะอย่างยิ่งในการต่อสู้กับเมืองเยรีโค อย่างไรก็ตาม หลังจากนั้นเขาพบกับความพ่ายแพ้ในการสู้รบที่เมืองอัย เมื่อคนอิสราเอลมองหาสาเหตุของความพ่ายแพ้ครั้งนี้เขาพบว่าชายคนหนึ่งชื่ออาคานเกิดความโลภและซ่อนเสื้อคลุมพร้อมกับเงินและทองคำบางส่วนที่ยึดได้จากเมืองเยรีโคเอาไว้ พระเจ้าทรงสั่งห้ามไม่ให้คนอิสราเอลนำเอาสิ่งของที่ยึดได้จากเมืองเยรีโคไปเป็นสมบัติส่วนตัว แต่อาคานไม่เชื่อฟัง

เพราะความบาปของอาคานคนอิสราเอลจำนวนมากต้องทนทุกข์ และในที่สุดอาคานและบุตรชายหญิงทั้งหมดของเขาก็ถูกหินขว้า

งถึงแก่ความตาย เชื้อเพียงเล็กน้อยสามารถทำให้ขนมปังทั้งก้อนฟูขึ้นได้ฉันใด ความบาปของชายคนเดียว (อาคาน) ก็สามารถทำให้ชุมนุมชนทั้งสิ้นของอิสราเอลล้มเหลวได้ฉันนั้น นั่นคือสาเหตุที่พระเจ้าทรงจัดการกับเขาอย่างรุนแรง ครั้งแรกเราอาจคิดว่า "พระเจ้ายอมให้คนบางคนถูกลงโทษถึงแก่ความตายเพียงเพราะเขาขโมยเสื้อคลุมตัวเดียวพร้อมกับเงินและทองเพียงไม่กี่ชิ้นได้อย่างไร" แต่ก็มีเหตุผลโดยชอบธรรมสำหรับสิ่งที่เกิดขึ้น

หลังจากที่เขาหว่านเมล็ดพืชเสร็จ ถ้าชาวนามองเห็นวัชพืชอยู่บนพื้นดินและคิดว่า "อ้อ ไม่เป็นไรหรอกแค่ต้นสองต้นเอง..." และจากก็ปล่อยวัชพืชไว้แบบนั้น ในไม่ช้าวัชพืชจะเติบโตขึ้นและแพร่กระจายปกคลุมพืชผล จากนั้นชาวนาก็ไม่สามารถเก็บเกี่ยวพืชผลที่อุดมสมบูรณ์ได้ ตัณหาและความอยากเป็นเหมือนวัชพืช ดังนั้น สิ่งเหล่านี้จึงเป็นตัวขวางกั้นบนเส้นทางไปสู่สวรรค์และเส้นทางที่จะได้รับคำตอบจากพระเจ้า ตัณหาและความอยากเป็นสิ่งรบกวนที่เจ็บปวดและไร้ค่าซึ่งไม่สามารถใช้ทำประโยชน์ใดได้เลย เพราะเหตุนี้พระเจ้าจึงทรงบอกให้เรา "ตรึงสิ่งเหล่านี้ไว้ที่กางเขน"

ในอีกด้านหนึ่ง อาสา กษัตริย์องค์ที่สามแห่งอาณาจักรใต้ของยูดาห์ ได้ทำลายตัณหาและความอยากทั้งสิ้นของท่านทิ้งไปซึ่งทำให้ท่านเป็นที่พอพระทัยพระเจ้า (1 พงศ์กษัตริย์บทที่ 15) เช่นเดียวกับดาวิดผู้เป็นบรรพบุรุษของท่าน อาสากระทำสิ่งที่ถูกต้องในสายพระเนตรของพระเจ้าและทำลายรูปเคารพให้หมดไปจากแผ่นดิน เมื่อนางมาอาคาห์ มารดาของท่าน สร้างรูปพระอาเชราห์ กษัตริย์อาสาถอดถอนมารดาของท่านออกจากตำแหน่งพระอัยยิกา จากนั้นท่านก็ฟันรูปเคารพเหล่านั้นทิ้งและนำไปเผาที่ลำธารขิดโรน

ท่านอาจคิดว่าอาสาทำรุนแรงเกินไปในการถอดถอนมารดาของตนออกจากตำแหน่งพระอัยยิกาเพียงเพราะนางกราบไหว้รูปเคารพ และท่านอาจคิดแม้กระทั่งว่าอาสาเป็นลูกไม่ดี อย่างไรก็ตาม อาสามีปฏิกิริยาเช่นนี้เป็นเพราะท่านเคยขอร้องให้มารดาของท่านเลิกไหว้รูปเคารพแล้วหลายครั้ง อย่างไรก็ตามนางไม่ยอมรับฟังบุตรชายของตน ถ้าเรามองดูสถานการณ์นี้ผ่านทางสายตาฝ่ายวิญญาณโดยพิจ

ารณาถึงตำแหน่งของนางมาอาคาห์ การไหว้รูปเคารพของนางก็เหมือนกับคนทั้งประเทศกำลังกราบไหว้รูปเคารพ สิ่งนี้สามารถนำพระพิโรธของพระเจ้าลงมาเหนือคนทั้งประเทศ เพราะเหตุนี้พระเจ้าจึงทรงยกย่องการกระทำของอาสาในการกำจัดตัณหาและความอยากฝายเนื้อหนังของมารดาของท่านทิ้งไป กษัตริย์อาสายอมรับว่าการกระทำนี้ชอบธรรมเพื่อป้องกันผู้คนอีกมากมายจากการทำบาปต่อพระเจ้า

สิ่งนี้ไม่ได้หมายความว่ากษัตริย์อาสาตัดขาดความเป็นแม่เป็นลูกกับมารดาของท่าน พระองค์เพียงแต่ถอดถอนนางออกจากตำแหน่งพระอัยยิกา ในฐานะบุตรชาย พระองค์ยังคงรัก ให้เกียรติและรับใช้นางต่อไป ในทำนองเดียวกัน ถ้าบางคนมีพ่อแม่ที่กราบไหว้รูปเคารพหรือพระเทียมเท็จ เขาควรทำทุกวิถีทางที่จะได้ใจพ่อแม่ของเขาด้วยการทำทุกสิ่งที่ลูกคนหนึ่งสามารถทำได้ บางครั้งด้วยการทูลขอสติปัญญาจากพระเจ้า เขาควรแบ่งปันพระกิตติคุณกับพ่อแม่และหนุนใจคนเหล่านั้นให้ละทิ้งรูปเคารพของตนจากนั้นพระเจ้าจะทรงพอพระทัย

เหล่าปิตาจารย์ที่เป็นคนชอบธรรมต่อพระพักตร์พระเจ้า

พระเจ้าทรงยกย่องการเชื่อฟังอย่างสมบูรณ์ พระองค์ทรงสำแดงฤทธิ์อำนาจของพระองค์กับผู้คนที่ประพฤติในการเชื่อฟังอย่างสมบูรณ์เช่นกัน ลักษณะของการเชื่อฟังที่พระเจ้าทรงยอมรับคือการเชื่อฟังแม้แต่ในยามที่ดูเหมือนเป็นไปไม่ได้ ใน 2 พงศ์กษัตริย์บทที่ 5 เราเห็นบันทึกเรื่องราวของนาอามานผู้เป็นนายพลแห่งกองทัพของพระราชาประเทศซีเรีย

นายพลนาอามานเดินทางไปยังประเทศเพื่อนบ้านเพื่อไปเยือนผู้เผยพระวจนะเอลีชาด้วยความหวังว่าจะได้รับการรักษาให้หายจากโรคเรื้อน ท่านนำเอาของขวัญไปด้วยมากมายรวมทั้งจดหมายจากพระราชา อย่างไรก็ตาม เมื่อท่านไปถึงที่นั่น

เอลีชาไม่ได้ออกมาทักทายท่าน ตรงกันข้าม เอลีชาส่งผู้สื่อสารของตนออกมาบอกให้ท่านไปชำระตัวในแม่น้ำจอร์แดนเจ็ดครั้ง ด้วยความรู้สึกไม่พอใจ นาอามานพร้อมที่จะเดินทางกลับไปยังบ้านเมืองของท่าน แต่ด้วยการโน้มน้าวของพวกข้าราชการของท่าน นาอามานยอมลดทิฐิมานะของท่านลงและเชื่อฟัง ท่านลงไปชำระตัวของท่านในแม่น้ำจอร์แดนเจ็ดครั้ง คงเป็นเรื่องที่ยากลำบากมากทีเดียวสำหรับคนที่มีอำนาจสูงเป็นที่สองรองจากพระราชาแห่งซีเรียจะยอมลดทิฐิมานะของตนลงและเชื่อฟังในลักษณะนี้หลังจากที่ได้รับการปฏิบัติจากเอลีชาด้วยวิธีนั้น

เอลีชาทำสิ่งที่ท่านทำลงไปเพราะท่านรู้ว่าพระเจ้าจะทรงรักษานาอามานให้หายหลังจากที่นาอามานสำแดงความเชื่อของท่านผ่านการเชื่อฟัง พระเจ้า (ผู้ทรงพอพระทัยกับการเชื่อฟังของเรามากกว่าเครื่องบูชา) ทรงชื่นชมยินดีกับการกระทำแห่งความเชื่อของนาอามานและทรงรักษาท่านให้หายจากโรคเรื้อนของท่านอย่างสมบูรณ์ พระเจ้าทรงถือว่าการเชื่อฟังเป็นสิ่งที่มีคุณค่าอย่างมากและพระองค์ทรงชื่นชมยินดีในผู้คนที่ประพฤติตนในความชอบธรรม

พระเจ้าทรงชื่นชมยินดีอย่างมากในความเชื่อของผู้คนที่ไม่เห็นแก่ประโยชน์ส่วนตนและผู้คนที่ไม่ประนีประนอมกับโลกด้วยเช่นกัน ในปฐมกาลบทที่ 23 เมื่ออับราฮัมต้องการที่จะฝังศพนางซาราห์ในถ้ำมัคเพลาห์ เจ้าของพยายามมอบที่ดินผืนนั้นให้อับราฮัมเปล่าๆ แต่อับราฮัมไม่ยอมรับ อับราฮัมไม่ได้มีจิตใจที่เห็นแก่ประโยชน์ส่วนตัว เพราะเหตุนี้ท่านจึงต้องการจ่ายเงินเป็นค่าที่ดินผืนนั้นก่อนเข้าไปถือกรรมสิทธิ์ในที่ดิน

และเมื่อเมืองโสโดมพ่ายแพ้ในการทำสงครามและโลทหลานชายของท่านถูกจับไปเป็นเชลย อับราฮัมไม่เพียงแต่ช่วยกู้หลานชายของท่านเท่านั้น แต่ท่านยังช่วยกู้คนอื่นๆ จากเมืองโสโดมด้วยเช่นกันและท่านนำทรัพย์สินของคนเหล่านั้นกลับมาด้วย เมื่อพระราชาแห่งเมืองโสโดมพยายามตอบแทนท่านสำหรับสิ่งที่ท่านกระทำ อับราฮัมไม่รับเอาสิ่งเหล่านั้น ท่านไม่ได้ยอมรับเอาสิ่งใดเลยเนื่องจากจิตใจของท่านชอบธรรม อับราฮัมจึงไม่มีความโลภหรือคว

ามอยากได้สิ่งของที่ไม่ได้เป็นของท่าน

ในดาเนียลบทที่ 6 เราเห็นว่าดาเนียลรู้เป็นอย่างดีว่าด้วยการอธิษฐานต่อพระเจ้าท่านจะถูกฆ่าเนื่องจากมีผู้คนที่สมคบคิดกันเพื่อต่อสู้กับท่าน แต่กระนั้น ดาเนียลก็ยังรักษาความชอบธรรมของตนต่อพระพักตร์พระเจ้าด้วยการไม่หยุดอธิษฐาน ท่านไม่ยอมประนีประนอมแม้แต่วินาทีเดียวเพื่อจะช่วยชีวิตตัวเองให้รอด เนื่องจากการกระทำของท่าน ดาเนียลจึงถูกโยนลงไปในถ้ำสิงห์ แต่ท่านไม่ได้รับอันตรายและได้รับการปกป้องอย่างสมบูรณ์ ท่านเป็นพยานถึงพระเจ้าผู้ทรงพระชนม์อยู่และถวายสง่าราศีแด่พระองค์

แม้จะถูกกล่าวหาอย่างผิดๆ และถูกจำคุกโดยไม่มีเหตุผล แต่โยเซฟก็ไม่ได้บ่นหรือมีความแค้นเคืองต่อผู้ใด (ปฐมกาลบทที่ 39) ท่านรักษาตนเองให้บริสุทธิ์ ไม่ยอมประนีประนอมกับความเท็จ และทำตามหนทางของความชอบธรรมเท่านั้น ดังนั้น ในเวลาและวิธีการของพระเจ้าโยเซฟจึงได้รับการปล่อยตัวออกจากคุกและก้าวขึ้นสู่ตำแหน่งอันทรงเกียรติของการเป็นนายกรัฐมนตรีของอียิปต์

ดังนั้น เราต้องปรนนิบัติพระเจ้าและเราต้องเป็นคนชอบธรรมต่อพระพักตร์พระเจ้าด้วยการทำสิ่งที่พระเจ้าทรงต้องการจากเรา เราต้องทำให้พระเจ้าพอพระทัยด้วยการทำสิ่งที่องค์พระผู้เป็นเจ้าจะทรงยกย่องเราด้วยเช่นกัน เมื่อเราทำสิ่งนี้ พระเจ้าจะทรงยกชูเราขึ้น ตอบสนองความปรารถนาแห่งจิตใจของเรา และนำเราไปสู่ชีวิตที่มั่งคั่งรุ่งเรือง

อภิธานศัพท์

ความแตกต่างระหว่าง "อับราม" กับ "อับราฮัม"

"อับราม" เป็นชื่อดั้งเดิมของอับราฮัมผู้เป็นบิดาแห่งความเชื่อ (ปฐมกาล 11:26) "อับราฮัม" ที่แปลว่า "บิดาของหลายประชาชาติ" เป็นชื่อที่พระเจ้าทรงมอบให้กับอับรามเพื่อทำพันธสัญญาแห่งพระพรกับท่าน (ปฐมกาล 17:5) ด้วยพันธสัญญานี้ท่านกลายเป็นแหล่งพระพรในฐานะบิดาแห่งความเชื่อ และท่านถูกเรียกว่า "มิตรสหายของพระเจ้า"

พระพรที่ยัดสั่นแน่นพูนล้นและพระพร 30 เท่า 60 เท่า และ 100 เท่า

เราได้รับพระพรจากพระเจ้าตามขนาดของความไว้วางใจของเราที่มีต่อพระองค์และขนาดของการนำเอาพระคำของพระองค์ไปปฏิบัติตามในชีวิตประจำวันของเราว่ามากน้อยเพียงใด แม้เรายังไม่ได้กำจัดธรรมชาติบาปทั้งหมดออกไปจากจิตใจของเรา แต่เมื่อเราหว่านและแสวงหาด้วยความเชื่อ เราจะได้รับพระพรที่ยัดสั่นแน่นพูนล้นซึ่งมากกว่าที่เราหว่านลงไปถึงสองเท่า (ลูกา 6:38) แต่ถ้าเราได้รับการชำระให้บริสุทธิ์และเข้าสู่ฝ่ายวิญญาณด้วยการต่อสู้กับความบาปจนถึงเลือดไหลเพื่อจะกำจัดบาปเหล่านั้นทิ้งไปจนหมดสิ้น จากนั้นเราก็สามารถเก็บเกี่ยวพระพรที่มีมากกว่า 30 เท่า และถ้าเราเข้าสู่ฝ่ายวิญญาณอย่างสมบูรณ์ เราก็สามารถเก็บเกี่ยวพระพรได้ 60 เท่าหรือ 100 เท่า

บทที่ 10

พระพร

"พระเจ้าตรัสแก่อับรามว่า "เจ้าจงออกจากเมือง จากญาติพี่น้อง จากบ้านบิดาของเจ้า ไปยังดินแดนที่เราจะบอกให้เจ้ารู้ เราจะให้เจ้าเป็นชนชาติใหญ่ เราจะอวยพรแก่เจ้า จะให้เจ้ามีชื่อเสียงใหญ่โตเลื่องลือไป แล้วเจ้าจะช่วยให้ผู้อื่นได้รับพร เราจะอำนวยพรแก่คนที่อวยพรเจ้า เราจะสาปคนที่แช่งเจ้า บรรดาเผ่าพันธุ์ทั่วโลกจะได้พรเพราะเจ้า" ฝ่ายอับรามก็ไปตามพระดำรัสของพระเจ้า โลทก็ไปด้วย เมื่ออับรามออกจากเมืองฮารานนั้น อายุได้เจ็ดสิบห้าปี"
(ปฐมกาล 12:1-4)

พระเจ้าทรงต้องการอวยพรผู้คน แต่มีหลายกรณีที่พระเจ้าทรงเลือกอวยพรคนบางคนและมีหลายกรณีที่บุคคลเลือกเข้าไปอยู่ในเขตแดนแห่งพระพรของพระเจ้าด้วยตัวเอง บางคนเลือกเข้าไปสู่พระพรของพระเจ้า แต่จากนั้นก็ทิ้งพระพรไป และมีผู้คนที่ไม่มีส่วนเกี่ยวข้องกับพระพรเลย อันดับแรกขอให้เราดูกรณีที่พระเจ้าทรงเลือกที่จะอวยพรคนบางคน

อับราฮัม ผู้เป็นบิดาแห่งความเชื่อ

พระเจ้าทรงเป็นเบื้องต้นและเบื้องปลาย ทรงเป็นปฐมและอวสาน พระองค์ทรงออกแบบกระแสของประวัติศาสตร์ของมนุษย์และทรงนำประวัติศาสตร์นั้นต่อไปด้วยเช่นกัน ขอให้เราสมมุติว่าเรากำลังสร้างบ้านหลังหนึ่ง เรามีแบบโดยประมาณการว่าการก่อสร้างจะใช้เวลานานเท่าไหร่ จะใช้วัสดุชนิดไหน ต้องใช้เหล็กและคอนกรีตมากแค่ไหน และต้องใช้เสากี่ต้น ดังนั้นถ้าเรามองดูประวัติศาสตร์ของมนุษย์เหมือนบ้านของพระเจ้าเราจะเห็นว่ามีบุคคลสำคัญหลายคนที่เป็นเหมือน "เสา" ของบ้านของพระเจ้า

เพื่อทำให้การจัดเตรียมของพระองค์สำเร็จ พระเจ้าทรงเลือกบางคนให้บอกเล่ากับคนอื่นว่าพระเจ้าทรงเป็นพระเจ้าผู้ทรงพระชนม์อยู่จริงและประกาศว่าสวรรค์และนรกมีอยู่จริง เพราะเหตุนี้พระเจ้าจึงเลือกคนเหล่านี้ให้ทำหน้าที่เป็นเหมือนเสา และเราสามารถเห็นว่าคนเหล่านี้ค่อนข้างแตกต่างจากคนธรรมดาในแง่ของลักษณะของจิตใจและความรักที่เขามีต่อพระเจ้า หนึ่งในคนเหล่านี้ได้แก่อับราฮัม

อับราฮัมมีชีวิตอยู่ประมาณสี่พันปีที่แล้ว ท่านเกิดที่เมืองเออร์ของชาวเคลเดีย เออร์เป็นเมืองของชาวซูเมอร์เรียโบราณซึ่งตั้งอยู่ทางปลายน้ำและอยู่บนชายฝั่งตะวันตกของแม่น้ำยูเฟรติสในจุดกำเนิดของอารยธรรมเมโสโปเตเมีย

อับราฮัมเป็นที่รักและได้รับการยอมรับจากพระเจ้าอย่างมากจนท่านถูกเรียกว่า "มิตรสหายของพระเจ้า" ท่านได้รับพระพรทุกชนิดจากพระเจ้าซึ่งรวมถึงผู้สืบสกุล ความมั่งคั่ง สุขภาพ และชีวิตที่ยืนยาว ไม่เพียงเท่านั้น อับราฮัมได้รับการเปิดเผยจากพระเจ้าอย่างชัดเจนแม้กระทั่งเกี่ยวกับเหตุการณ์ต่างๆ ที่จะเกิดขึ้นในอนาคตเหมือนที่พระเจ้าตรัสไว้ในปฐมกาล 18:17 ว่า "ควรหรือที่เราจะซ่อนสิ่งซึ่งเราจะกระทำนั้นมิให้อับราฮัมรู้"

พระเจ้าทรงถือว่าความเชื่อเป็นความชอบธรรมและประทานพระพรของพระองค์

ท่านคิดว่าพระเจ้าทรงเห็นสิ่งใดในอับราฮัมที่เป็นที่พอพระทัยพระองค์อย่างมากจนพระองค์ทรงเทพระพรมากมายมาเหนือท่าน ปฐมกาล 15:6 กล่าวว่า "อับรามก็เชื่อพระเจ้า ความเชื่อนั้นพระองค์ทรงนับว่าเป็นความชอบธรรมแก่ท่าน" พระเจ้าทรงถือว่าความเชื่อของอับราฮัมเป็นความชอบธรรม

พระเจ้าตรัสกับท่านว่า "เจ้าจงออกจากเมือง จากญาติพี่น้อง จากบ้านบิดาของเจ้า ไปยังดินแดนที่เราจะบอกให้เจ้ารู้ เราจะให้เจ้าเป็นชนชาติใหญ่ เราจะอวยพรแก่เจ้า จะให้เจ้ามีชื่อเสียงใหญ่โตเลื่องลือไป แล้วเจ้าจะช่วยให้ผู้อื่นได้รับพร" (ปฐมกาล 12:1-2) พระเจ้าไม่ได้บอกอับราฮัมอย่างแน่ชัดว่าให้ไปที่ไหนหรือไม่ได้อธิบายว่าแดนดินแบบไหนที่ท่านควรคาดหวัง พระเจ้าไม่ได้มอบแผนการโดยละเอียดให้กับท่านเกี่ยวกับวิธีการที่ท่านควรดำเนินชีวิตหลังจากออกจากบ้านเมืองของท่านแล้ว พระองค์เพียงแต่ตรัสสั่งให้ท่านออกไป

จะเกิดอะไรขึ้นถ้าอับราฮัมมีความคิดฝ่ายเนื้อหนัง เป็นที่ชัดเจนว่าเมื่อท่านออกจากบ้านของบิดาท่าน อับราฮัมก็จะกลายเป็นผู้พเนจรและผู้ท่องเที่ยว บางทีผู้คนอาจเยาะเย้ยท่าน ถ้าอับราฮัมพิจารณาถึงสิ่งเหล่านี้ท่านไม่สามารถเชื่อฟังได้ อย่างไรก็ตาม อับราฮัมไม่เคยสงสัยพระสัญญาแห่งพระพรของพระเจ้า ท่านเพียงแต่เชื่อในพระองค์ ด้วยเหตุนี้ ท่านจึงเชื่อฟังโดยไม่มีเงื่อนไขและออกจากบ้านเมือง พระเจ้าทรงทราบว่าอับราฮัมเป็นภาชนะชนิดใดและเพราะเหตุนี้พระเจ้าจึงทรงสัญญาว่าชนชาติใหญ่จะถูกสร้างขึ้นผ่านทางท่าน พระเจ้าทรงสัญญาเช่นกันว่าอับราฮัมจะเป็นพระพร

พระเจ้าทรงสัญญากับอับราฮัมในปฐมกาล 12:3 ด้วยเช่นกันว่า

“เราจะอำนวยพรแก่คนที่อวยพรเจ้า เราจะสาปคนที่แช่งเจ้า บรรดาเผ่าพันธุ์ทั่วโลกจะได้พรเพราะเจ้า” หลังจากนี้ เมื่อพระเจ้าทรงเห็นวิธีการที่อับราฮัมสละสิทธิ์ของตนและเสียสละให้กับโลทหลานชายของท่าน พระเจ้าทรงมอบถ้อยคำแห่งพระพรอีกอย่างหนึ่งแก่ท่าน ปฐมกาล 13:14-16 กล่าวว่า “เมื่อโลทจากอับรามไปแล้ว พระเจ้าตรัสแก่อับรามว่า “เจ้าจงเงยหน้าแลดูสถานที่ตั้งแต่เจ้าอยู่นี้ไปทางทิศเหนือ ทิศใต้ ทิศตะวันออก ทิศตะวันตก ดินแดนทั้งหมดที่เจ้าแลเห็นนี้เราจะยกให้เจ้าและพงศ์พันธุ์ของเจ้าต่อไปเป็นนิตย์ เราจะกระทำให้เชื้อสายของเจ้ามากเหมือนผงคลีดิน ผู้ใดนับผงคลีดินได้ก็จะนับเชื้อสายของเจ้าได้” พระเจ้าทรงสัญญากับท่านในปฐมกาล 15:4-5 เช่นกันว่า “...บุตรชายของเจ้าเองจะเป็นผู้รับมรดกของเจ้า’ พระองค์จึงพาอับรามออกมากลางแจ้งแล้วตรัสว่า ‘มองดูฟ้า ถ้าเจ้านับดาวทั้งหลายได้ก็นับไปเถิด’ แล้วพระองค์ตรัสว่า ‘พงศ์พันธุ์ของเจ้าจะมากมายเช่นนั้น’”

หลังจากประทานความฝันและนิมิตเหล่านี้แก่อับราฮัมแล้วพระองค์ทรงนำอับราฮัมผ่านการทดลอง ทำไมเราจึงต้องการการทดลอง สมมุติว่าโค้ชหรือครูฝึกคนหนึ่งเลือกนักกีฬาคนหนึ่งที่มีศักยภาพสูงมาก มากพอที่จะเป็นตัวแทนของประเทศในการแข่งขันกีฬาโอลิมปิกส์ แต่นักกีฬาคนนี้ไม่สามารถเป็นนักกีฬาเหรียญทองโดยอัตโนมัติได้ นักกีฬาต้องอดทนนานและบากบั่นผ่านการฝึกฝนจำนวนนับไม่ถ้วนและใช้ความพยายามอย่างขยันขันแข็งเพื่อจะบรรลุตามความฝันของเขา

สำหรับอับราฮัมก็เช่นเดียวกัน ท่านต้องมีคุณสมบัติและคุณลักษณะที่ท่านต้องการเพื่อจะทำให้พระสัญญาของพระเจ้าสำเร็จเป็นจริงด้วยการเข้าสู่การทดลองมากมาย ดังนั้น แม้แต่ในขณะที่อยู่ในการทดลองเหล่านี้อับราฮัมก็ตอบสนองกับพระเจ้าด้วยคำ

ว่า "อาเมน" เท่านั้นและท่านไม่ได้ประนีประนอมกับความคิดของท่านเอง นอกจากนั้น ท่านไม่ได้เห็นแก่ประโยชน์ส่วนตนหรือยอมให้กับความเห็นแก่ตัวหรือความเกลียดชัง ความเคียดแค้น การบ่น ความทุกข์โศก ความอิจฉา หรือความริษยา อับราฮัมเพียงแต่เชื่อในพระสัญญาแห่งพระพรของพระเจ้าและเชื่อฟังด้วยความพากเพียร

จากนั้นพระเจ้าทรงมอบพระสัญญาอีกข้อหนึ่งให้แก่ท่าน ในปฐมกาล 17:4-6 พระเจ้าตรัสกับอับราฮัมว่า "นี่พันธสัญญาของเรากับเจ้า เจ้าจะเป็นบิดาของประชาชาติมากมาย ชื่อของเจ้าจะมิใช่อับรามอีกต่อไป เจ้าจะมีชื่อใหม่คืออับราฮัม เพราะเราให้เจ้าเป็นบิดาของประชาชาติมากมาย เราจะกระทำให้เจ้ามีพงศ์พันธุ์มากอย่างยิ่ง เราจะกระทำเจ้าให้เป็นชนหลายชาติ และกษัตริย์หลายองค์จะเกิดมาจากเจ้า"

พระเจ้าทรงสร้างภาชนะคุณภาพผ่านการทดลอง

บางคนอธิษฐานต่อพระเจ้าด้วยการมีความฝันที่เกิดมาจากความโลภของเขา ด้วยความโลภ เขาอาจทูลขอการงานที่ดีหรือความมั่งคั่งร่ำรวยจากพระเจ้าซึ่งไม่เหมาะกับเขา ถ้าเราอธิษฐานในลักษณะนี้ด้วยความเห็นแก่ตัว เราจะไม่ได้รับคำตอบจากพระเจ้า (ยากอบ 4:3)

ด้วยเหตุนี้ เราต้องอธิษฐานเผื่อความฝันและนิมิตที่มาจากพระเจ้า เมื่อเรามีความเชื่อในพระคำของพระเจ้าและเชื่อฟัง พระวิญญาณบริสุทธิ์จะทรงควบคุมจิตใจของเราและจะทรงนำเรา ดังนั้นเราจึงสามารถทำให้ความฝันของเราสำเร็จเป็นจริง เราไม่สามารถมองเห็นอนาคตแม้แต่วินาทีเดียว แต่ถ้าเราทำตามการทรงนำของพระวิญญาณบริสุทธิ์ผู้ทรงรอบรู้ทุกสิ่งที่จะเกิดขึ้นในอนาคต จากนั้นเราก็สามารถมีประสบการณ์กับฤทธิ์อำนาจของพระเจ้า

ถ้าพระเจ้าทรงมอบความฝันแก่เรา เราต้องรักษาความฝันนั้นให้ปลอดภัยในจิตใจของเรา เพียงเพราะความฝันไม่ได้กลายเป็นจริงหลังจากการอธิษฐานหนึ่งวัน หนึ่งเดือน หรือหนึ่งปี เราก็ไม่ควรบ่น บางครั้งพระเจ้าผู้ทรงมอบความฝันและนิมิตแก่เราจะทรงนำเราผ่านการทดลองเพื่อทำให้เราเป็นภาชนะที่ควรค่าต่อการทำให้ความฝันและนิมิตเหล่านั้นสำเร็จเป็นจริง เมื่อเราเป็นผู้คนที่รู้จักวิธีการเชื่อฟังพระเจ้าผ่านการทดลองเหล่านั้น นั่นคือเวลาที่คำอธิษฐานของเราจะได้รับคำตอบ แต่เพราะความคิดของพระเจ้าและความคิดของมนุษย์แตกต่างกัน เราต้องรู้ว่าการทดลองจะดำเนินต่อไปจนกว่าเราจะสามารถทำลายความคิดฝ่ายเนื้อหนังของเราลงและเชื่อฟังด้วยความเชื่อ ด้วยเหตุนี้ เราต้องจำไว้ว่าที่เราได้รับการทดลองนั้นก็เพื่อเราจะสามารถรับคำตอบจากพระเจ้า ดังนั้น แทนที่จะพยายามหลีกเลี่ยงการทดลอง เราควรรับเอาการทดลองเหล่านั้นด้วยการขอบพระคุณ

พระเจ้าทรงเตรียมทางออกแม้กระทั่งในระหว่างการทดลอง

ถ้าเราเชื่อฟัง พระเจ้าจะทรงทำให้เราเกิดผลอันดีในทุกสิ่ง พระองค์จะประทานทางออกเรื่องการทดลองแก่เราอยู่เสมอ ในปฐมกาลบทที่ 12 ท่านจะเห็นว่าหลังจากเข้าไปในแผ่นดินคานาอันมีการกันดารอาหารครั้งใหญ่เกิดขึ้น ดังนั้น อับราฮัมจึงเดินทางไปยังอียิปต์

เพราะนางซาราห์ภรรยาของท่านเป็นหญิงรูปงาม อับราฮัมจึงกลัวว่าบางคนในอียิปต์อาจอยากได้นางไปเป็นภรรยาและฆ่าท่านเพื่อจะได้นางไป ในช่วงเวลานั้นสิ่งนี้ค่อนข้างเป็นไปได้ ดังนั้น อับราฮัมจึงแนะนำว่านางคือน้องสาวของท่าน ในทางเทคนิกนางซาราห์เป็นน้องสาวร่วมบิดาหรือมารดาของท่าน ดังนั้น สิ่งนี้จึงไม่ใช่การพูดโกหก

แต่ในเวลานี้ความเชื่อของอับราฮัมยังไม่ได้รับการเพาะบ่มอย่างเต็มที่จนถึงจุดที่ท่านหารือกับพระเจ้าในทุกๆ เรื่อง ดังนั้นเหตุการณ์นี้จึงเป็นกรณีที่ท่านพึ่งพาความคิดฝ่ายเนื้อหนังของตน

นางซาราห์เป็นหญิงรูปงามมากจนฟาโรห์รับสั่งให้พานางไปอยู่ในวังของตน อับราฮัมคิดว่าการบอกผู้คนว่าภรรยาของท่านคือน้องสาวของตนเป็นวิธีการที่ยอดเยี่ยมที่สุดในสถานการณ์นั้น แต่สิ่งนี้ทำให้ท่านเสียภรรยาของตนไป ผ่านทางเหตุการณ์นี้อับราฮัมได้เรียนรู้บทเรียนสำคัญ และจากวินาทีนั้นเป็นต้นมาท่านเรียนรู้ที่จะมอบทุกสิ่งไว้กับพระเจ้า

ผลลัพธ์ก็คือ พระเจ้าทรงทำให้เกิดภัยพิบัติร้ายแรงต่างๆ แก่ฟาโรห์และราชวงศ์ของท่านเพราะเรื่องนางซาราห์และฟาโรห์ทรงคืนนางซาราห์ให้กับอับราฮัมทันที เนื่องจากอับราฮัมพึ่งพาความคิดฝ่ายเนื้อหนังของท่าน ท่านจึงเข้าไปสู่ความยากลำบากชั่วครู่ แต่ในตอนท้าย ท่านไม่ได้รับอันตรายและท่านได้ทรัพย์สินมากมายซึ่งรวมถึงแกะ สัตว์ใช้งาน คนใช้ และลา เหมือนที่เขียนไว้ในโรม 8:28 ว่า " เรารู้ว่า พระเจ้าทรงช่วยคนที่รักพระองค์ให้เกิดผลอันดีในทุกสิ่ง คือคนทั้งปวงที่พระองค์ได้ทรงเรียกตามพระประสงค์ของพระองค์" สำหรับผู้คนที่เชื่อฟังพระองค์ พระเจ้าทรงเตรียมทางออกเรื่องการทดลองและทรงอยู่กับเขาผ่านการทดลองเหล่านั้น คนเหล่านี้อาจตกอยู่ในความยากลำบากชั่วครู่ แต่ในที่สุดเขาจะผ่านสิ่งเหล่านั้นไปได้ด้วยความเชื่อและได้รับพระพร

สมมุติว่าคนบางคนอยู่รอดได้ด้วยค่าจ้างรายวัน ถ้าเขารักษาวันขององค์พระผู้เป็นเจ้าครอบครัวของเขาจะต้องอดอยากหนึ่งวัน ในสถานการณ์เช่นนี้ บุคคลแห่งความเชื่อจะเชื่อฟังคำสั่งของพระเจ้าและรักษาวันขององค์พระผู้เป็นเจ้าแม้สิ่งนั้นหมายถึงการที่ต้องอดอยาก จากนั้นคนนั้นและครอบครัวของเขาจะอดอยากหรือไม่ไม่อย่างแน่นอน เหมือนที่พระเจ้าทรงส่งมานามาเลี้ยงคนอิสราเอล

พระเจ้าจะประทานอาหารและเสื้อผ้าแก่ผู้ที่เชื่อฟังเช่นกัน

เพราะเหตุนี้ พระเยซูจึงตรัสไว้ในมัทธิว 6:25 ว่า "อย่ากระวนกระวายถึงชีวิตของตนว่า จะเอาอะไรกิน หรือจะเอาอะไรดื่ม และอย่ากระวนกระวายถึงร่างกายของตนว่า จะเอาอะไรนุ่งห่ม ชีวิตสำคัญยิ่งกว่าอาหารมิใช่หรือ และร่างกายสำคัญยิ่งกว่าเครื่องนุ่งห่มมิใช่หรือ" นกในอากาศไม่ได้หว่านหรือไม่ได้เก็บเกี่ยวหรือไม่ได้สะสมอาหารไว้ในยุ้งฉาง ดอกไม้ที่ทุ่งนาไม่ได้ทำงานหรือไม่ได้ปั่นด้าย แต่พระเจ้าทรงให้อาหารและเครื่องนุ่ง ห่มกับสิ่งเหล่านั้น ดังนั้น พระเจ้าไม่ทรงห่วงใยบุตรของพระองค์ที่เชื่อฟังพระองค์และแสวงหาพระประสงค์ของพระองค์เพื่อเขาจะไม่พบกับความยากลำบากกระนั้นหรือ

พระเจ้าทรงอวยพร แม้กระทั่งในระหว่างการทดลอง

เมื่อเราสำรวจผู้คนที่ทำตามพระคำของพระเจ้าและรักษาตนให้อยู่ในทางชอบธรรม เราสามารถเห็นว่าแม้แต่ในท่ามกลางการทดลอง พระเจ้าทรงทำให้เขาเกิดผลอันดีในทุกสิ่งในตอนท้าย แม้สภาพการณ์ที่อยู่ต่อหน้าเขาในเวลานี้จะดูยุ่งยากและเป็นปัญหา แท้จริงสภาพการณ์เหล่านั้นจะกลายเป็นพระพรในที่สุด

เมื่ออาณาจักรใต้ของยูดาห์ถูกทำลาย สหายทั้งสามคนของดาเนียลถูกนำตัวไปเป็นเชลยที่บาบิโลน แม้คนเหล่านั้นถูกขุ่มขู่ว่าจะถูกโยนลงไปในเตาไฟ แต่เขาก็ไม่ยอมก้มกราบรูปเคารพและเขาไม่ประนีประนอมกับโลกแม้แต่นิดเดียว เพราะคนเหล่านั้นเชื่อในฤทธิ์อำนาจของพระเจ้าเขาจึงเชื่อว่าแม้เขาจะถูกโยนลงไปในเตาไฟ พระเจ้าทรงสามารถช่วยกู้เขาให้รอด และแม้ว่าเขาไม่ได้รับการช่วยกู้ แต่เขาก็มุ่งมั่นจะยืนหยัดอยู่กับความเชื่อของตนและไม่ยอมก้มกราบรูปเคารพ นี่คือลักษณะของความเชื่อที่เขาสำแดงให้เห็น สำหรับคนเหล่านั้น กฎบัญญัติของพระเจ้ามีความสำคัญกว่ากฎหม

ายของประเทศเขา

เมือได้ยินถึงการไม่เชือฟังของชายหนุ่มทั้งสามคน กษัตริย์ทรงพิโรธมากและเพิมอุณหภูมิของเตาไฟให้ร้อนกว่าเดิมถึงเจ็ดเท่าสหายทั้งสามคนของดาเนียลถูกมัดตัวและถูกโยนลงไปในเตาไฟ แต่เพราะพระเจ้าทรงปกป้องเขา แม้แต่เส้นผมบนศีรษะของเขาก็ไม่งอและไม่มีกลินไฟทีตัวของเขาเลย (ดาเนียล 3:13-27)

ดาเนียลก็เหมือนกัน แม้จะมีการตรากฎหมายออกมาทีประกาศว่าถ้าผู้หนึงผู้ใดอธิษฐานต่อมนุษย์หรือพระนอกเหนือจากกษัตริย์คนเหล่านั้นต้องถูกโยนลงไปในถ้ำสิงห์ แต่ดาเนียลก็เชือฟังพระประสงค์ของพระเจ้าเพียงอย่างเดียว ท่านไม่ได้ทำบาปแห่งการหยุดอธิษฐาน ดาเนียลยังคงอธิษฐานต่อไปด้วยการหันหน้าไปทางกรุงเยรูซาเล็มวันละสามครั้งเป็นประจำทุกวัน สุดท้ายดาเนียลก็ถูกโยนลงไปในถ้ำสิงห์ แต่พระเจ้าทรงส่งทูตสวรรค์มาปิดปากสิงห์ไว้ ดังนั้นดาเนียลจึงไม่ได้รับอันตรายใดๆ เลย

ช่างเป็นสิงทีงดงามมากทีเดียวทีเห็นบางคนซึงไม่ประนีประนอมกับโลกรักษาความเชือของตนเอาไว้ คนชอบธรรมมีชีวิตดำรงอยู่โดยความเชือเพียงลำพัง เมือท่านเป็นทีพอพระทัยพระเจ้าด้วยความเชือ พระองค์จะทรงตอบสนองด้วยพระพร แม้ท่านจะถูกผลักดันให้อยู่ในจุดทีดูสุ่มเสียงต่อชีวิต ถ้าท่านเชือฟังและสำแดงความเชือของตนจนถึงทีสุด พระเจ้าจะทรงเตรียมทางออกให้ท่านและพระองค์จะทรงสถิตอยู่กับท่านตลอด เวลา

อับราฮัมได้รับพระพรในท่ามกลางการทดลองด้วยเชนกัน ไม่เพียงเท่านั้น แม้แต่ผู้คนทีอยู่กับท่านเองก็ได้รับพระพรเพราะท่านทุกวันนีน้ำเป็นสิงทีค่ามากในแถบตะวันออกกลางซึงเป็นทีตั้งของอิสราเอล แต่ทีใดก็ตามทีอับราฮัมเดินทางไปไม่เพียงแค่ทีนันจะมีน้ำบริบูรณ์ แต่เพราะท่านได้รับพระพรมาก โลทหลานชายของท่านก็มีส่วนในพระพรและฝูงสัตว์พร้อมเงินและทองเป็นจำนวนมากเช่นกัน

ในสมัยนั้น การมีสัตว์เลี้ยงมากมายหมายถึงการมีอาหารที่อุดมสมบูรณ์และทรัพย์สมบัติมากมาย เมื่อโลทหลายชายของท่านถูกจับไปเป็นเชลย อับราฮัมนำคนใช้ของท่านที่ได้รับการฝึกฝนเป็นอย่างดี 318 คนไปช่วยกู้โลท สิ่งนี้เพียงอย่างเดียวก็บอกให้เรารู้ว่าอับราฮัมเป็นคนมั่งคั่งเพียงใด เนื่องจากอับราฮัมซึ่งเป็นผู้ที่เชื่อฟังพระคำของพระเจ้าอย่างพากเพียร ดินแดนและภูมิภาคที่ท่านอาศัยอยู่จึงได้รับพระพรและผู้คนที่อยู่กับท่านก็ได้รับพระพรเช่นกัน

แม้แต่บรรดาพระราชาของประเทศเพื่อนบ้านก็ไม่สามารถทำสิ่งใดกับอับราฮัมได้เพราะท่านเป็นที่เคารพนับถืออย่างมาก อับราฮัมได้รับพระพรทั้งสิ้นที่คนหนึ่งสามารถมีได้ในชั่วชีวิตนี้ ได้แก่ ชื่อเสียง ทรัพย์สินเงินทอง อำนาจ สุขภาพ และบุตรธิดา เหมือนที่เขียนไว้ในเฉลยธรรมบัญญัติบทที่ 28 อับราฮัมเป็นบุคคลที่ได้รับพระพรเมื่อท่านเข้ามาและเมื่อท่านออกไป นอกจากนั้นในฐานะบุตรที่แท้จริงของพระเจ้า อับราฮัมเริ่มเข้าใจพระทัยที่ลึกซึ้งของพระเจ้า ดังนั้น พระเจ้าจึงทรงสามารถแบ่งปันพระทัยของพระองค์กับอับราฮัมและทรงเรียกท่านว่า "มิตรสหาย" นี่เป็นสง่าราศีและพระพรที่ยิ่งใหญ่มากทีเดียว

ลักษณะแห่งภาชนะของอับราฮัม

เหตุผลที่อับราฮัมได้รับพระพรอย่างมากก็เพราะว่าท่านมี "ลักษณะแห่งภาชนะ" ที่ดี ท่านเป็นบุคคลที่มีความรักตามที่อธิบายไว้ใน 1 โครินธ์บทที่ 13 และท่านเกิดผลทั้งเก้าอย่างของพระวิญญาณบริสุทธิ์ตามที่อธิบายไว้ในกาลาเทียบทที่ 5

ยกตัวอย่าง อับราฮัมประพฤติตนด้วยความดีและความรักในทุกสิ่ง ท่านไม่เคยเกลียดชังผู้ใดหรือท่านไม่เคยเป็นปฏิปักษ์กับคนอื่น ท่านไม่เคยมุ่งความสนใจไปที่ความอ่อนแอของอีกคนหนึ่งและท่านรับ

ใช้ทุกคน เพราะท่านมีผลแห่งความปลาบปลื้มใจ ไม่ว่าการทดลองชนิดใดเกิดกับท่านก็ตาม ท่านไม่เคยเศร้าใจหรือโกรธ เพราะท่านไว้วางใจในพระเจ้าอย่างสมบูรณ์ อับราฮัมจึงสามารถชื่นชมยินดีอยู่ทุกเวลา ไม่ว่าสถานการณ์จะเป็นเช่นใดก็ตาม ท่านไม่เคยตอบโต้กับสถานการณ์โดยใช้อารมณ์ของท่านหรือตัดสินใจอย่างมีอคติ ท่านอดทนนานและฟังพระสุรเสียงของพระเจ้าอยู่เสมอ

อับราฮัมเป็นคนที่เมตตาปรานีด้วยเช่นกัน เมื่อท่านต้องแยกทางกับโลทหลานชายของท่าน แม้ท่านอาวุโสกว่าโลท ท่านก็ยอมให้โลทเลือกก่อนในการคัดสรรดินแดนที่เขาต้องการ ท่านพูดกับเขาว่า "ถ้าคุณไปทางซ้าย ผมจะไปทางขวา ถ้าคุณไปทางขวา ผมจะไปทางซ้าย" และท่านยอมให้โลทเลือกดินแดนที่ดีกว่า ผู้คนส่วนใหญ่มักคิดว่าคนที่มีตำแหน่งหรือมีขั้นสูงกว่าควรได้เลือกสิ่งที่ดีกว่า อย่างไรก็ตาม อับราฮัมเป็นคนที่สามารถยอมให้กับคนอื่นและรับใช้และเสียสละตนเองเพื่อคนอื่น

นอกจากนั้น เพราะอับราฮัมได้เพาะบ่มจิตใจแห่งความดีฝ่ายวิญญาณเอาไว้ เมื่อโลทกำลังเผชิญกับการถูกทำลายพร้อมกับเมืองโสโดม ท่านวิงวอนเพื่อเห็นแก่ผู้คนที่นั่น (ปฐมกาล 18:22-32) ผลลัพธ์ก็คือท่านได้รับพระสัญญาจากพระเจ้าว่าพระองค์จะไม่ทำลายเมืองนั้นถ้าพบว่ามีคนชอบธรรมเพียงสิบคนอยู่ที่นั่น อย่างไรก็ตาม เมืองโสโดมและเมืองโกโมราห์ไม่มีคนชอบธรรมแม้แต่เพียงสิบคนและถูกทำลาย แต่กระนั้นพระเจ้าก็ทรงช่วยโลทให้รอดเพราะเห็นแก่อับราฮัม

เหมือนที่เขียนไว้ในปฐมกาล 19:29 ว่า "ดังนั้น เมื่อพระเจ้าทรงทำลายหัวเมืองในลุ่มน้ำ พระเจ้าจึงทรงระลึกถึงอับราฮัม และส่งโลทออกไปจากเมืองที่ถูกขยี้ เมื่อพระองค์ทรงขยี้เมืองที่โลทอาศัยอยู่" พระเจ้าทรงช่วยโลทหลายชายที่รักของอับราฮัมให้รอดเพื่อว่าอับราฮัมจะไม่โศกเศร้าในจิตใจของท่าน

อับราฮัมสัตย์ซื่อต่อพระเจ้าจนถึงจุดที่ท่านเสียสละอิสอัคบุตรชายคนเดียวของท่านที่ท่านได้มาเมื่อท่านอายุหนึ่งร้อยปี ไม่ว่าจะเป็นการสอนบุตรชายของท่านหรือในความสัมพันธ์ของท่านกับคนใช้และเพื่อนบ้านของท่าน อับราฮัมเป็นคนดีพร้อมและสัตย์ซื่อต่อสิ่งสารพัดในชุมนุมชนของพระเจ้าอย่างมากจนถือได้ว่าท่านเป็นคนที่ไร้ตำหนิ ท่านไม่เคยประจันหน้ากับใครอย่างผลีผลาม แต่ท่านเป็นคนที่สงบสุขและอ่อนสุภาพเสมอ ท่านรับใช้และช่วยเหลือคนอื่นด้วยจิตใจที่ดีงาม และท่านเป็นคนที่รู้จักบังคับตนอย่างมากจนไม่ว่าท่านจะทำสิ่งใดก็ตามท่านไม่เคยประพฤติตนอย่างไม่เหมาะสมหรือล้ำเส้น

ในลักษณะนี้ อับราฮัมเกิดผลทั้งเก้าอย่างของพระวิญญาณบริสุทธิ์โดยครบถ้วนจนท่านไม่ขาดผลชนิดใดเลย ท่านมีจิตใจที่ดีงามเช่นกัน แท้ที่จริง ท่านเป็นภาชนะที่งดงาม ถึงกระนั้นการเป็นคนที่ได้รับพรเหมือนอับราฮัมก็ไม่ใช่สิ่งที่ยากเลย เราเพียงแต่เลียนแบบอับราฮัม เนื่องจากพระเจ้าพระผู้สร้างผู้ยิ่งใหญ่คือพระบิดาของเรา ทำไมพระองค์จะไม่ตอบคำอธิษฐานและคำร้องทูลของบรรดาบุตรของพระองค์เล่า

ขั้นตอนของการเป็นเหมือนอับราฮัมนี้ไม่ใช่สิ่งที่ยากเลย ส่วนที่ยากเพียงส่วนเดียวก็คือความคิดของเราคิดไปก่อนว่ายาก ถ้าเราไว้วางใจและพึ่งพิงพระเจ้าและเชื่อฟังพระองค์อย่างสมบูรณ์ จากนั้นพระเจ้าของอับราฮัมจะทรงดูแลเราและจะทรงนำเราไปสู่หนทางแห่งพระพร

อภิธานศัพท์และคำอธิบายแนวคิด

การเชื่อฟังและพระพรของโนอาห์ ผู้เป็นคนชอบธรรม

"ต่อไปนี้คือพงศ์พันธุ์ของโนอาห์ โนอาห์เป็นคนชอบธรรมดีพร้อมในสมัยของเขา โนอาห์ดำเนินกับพระเจ้า โนอาห์มีบุตรสามคน ชื่อเชม ฮาม และยาเฟท" (ปฐมกาล 6:9-10)

อาดัมมนุษย์คนแรกใช้เวลายาวนานมากอยู่ในสวนเอเดน แต่หลังจากเขาทำบาปอาดัมถูกขับออกไปจากสวนเอเดนและมาอาศัยอยู่ในแผ่นดินโลกในเวลาต่อมา ประมาณ 1,000 ปีต่อมาโนอาห์เกิดมาในเชื้อสายของเสทซึ่งเป็นคนที่ยำเกรงพระเจ้า โนอาห์ (ผู้เป็นเชื้อสายของเอโนคเช่นกัน) ได้เรียนรู้จากคำสั่งสอนของลาเมคบิดาของเขาและเมธุเสลาห์ปู่ของเขาและเติบโตขึ้นในฐานะบุคคลแห่งความจริงในท่ามกลางโลกที่เต็มไปด้วยความบาป เพราะเขาต้องการถวายทุกสิ่งที่มีอยู่ให้กับพระเจ้าเขาจึงรักษาจิตใจของเขาให้บริสุทธิ์และไม่แต่งงานจนกระทั่งเขาค้นพบว่าพระเจ้าทรงมีแผนการพิเศษสำหรับชีวิตของเขา ดังนั้นเมื่ออายุ 500 ปีโนอาห์จึงแต่งงานและเริ่มมีครอบครัว (ปฐมกาล 5:32)

โนอาห์รู้เกี่ยวกับการพิพากษาด้วยน้ำท่วมและรู้ว่าการเตรียมมนุษย์จะเริ่มต้นใหม่ผ่านทางเขา ด้วยเหตุนี้เขาจึงอุทิศชีวิตของตนให้กับการเชื่อฟังพระประสงค์ของพระเจ้า เพราะเหตุนี้พระเจ้าจึงทรงเลือกโนอาห์ผู้เป็นคนชอบธรรมและผู้ที่เชื่อฟังพระเจ้าอย่างสิ้นสุดใจในการสร้างนาวาโดยไม่ใช้ความคิด เหตุผล หรือข้อแก้ตัวของเขาเอง

สัญลักษณ์ฝ่ายวิญญาณของเรือโนอาห์

"เจ้าจงต่อนาวาด้วยไม้สนโกเฟอร์ แล้วทำเป็นห้องๆ และยาชันทั้งข้างในข้างนอก จงต่อนาวานั้นตามแบบนี้ คือยาวสามร้อยศอก กว้างห้าสิบศอก สูงสามสิบศอก จงทำช่องข้างบนนาวาให้สูงศอกหนึ่ง จงตั้งประตูนาวาที่ด้านข้าง และทำดาดฟ้าชั้นล่าง ชั้นที่สองและที่สาม" (ปฐมกาล 6:14-16)

เรือโนอาห์เป็นโครงสร้างขนาดใหญ่ซึ่งยาว 138 เมตรกว้าง 23 เมตรและสูง 14 เมตร และเรือนี้สร้างขึ้นเมื่อประมาณ 4,500 ปีที่แล้ว เนื่องจากผลลัพธ์แห่งอิทธิพลของผู้คนแห่งสวนเอเดน ความรู้และทักษะของโนอาห์จึงเกินธรรมดา แต่เพราะเขาสร้างเรือตามแบบที่พระเจ้าทรงมอบให้ โนอาห์และคนในครอบครัวอีกแปดคนพร้อมกับสัตว์ชนิดต่างๆ จึงสามารถรอดชีวิตอยู่ได้ในช่วง 40 วันของน้ำท่วมใหญ่โดยพักอาศัยอยู่ภายในเรือเป็นเวลามากกว่าหนึ่งปี

เรือคือสัญลักษณ์ฝ่ายวิญญาณแห่งพระคำของพระเจ้าและการเข้าไปในเรือเป็นสัญลักษณ์ของความรอด และชั้นทั้งสามชั้นภายในเรือเป็นเครื่องแสดงให้เห็นถึงความจริงที่ว่าพระเจ้าตรีเอกานุภาพ พระบิดา พระบุตร และพระวิญญาณบริสุทธิ์จะทรงทำให้ประวัติศาสตร์ของการเตรียมมนุษย์เสร็จสิ้นสมบูรณ์

เทือกเขาอารารัตที่เรือจอดค้างอยู่

การพิพากษาด้วยน้ำท่วมซึ่งเกิดขึ้นในท่ามกลางความยุติธรรมของพระเจ้า

“แล้วพระเจ้าตรัสแก่โนอาห์ว่า “เจ้าจงเข้าไปในนาวาหมดทั้งครัวเรือนของเจ้า เพราะในชั่วอายุคนรุ่นนี้เราเห็นเจ้าเป็นผู้ชอบธรรม” (ปฐมกาล 7:1)

“‘เพราะว่าอีกเจ็ดวันเราจะทำให้ฝนตกบนแผ่นดินสี่สิบวันสี่สิบคืน บรรดาสัตว์ที่มีชีวิตซึ่งเราสร้างมานั้น เราจะทำลายล้างเสียจากพื้นแผ่นดิน’ โนอาห์ก็ทำตามที่พระเจ้าทรงบัญชาตนทุกประการ” (ปฐมกาล 7:4-5)

พระเจ้าทรงให้โอกาสผู้คนกลับใจก่อนน้ำท่วมหลายต่อหลายครั้ง ตลอดเวลาหลายปีที่ใช้ในการสร้างเรือพระเจ้าทรงให้โนอาห์ประกาศข่าวแห่งการกลับใจกับผู้คน แต่ผู้คนที่เชื่อและเชื่อฟังมีเพียงคนในครอบครัวของโนอาห์เท่านั้น การเข้าไปในเรือบ่งชี้ถึงการละสิ่งต่างๆ ที่ท่านชื่นชมและชื่นชอบไว้ข้างหลังท่านและกำจัดสิ่งเหล่านั้นทิ้งไป

แม้ผู้คนได้ถลำลึกไปเกินกว่าที่จะหันหลังกลับ แต่พระเจ้าก็ยังให้คำเตือนกับผู้คนเจ็ดวันเพื่อให้เขากลับใจและหลีกเลี่ยงการพิพากษา พระองค์ไม่ต้องการให้เขาพบกับการพิพากษา ด้วยพระทัยที่เต็มไปด้วยความรักและความเมตตา พระเจ้าทรงให้โอกาสคนเหล่านั้นจนถึงที่สุด อย่างไรก็ตาม ไม่มีใครสักคนกลับใจหรือเดินเข้าไปในเรือ ที่จริงคนเหล่านั้นกลับทำบาปมากขึ้น ท้ายที่สุดเขาก็เข้าสู่การพิพากษาด้วยน้ำท่วม

ภาคที่ 3
ในเรื่องการพิพากษา...

“...ในเรืองการพิพากษานั้น คือ เพราะผู้ครองโลกนีถูกพิพากษาแล้ว” (ยอห์น 16:11)

“พระเยโฮวาห์จะทรงพิพากษาชนชาติทั้งหลาย โอ ข้าแต่พระเยโฮวาห์ ขอทรงพิพากษาข้าพระองค์ตามความชอบธรรมของข้าพระองค์ และตามความสัตย์สุจริตซึ่งมีอยู่ในข้าพระองค์” (สดุดี 7:8)

“พระเยโฮวาห์จะทรงพิพากษาชนชาติทั้งหลาย โอ ข้าแต่พระเยโฮวาห์ ขอทรงพิพากษาข้าพระองค์ตามความชอบธรรมของข้าพระองค์ และตามความสัตย์สุจริตซึ่งมีอยู่ในข้าพระองค์” (เยเรมีย์ 2:35)

“เราบอกท่านทั้งหลายว่า ผู้ใดโกรธพี่น้องของตน ผู้นั้นจะต้องถูกพิพากษาลงโทษ ถ้าผู้ใดจะพูดกับพี่น้องว่า ‘อ้ายโง่’ ผู้นั้นต้องถูกนำไปที่ศาลสูงให้พิพากษาลงโทษและผู้ใดจะว่า ‘อ้ายบ้า’ ผู้นั้นจะมีโทษถึงไฟนรก” (มัทธิว 5:22)

“และจะได้ออกมา บรรดาผู้ที่ได้ประพฤติดีก็ฟื้นขึ้นสู่ชีวิต บรรดาผู้ที่ได้ประพฤติชั่ว ก็จะฟื้นขึ้นสู่การพิพากษา” (ยอห์น 5:29)

“มีข้อกำหนดสำหรับมนุษย์ไว้แล้วว่าจะตายครั้งเดียว และหลังจากนั้นก็จะมีการพิพากษาฉันใด” (ฮีบรู 9:27)

“เพราะว่าการพิพากษาย่อมไม่กรุณาต่อผู้ที่ไม่แสดงความกรุณา แต่ความกรุณาย่อมมีชัยเหนือการพิพากษา” (ยากอบ 2:13)

“ข้าพเจ้าได้เห็นบรรดาผู้ที่ตายแล้ว ทั้งผู้ใหญ่และผู้น้อยยืนอยู่หน้าพระที่นั่งนั้น และหนังสือต่างๆ ก็เปิดออก หนังสืออีกเล่มหนึ่งก็เปิดออกด้วย คือหนังสือชีวิต และผู้ที่ตายไปแล้วทั้งหมด ก็ถูกพิพากษาตามข้อความที่จารึกไว้ในหนังสือเหล่านั้น และตามที่เขาได้กระทำ” (วิวรณ์ 20:12)

บทที่ 11

ความบาปของการไม่เชื่อฟังพระเจ้า

"พระองค์จึงตรัสแก่อาดัมว่า 'เพราะเหตุเจ้าเชื่อฟังคำพูดของภรรยาและกินผลไม้ที่เราห้าม แผ่นดินจึงต้องถูกสาปเพราะตัวเจ้า เจ้าจะต้องหากินบนแผ่นดินด้วยความทุกข์ลำบากจนตลอดชีวิต แผ่นดินจะให้ต้นไม้และพืชที่มีหนามแก่เจ้า และเจ้าจะกินพืชต่างๆ ของทุ่งนา เจ้าจะต้องหากินด้วยเหงื่ออาบหน้าจนเจ้ากลับเป็นดินไป เพราะเราสร้างเจ้ามาจากดิน เจ้าเป็นผงคลีดิน และจะต้องกลับเป็นผงคลีดินดังเดิม'"
(ปฐมกาล 3:17-19)

หลายคนพูดว่าชีวิตคือความยากลำบากในตัวของมันเอง พระคัมภีร์กล่าวว่าการเกิดมาในโลกนี้และการใช้ชีวิตอยู่ในโลกเป็นสิ่งที่ทุกข์ทรมาน ในโยบ 5:7 เอลีฟัสพูดกับโยบว่า "แต่มนุษย์เกิดมาเพื่อแก่ความยากลำบาก อย่างประกายไฟย่อมปลิวขึ้นบน" ในโลกนี้มีคนที่มีความทุกข์ลำบากเล็กน้อยในการทำมาหากินและมีคนที่มีความทุกข์ลำบากมากสำหรับปัญหาที่แตกต่างกันไปในชีวิต และหลังจา

กคนหนึ่งทำงานหนักเพื่อเป้าหมายบางอย่าง (และดูเหมือนว่าเขาค่อนข้างจะบรรลุเป้าหมายนั้นแล้ว) ความมืดมนของชีวิตก็เข้าปกคลุมเมื่อถึงเวลา แม้แต่คนที่สุขภาพแข็งแรงที่สุดก็พบกับความตายในจุดหนึ่ง

ไม่มีใครสามารถหลีกเลี่ยงความตายไปได้สักคน ดังนั้น ถ้าท่านมองดูชีวิตท่านจะเห็นว่าชีวิตเป็นเหมือนหมอกในชั่วครู่หรือเมฆที่เจือจางอยู่บนท้องฟ้า ดังนั้นอะไรคือเหตุผลที่ผู้คนพบกับความยากลำบากชนิดต่างๆ ใน "วงล้อ" ของชีวิตนี้ เหตุผลข้อแรกและดั้งเดิมเป็นเพราะความบาปของการไม่เชื่อฟังพระเจ้า เราสามารถมองเห็นผลลัพธ์ของการทำบาปแห่งการไม่เชื่อฟังพระเจ้าในรายละเอียดผ่านทางชีวิตของอาดัม ซาอูล และคาอิน

อาดัม มนุษย์ที่ถูกสร้างตามพระฉายาของพระเจ้า

พระเจ้าพระผู้สร้างทรงสร้างอาดัมมนุษย์คนแรกตามพระฉายาของพระองค์และจากการทรงระบายลมปราณแห่งชีวิตเข้าไปทางจมูกของเขาและเขากลายเป็นผู้มีชีวิตหรือวิญญาณที่มีชีวิต (ปฐมกาล 2:7) พระเจ้าทรงปลูกสวนแห่งหนึ่งไว้ที่เอเดนทางทิศตะวันออกและทรงให้มนุษย์อยู่ที่นั่น จากนั้นพระองค์ตรัสว่า "บรรดาผลไม้ทุกอย่างในสวนนี้ เจ้ากินได้ทั้งหมด เว้นแต่ต้นไม้แห่งความสำนึกในความดีและความชั่ว ผลของต้นไม้นั้นอย่ากิน เพราะในวันใดที่เจ้าขืนกิน เจ้าจะต้องตายแน่" (ปฐมกาล 2:16-17)

และเมื่อทรงเห็นว่าการที่อาดัมอยู่คนเดียวเป็นสิ่งที่ไม่ดี พระเจ้าจึงทรงชักกระดูกซี่โครงอันหนึ่งของอาดัมและสร้างให้เป็นเอวา พระเจ้าทรงอวยพรเขาและทรงบอกให้เขามีลูกดกทวีขึ้นจนเต็มแผ่นดิน พระองค์ทรงอนุญาตให้เขาครอบครองเหนือฝูงปลาในทะเล ฝูงนกในอากาศ และสิ่งมีชีวิตทั้งหมดที่เคลื่อนไหวอยู่บนแผ่นดิน (ปฐมกาล 1:28) เพราะได้รับพระพรอย่างยิ่งใหญ่จากพระเจ้า อาดัมและเอวาจึงมีอาหารรับประทานอย่างบริบูรณ์ มีลูกหลานมากมายและดำเนินชีวิตที่มั่งคั่งรุ่งเรือง

ในตอนแรก อาดัมเป็นเหมือนทารกแรกเกิดที่ยังไม่มีสิ่งใดบันทึกอยู่ในความทรงจำของเขา อาดัมว่างเปล่าอย่างสิ้นเชิง อย่างไรก็ตามพระเจ้าทรงดำเนินอยู่กับอาดัมและทรงสอนเขาหลายสิ่งหลายอย่างเพื่อเขาจะสามารถดำเนินชีวิตในฐานะผู้มีอำนาจครอบครองเหนือสิ่งทรงสร้างทั้งปวง พระเจ้าทรงสอนอาดัมเกี่ยวกับพระองค์เอง เกี่ยวกับจักรวาล และเกี่ยวกับกฎฝ่ายวิญญาณ พระเจ้าทรงสอนอาดัมเกี่ยวกับวิธีการดำเนินชีวิตในฐานะมนุษย์ฝ่ายวิญญาณด้วยเช่นกัน พระองค์ทรงสอนเขาเกี่ยวกับความรู้เรื่องความดีและความชั่ว อาดัมเชื่อฟังพระคำของพระเจ้าอยู่เป็นเวลาหลายปีและดำเนินชีวิตอยู่เป็นเวลาอันยาวนานในสวนเอเดน

อาดัมกินผลไม้ต้องห้าม

อยู่มาวันหนึ่ง ผีมารซาตาน (เจ้าผู้ครองแห่งย่านอากาศ) ยุยงให้งูซึ่งเป็นสัตว์ที่เจ้าเล่ห์ที่สุดและมารได้ล่อลวงเอวาผ่านทางงู งูซึ่งถูกยุยงจากซาตานรู้ว่าพระเจ้าทรงห้ามไม่ให้มนุษย์กินผลจากต้นไม้ที่อยู่กลางสวนเอเดน แต่เพื่อจะล่อลวงเอวา งูจึงถามหญิงนั้นว่า "จริงหรือที่พระเจ้าตรัสห้ามว่า 'อย่ากินผลจากต้นไม้ใดๆ ในสวนนี้'" (ปฐมกาล 3:1)

เอวาตอบคำถามนี้ว่าอย่างไร เธอพูดว่า "ผลของต้นไม้ชนิดต่างๆ ในสวนนี้เรากินได้ แต่ผลของต้นไม้ต้นหนึ่งซึ่งอยู่ท่ามกลางสวน พระเจ้าตรัสว่า 'เจ้าอย่ากินหรือแตะต้องมัน มิฉะนั้นเจ้าจะตาย'" (ปฐมกาล 3:2-3) พระเจ้าตรัสอย่างเจาะจงว่า "ในวันใดที่เจ้าขืนกิน เจ้าจะต้องตายแน่" (ปฐมกาล 2:17) ทำไมเอวาจึงเป็นเปลี่ยนคำพูดเป็น "มิฉะนั้นเจ้าจะตาย" คำว่า "มิฉะนั้น" แปลว่า "กลัวว่า" คำพูดนี้แสดงให้เห็นว่าไม่มีความเฉียบขาด "การกลัวว่าจะตาย" กับ "การตายแน่" แตกต่างกันมาก สิ่งนี้พิสูจน์ให้เห็นว่าเอวาไม่ได้จารึกพระคำของพระเจ้าเอาไว้ในจิตใจของตน คำตอบของเธอพิสูจน์ให้เห็นว่าเธอไม่มีความเชื่ออย่างสิ้นเชิงในความจริงที่ว่าเขาจะ "ตายแน่"

งูเจ้าเล่ห์ไม่ยอมพลาดโอกาสนี้และจู่โจมด้วยการพูดกับหญิงนั้นว่า "เจ้าจะไม่ตายจริงดอก เพราะพระเจ้าทรงทราบอยู่ว่าเจ้ากินผลไม้นั้นวันใด ตาของเจ้าจะสว่างขึ้นในวันนั้น แล้วเจ้าจะเป็นเหมือนพระเจ้า คือสำนึกในความดีและความชั่ว" (ปฐมกาล 3:4-5) งูไม่เพียงแต่พูดโกหกเท่านั้น แต่มันยังใส่เชื้อเพลิงเข้าไปในความโลภของเอวาด้วยเช่นกัน และเพราะงูได้พ่นความโลภเข้าไปในจิตใจของเอวา ต้นไม้แห่งความรู้ดีและรู้ชั่ว (ซึ่งเอวาไม่เคยคิดแม้แต่จะสัมผัสหรือแม้แต่จะเข้าใกล้) บัดนี้เริ่มดูดีและดูน่ากิน ที่จริงต้นไม้นั้นดูดีมากพอตรงที่ว่าจะทำให้คนบางคนฉลาด ดังนั้นในที่สุด เอวาก็กินผลไม้ต้องห้ามและยื่นให้กับสามีของตนกินด้วย

ผลของความบาปแห่งการไม่เชื่อฟังพระเจ้าของอาดัม

ดังนั้น นี่คือวิธีการที่อาดัม ผู้เป็นบรรพบุรุษของมนุษย์ ไม่เชื่อฟังคำบัญชาของพระเจ้า เนื่องจากอาดัมและเอวาไม่ได้จารึกพระคำของพระเจ้าไว้ในจิตใจของตนเขาจึงล้มลงสู่การทดลองของผีมารซาตานและไม่เชื่อฟังคำบัญชาของพระเจ้า ดังนั้นอาดัมและเอวาจึง "ตายแน่" เหมือนที่พระเจ้าตรัสไว้

อย่างไรก็ตาม เมื่อเราอ่านพระคัมภีร์เราจะเห็นว่าทั้งสองคนไม่ได้ตายในทันที ที่จริงเขามีชีวิตอยู่อีกหลายปีและมีลูกหลานจำนวนมาก เมื่อพระเจ้าตรัสว่า "เจ้าจะตายแน่" พระองค์ไม่ได้เพียงแต่หมายถึงการตายฝ่ายร่างกายที่คนหยุดหายใจ พระองค์ทรงหมายถึงความตายที่สำคัญซึ่งเป็นการตายของวิญญาณ แต่เดิมมนุษย์ถูกสร้างให้มีวิญญาณที่สามารถสื่อสารกับพระเจ้า จิตใจที่ถูกควบคุมโดยวิญญาณ และร่างกายซึ่งทำหน้าที่เป็นพลับพลาสำหรับวิญญาณและจิตใจ (1 เธสะโลนิกา 5:23) ดังนั้น เมื่อมนุษย์ฝ่าฝืนคำบัญชาของพระเจ้า วิญญาณ (ซึ่งเป็นนายของมนุษย์) จึงตายลง

และเพราะวิญญาณของมนุษย์ตายอันเป็นผลลัพธ์ของความบาปแห่งการไม่เชื่อฟังพระเจ้า การสื่อสารของเขากับพระเจ้า

าจึงถูกตัดขาด ดังนั้นเขาจึงไม่สามารถอาศัยอยู่ในสวนเอเดนได้อีกต่อไป สาเหตุก็เพราะว่าคนบาปไม่สามารถอยู่ร่วมกับพระเจ้าในสถานที่เดียวกันกับพระองค์ได้ นี่คือจุดเริ่มต้นของความยากลำบากของมนุษย์ ความเจ็บปวดของผู้หญิงในการคลอดบุตรเพิ่มขึ้นอย่างมาก ในความเจ็บปวดเธอจะให้กำเนิดลูก ความปรารถนาของเธอคือการมีสามี และเขาจะปกครองเหนือเธอ และมนุษย์ต้องทำมาหากินบนแผ่นดินที่ถูกสาปด้วยความทุกข์ลำบากเนื่องจากตัวเขา (ปฐมกาล 3:16-17) สิ่งทรงสร้างทั้งหมดถูกแช่งสาปพร้อมกับอาดัมและต้องทุกข์ลำบากร่วมกับเขา เหนือสิ่งอื่นใด ลูกหลานทั้งสิ้นของอาดัมที่เกิดจากสายเลือดของเขาเกิดมาเป็นคนบาปและถูกกำหนดไว้สำหรับความตาย

เหตุผลที่พระเจ้าทรงใส่ต้นไม้แห่งความรู้ดีและรู้ชั่วเอาไว้

บางคนอาจสงสัยว่า "พระเจ้าผู้ยิ่งใหญ่ไม่รู้หรือว่าอาดัมจะกินผลไม้ต้องห้าม ถ้าพระองค์รู้ เหตุใดพระองค์จึงใส่ต้นไม้แห่งความรู้ดีและรู้ชั่วเอาไว้ในสวนเอเดนและอนุญาตให้อาดัมไม่เชื่อฟัง ถ้าไม่มีผลไม้ต้องห้ามอยู่ที่นั่น สิ่งนี้ก็คงป้องกันอาดัมไม่ให้ทำบาปไม่ใช่หรือ" อย่างไรก็ตาม ถ้าพระเจ้าไม่ใส่ผลไม้ต้องห้ามไว้ในสวน อาดัมและเอวาจะมีประสบการณ์กับการขอบพระคุณ ความชื่นชมยินดี ความสุข และความรักหรือไม่ พระประสงค์ของพระเจ้าในการใส่ผลไม้ต้องห้ามไว้ในสวนไม่ใช่เพื่อทำให้เราเข้าไปสู่หนทางแห่งความตาย แต่สิ่งนั้นเป็นการจัดเตรียมของพระเจ้าเพื่อจะสอนเราถึงหลักความสัมพันธ์

เนื่องจากทุกสิ่งในสวนเอเดนเป็นเรื่องความจริง ผู้คนในสวนเอเดนจึงไม่สามารถเข้าใจว่าความเท็จคืออะไร เนื่องจากความชั่วไม่ได้อยู่ในที่แห่งนั้น ผู้คนจึงไม่รู้จริงๆ ว่าอะไรคือความเกลียดชัง ความทุกข์ ความป่วยไข้ หรือความตาย ดังนั้นถ้าพูดในเชิงเทียบเคียงอาจกล่าวได้ว่าผู้คนที่อยู่ที่นั่นไม่สามารถเข้าใจว่าอะไรคือชีวิตที่มีความสุขที่เขามีประสบการณ์ เนื่องจากเขาไม่เคยมีประสบการณ์กับความทุกข์

ที่แท้จริงเขาจึงไม่รู้ว่าความสุขที่แท้จริงและความทุกข์ที่แท้จริงคืออะไร เพราะเหตุนี้ต้นไม้แห่งความรู้ดีและรู้ชั่วจึงมีความจำเป็น

พระเจ้าทรงต้องการมีบุตรที่แท้จริงผู้ที่เข้าใจว่าความรักและความสุขที่แท้จริงคืออะไร ถ้าอาดัมมนุษย์คนแรกรู้ว่าความสุขที่แท้จริงคืออะไรเมื่อเขาอยู่ในสวนเอเดน เขาจะไม่เชื่อฟังพระเจ้าได้อย่างไร เพราะเหตุนี้พระเจ้าจึงทรงใส่ต้นไม้แห่งความรู้ดีและรู้ชั่วไว้ในสวนเอเดนและพระองค์ทรงกำลังเตรียมมนุษย์บนโลกนี้เพื่อมนุษย์จะสามารถเรียนรู้หลักความสัมพันธ์ของสิ่งต่างๆ ผ่านทางขั้นตอนของการเตรียมนี้มนุษย์จึงมีประสบ การณ์ทั้งกับชัยชนะและความล้มเหลว ความดีและความชั่ว โดยผ่านหลักความสัมพันธ์ มนุษย์จะเข้าใจและรักพระเจ้าจากส่วนลึกแห่งจิตใจของเขาได้อย่างแท้จริงก็ต่อเมื่อเขาเรียนรู้ความจริงผ่านขั้นตอนนี้เท่านั้น

หนทางที่จะเป็นอิสระจากการแช่งสาปที่เกิดจากความบาป

ในขณะที่อาดัมอาศัยอยู่ในสวนเอเดนเขาเชื่อฟังพระเจ้าและเรียนรู้เกี่ยวกับความดีของพระเจ้า แต่หลังจากที่เขาไม่เชื่อฟัง ลูกหลานของอาดัมจึงกลายเป็นทาสของผีมารซาตานและเขาเปรอะเปื้อนด้วยความชั่วมากยิ่งขึ้นเมื่อยุคต่างๆ ผ่านพ้นไป ยิ่งเวลาผ่านพ้นไปมากเท่าใดผู้คนก็ยิ่งมีความชั่วร้ายมากขึ้นเท่านั้น ไม่เพียงแต่เขาเกิดมาพร้อมกับความบาปที่เขาได้รับสืบทอดมาจากพ่อแม่ของตนเท่านั้น แต่ผู้คนยังบันทึกความบาปเพิ่มมากขึ้นไว้ในจิตใจของเขาเมื่อเขาเติบโตขึ้นและเรียนรู้ผ่านทางสิ่งที่เขาเห็นและได้ยิน พระเจ้าทรงทราบแล้วว่าอาดัมจะกินผลไม้ต้องห้าม พระองค์ทรงทราบแล้วว่าทั้งโลกจะเต็มไปด้วยความบาป พระองค์ทรงทราบแล้วเช่นกันว่ามนุษย์จะมุ่งหน้าไปสู่หนทางแห่งความตาย เพราะเหตุนี้ พระองค์จึงทรงเตรียมพระเยซูคริสต์พระผู้ช่วยให้รอดเอาไว้ตั้งแต่ก่อนปฐมกาล เมื่อเวลาที่กำหนดไว้มาถึง พระองค์ทรงส่งพระเยซูเข้ามาในโลกนี้เพื่อสอนผู้คนให้รู้จักพระประสงค์ของพระเจ้า พระเยซูทรงเผยแพ

ร่ข่าวประเสริฐแห่งแผ่นดินสวรรค์และทรงทำหมายสำคัญและการอัศจรรย์มากมาย จากนั้นพระองค์ทรงถูกตรึงบนกางเขนและทรงหลั่งพระโลหิตอันศักดิ์สิทธิ์ของพระองค์เพื่อจ่ายค่าความผิดบาปทั้งสิ้นของมนุษย์ ด้วยเหตุนี้ ทุกคนที่ต้อนรับเอาพระเยซูคริสต์จะได้รับพระวิญญาณบริสุทธิ์เป็นของขวัญ หนทางแห่งความรอดถูกเปิดออกสำหรับผู้คนที่กำจัดความเท็จทิ้งไปและดำเนินชีวิตอยู่ในความจริงด้วยการทำตามการทรงนำของพระวิญญาณบริสุทธิ์ ถ้ามนุษย์รื้อฟื้นพระฉายาของพระเจ้าที่เคยสูญเสียไปกลับคืนมาใหม่และถ้าเขายำเกรงพระเจ้าและรักษากฎเกณฑ์ของพระองค์ซึ่งเป็นหน้าที่ทั้งสิ้นของมนุษย์ (ปัญญาจารย์ 12:13) เขาจะได้ชื่นชมกับพระพรทั้งสิ้นที่พระเจ้าทรงเตรียมไว้เพื่อเขา เขาไม่เพียงแต่จะพบกับความมั่งคั่งและสุขภาพร่างกายแข็งแรงเท่านั้น แต่เขาจะมีชีวิตนิรันดร์ในพระพรนิรันดร์ด้วยเช่นกัน

เหมือนที่อธิบายไปแล้วว่าเมื่อเราเข้ามาสู่ความสว่างเราก็สามารถเป็นอิสระจากกับดักแห่งคำแช่งสาปของความบาป จิตใจของเราจะมีความสงบสุขอย่างยิ่งหลังจากเรากลับใจและสารภาพกำจัดความบาปทิ้งไป และตัดสินใจที่จะดำเนินชีวิตตามพระคำของพระเจ้า เมื่อเราเชื่อในพระคำของพระเจ้าและรับเอาคำอธิษฐาน เราก็สามารถเห็นว่าเราจะเป็นอิสระจากความเจ็บป่วย ความยากลำบาก การทดลอง และความทุกข์เวทนา พระเจ้าทรงปลื้มปีติยินดีในบุตรของพระองค์ที่ต้อนรับเอาพระเยซูคริสต์และดำเนินชีวิตในความชอบธรรม และพระองค์ทรงปลดปล่อยเขาให้พ้นจากคำแช่งสาปทั้งปวง

ผลของความบาปแห่งการไม่เชื่อฟังพระเจ้าของซาอูล

ซาอูลเป็นกษัตริย์องค์แรกเนื่องจากคนอิสราเอลร้องขอให้มีกษัตริย์ ซาอูลมาจากเผ่าเบนยามินและไม่มีใครในอิสราเอลที่สง่างามและอ่อนสุภาพเหมือนท่าน และในช่วงเวลาที่ซาอูลได้รับการเจิมให้เป็นกษัตริย์ท่านเป็นคนที่ถ่อมใจมากโดยถือตนต่ำต้อยกว่าคนอื่น

แต่หลังจากขึ้นเป็นกษัตริย์ ซาอูลเริ่มไม่เชื่อฟังคำบัญชาของพระเจ้าทีละเล็กละน้อย ซาอูลดูแคลนตำแหน่งของมหาปุโรหิตและกระทำตัวอย่างโง่เขลา (1 ซามูเอล 13:8-13) ในที่สุดก็ทำบาปแห่งการไม่เชื่อฟัง

ใน 1 ซามูเอลบทที่ 15 พระเจ้าทรงบอกให้ซาอูลทำลายคนอามาเลขให้สิ้นซาก แต่ซาอูลไม่ได้เชื่อฟัง เหตุผลที่พระเจ้าทรงบอกให้เขาทำลายคนอามาเลขมีบันทึกไว้ในอพยพบทที่ 17 ในขณะที่คนอิสราเอลกำลังมุ่งหน้าไปยังแผ่นดินคานาอันหลังจากออกมาจากอียิปต์ คนอามาเลขทำสงครามกับคนอิสราเอล

เพราะเหตุนี้ พระเจ้าทรงสัญญาที่จะลบล้างชื่อชนชาติอามาเลขให้หมดไปจากความทรงจำของประชาชนภายใต้ฟ้า (อพยพ 17:14) และเพราะพระเจ้าไม่ได้ทรงสละสิทธิ์ที่จะทำเช่นนั้นพระองค์จึงทรงวางแผนที่จะทำให้พระสัญญานี้สำเร็จในเวลาหลายร้อยปีต่อมาในสมัยของซาอูล พระเจ้าทรงบัญชาผ่านทางผู้เผยพระวจนะซามูเอลว่า "ท่านจงไปโจมตีอามาเลข และทำลายบรรดาที่เขามีนั้นเสียให้สิ้นเชิง อย่าปรานีเขาเลย จงฆ่าเสียทั้งผู้ชายผู้หญิง ทั้งทารกและเด็กที่กินนมอยู่ ทั้งโค แกะ อูฐ และลา'" (ข้อ 3)

อย่างไรก็ตาม ซาอูลไม่เชื่อฟังพระเจ้า ซาอูลจับตัวกษัตริย์อากักมาเป็นนักโทษและท่านได้นำเอาแกะ วัว สัตว์อ้วนพีกับลูกแกะและสิ่งดีๆ ทั้งหมดกลับมาด้วย ซาอูลต้องการแสดงสิ่งที่ตนได้มากับประชาชนและรับการสรรเสริญของประชาชน ซาอูลทำสิ่งที่เขาคิดว่าถูกต้องในความคิดของเขา แต่ไม่เชื่อฟังพระเจ้า ผู้เผยพระวจนะซามูเอลอธิบายในแนวทางที่ทำให้ซาอูลเข้าใจ แต่ซาอูลยังคงไม่กลับใจ แต่เขากลับหาข้อแก้ตัว (1 ซามูเอล 15:17-21) ซาอูลกล่าวว่าการที่ตนนำแกะอ้วนพีและสัตว์ชั้นดีต่างๆ กลับมาก็เพื่อว่าประชาชนจะสามารถถวายเครื่องบูชาแด่พระเจ้า

ท่านคิดว่าพระเจ้าตรัสอย่างไรเกี่ยวกับความบาปของการไม่เชื่อฟังครั้งนี้ 1 ซามูเอล 15:22-23 กล่าวว่า "พระเจ้าทรงพอพระทัยในเครื่องเผาบูชาและเครื่องสัตวบูชามากเท่ากับการที่จะเชื่อฟังพระสุรเส

ยงของพระองค์หรือ ดูเถิด ที่จะเชื่อฟังก็ดีกว่าเครื่องสัตวบูชาและซึ่งจะสดับฟังก็ดีกว่าไขมันของบรรดาแกะผู้ เพราะการกบฏก็เป็นเหมือนบาปแห่งการถือฤกษ์ถือยามและความดื้อดึงก็เป็นเหมือนบาปชั่วและการไหว้รูปเคารพ" ความบาปของการไม่เชื่อฟังเป็นเหมือนความบาปของการถือฤกษ์ถือยามและการไหว้รูปเคารพ การถือฤกษ์ถือยามคือไสยศาสตร์ซึ่งเป็นความบาปร้ายแรงที่อยู่ภายใต้การพิพากษาของพระเจ้าและการไหว้รูปเคารพเป็นความบาปที่พระเจ้าทรงถือว่าเป็นสิ่งที่น่าสะอิดสะเอียน

ในที่สุด ซามูเอลก็ตำหนิซาอูลอย่างรุนแรงว่า "เพราะเหตุที่ท่านทอดทิ้งพระวจนะของพระเจ้า พระองค์จึงทรงถอดท่านออกจากตำแหน่งกษัตริย์" (1 ซามูเอล 15:23) แต่ซาอูลยังไม่กลับใจอย่างแท้จริง ตรงกันข้าม เพื่อจะรักษาภาพลักษณ์ที่ดีของตนเองเอาไว้ ซาอูลกลับขอให้ซามูเอลให้เกียรติตนต่อหน้าประชาชนของท่าน (1 ซามูเอล 15:30) มีอะไรที่น่ากลัวและน่าเศร้าไปกว่าการถูกปฏิเสธจากพระเจ้า แต่สิ่งนี้ไม่ได้ประยุกต์ใช้เฉพาะกับซาอูล แต่สิ่งนี้ประยุกต์ใช้กับเราในปัจจุบันด้วยเช่นกัน ถ้าเราไม่เชื่อฟังพระคำของพระเจ้าเราก็ไม่สามารถหลีกเลี่ยงผลลัพธ์ตามมาของความบาปนั้น สิ่งนี้ประยุกต์ใช้กับประเทศของเราและครอบครัวของเราด้วยเช่นกัน

ยกตัวอย่าง ถ้าข้าราชบริพารไม่เชื่อฟังพระราชาและประพฤติตามอำเภอใจของตน เขาต้องชดใช้โทษของความบาปของตน ในครอบครัว ถ้าลูกไม่เชื่อฟังพ่อแม่ของเขาและทำตัวไม่เหมาะสม พ่อแม่ของเขาจะเศร้าใจมากเพียงใด เนื่องจากการไม่เชื่อฟังทำลายความสงบสุข ก่อให้เกิดความเจ็บปวดและความทุกข์ตามมา ผลลัพธ์ของการไม่เชื่อฟังพระเจ้าของซาอูลไม่ได้ทำให้ซาอูลสูญเสียเกียรติและอำนาจของตนเท่านั้น แต่ซาอูลยังถูกทรมานจากวิญญาณชั่วด้วยเช่นกัน และในที่สุดซาอูลเสียชีวิตในสนามรบและพบกับจุดจบอย่างน่าเวทนา

ผลของความบาปแห่งการไม่เชื่อฟังพระเจ้าของคาอิน

ในปฐมกาลบทที่ 4 เราเห็นคาอินกับอาแบลบุตรชายสองคนของอาดัม คาอินทำการเกษตรและอาแบลเลี้ยงแกะ ต่อมาภายหลังคาอินถวายเครื่องบูชาแด่พระเจ้าด้วยผลผลิตจากไร่นาของเขาและอาแบลถวายเครื่องบูชาแด่พระเจ้าด้วยแกะหัวปีจากฝูงแกะของเขาและไขมันของสัตว์เหล่านั้น พระเจ้าทรงพอพระทัยอาแบลและเครื่องบูชาของเขา แต่พระองค์ไม่พอพระทัยคาอินกับเครื่องบูชาของเขา

เมื่ออาดัมถูกขับออกจากสวนเอเดนพระเจ้าทรงบอกเขาว่าเขาต้องถวายเครื่องบูชาโดยใช้เลือดของสัตว์เพื่อจะได้รับการยกโทษ (ฮีบรู 9:22) อาดัมสอนบุตรของเขาอย่างเจาะจงเกี่ยวกับวิธีการถวายเครื่องบูชาด้วยเลือดและคาอินกับอาแบลรู้ดีว่าเครื่องบูชาชนิดใดที่พระเจ้าทรงต้องการ อาแบลมีจิตใจดีงาม ดังนั้นเขาจึงเชื่อฟังและทำตามที่เขาได้รับการสอนมาอย่างแม่นยำและถวายเครื่องบูชาในแนวทางที่พระเจ้าทรงต้องการ แต่ในอีกด้านหนึ่ง คาอินถวายเครื่องบูชาตามความคิดของเขาตามความสะดวกสบายของเขา เพราะเหตุนี้พระเจ้าจึงยอมรับเครื่องบูชาของอาแบลแต่ไม่ยอมรับเครื่องบูชาของคาอิน

หลักการเดียวกันประยุกต์ใช้กับเราในปัจจุบัน พระเจ้าทรงพอพระทัยกับการนมัสการของเราเมื่อเรานมัสการพระองค์อย่างสุดใจ สุดความคิด และสุดชีวิตของเราด้วยวิญญาณและความจริง อย่างไรก็ตาม ถ้าเรานมัสการพระองค์ตามอำเภอใจของเราเองและถ้าเราดำเนินชีวิตคริสเตียนเพื่อประโยชน์ส่วนตัวของเราเราก็ไม่มีส่วนเกี่ยวข้องใดๆ กับพระเจ้า

ในปฐมกาล 4:7 พระเจ้าตรัสกับคาอินว่า "ถ้าเจ้าทำดีเราก็จะพอใจรับเจ้ามิใช่หรือ ถ้าเจ้าทำไม่ดี บาปก็หมอบอยู่ที่ประตูอยากตะครุบเจ้า เจ้าจะต้องเอาชนะบาปนั้นให้ได้" พระเจ้ากำลังอธิบายให้คาอินเข้าใจเพื่อเขาจะไม่ทำบาป แต่คาอินไม่สามารถเอาชนะ

บาปและจบลงด้วยการฆ่าน้องชายของตน

ถ้าคาอินมีจิตใจดีงามเขาคงหันกลับจากทางของเขาและเขาคงถวายเครื่องบูชาที่พระเจ้าพอพระทัยร่วมกับน้องชายของเขาและปัญหาคงไม่เกิดขึ้น อย่างไรก็ตาม เพราะเขาเป็นคนชั่วร้ายเขาจึงต่อสู้กับพระประสงค์ของพระเจ้า นี่คือจุดเริ่มต้นของความอิจฉาและการฆ่าคนซึ่งเป็นการงานของเนื้อหนัง และผลลัพธ์ของการพิพากษาก็คือคำแช่งสาปก็มาเหนือเขา ในที่สุด พระเจ้าตรัสกับคาอินว่า "บัดนี้เจ้าจะต้องถูกสาปจากที่ดินที่ได้อ้าปากรับโลหิตน้องจากมือเจ้า ต่อไปเมื่อเจ้าทำนาจะไม่เกิดผลมาก เจ้าจะต้องหลบหนีและพเนจรไปในโลก" และนับจากเวลานั้นเป็นต้นมาคาอินกลายเป็นคนที่ต้องหลบหนีอยู่ตลอดเวลา (ปฐมกาล 4:11-12)

มาจนถึงจุดนี้เราได้เรียนรู้ผ่านทางชีวิตของอาดัมมนุษย์คนแรก กษัตริย์ซาอูล และคาอิน เราเรียนรู้ว่าความบาปของการไม่เชื่อฟังนั้นร้ายแรงเพียงใดและการทดลองและความทุกข์เวทนาที่เป็นผลตามนั้นมีอะไรบ้าง เมื่อผู้เชื่อที่รู้จักพระคำของพระเจ้าไม่เชื่อฟัง สิ่งนั้นคือการไม่เชื่อฟังพระเจ้า ถ้าผู้เชื่อไม่ได้รับพระพรแห่งความมั่งคั่งในชีวิตทุกด้านของเขา สิ่งนั้นหมายความว่าเขากำลังทำบาปต่อพระเจ้าไม่ทางใดก็ทางหนึ่ง ด้วยเหตุนี้เราต้องทำลายกำแพงแห่งความบาปที่ขวางกั้นระหว่างพระเจ้ากับเรา พระเจ้าทรงส่งพระเยซูคริสต์และพระวาทะแห่งความจริงเข้ามาในโลกนี้เพื่อให้ชีวิตที่แท้จริงกับมนุษย์ผู้ที่ดำเนินชีวิตในท่ามกลางความทุกข์เนื่องจากความผิดบาป ถ้าเราไม่ดำเนินชีวิตตามพระคำแห่งความจริงนี้ ผลลัพธ์ก็คือความตาย

เราต้องดำเนินชีวิตตามคำสั่งสอนขององค์พระผู้เป็นเจ้าซึ่งนำเราไปสู่ความรอด ชีวิตนิรันดร์ คำตอบต่อคำอธิษฐาน และพระพร เราต้องไม่ทำบาปแห่งการไม่เชื่อฟังด้วยการตรวจสอบหาความบาปในตัวเราเองตลอดเวลา กลับใจ และเชื่อฟังพระคำเพื่อเราจะได้รับความรอดอย่างสมบูรณ์

บทที่ 12

"เราจะกวาดล้างมนุษย์ไปเสียจากแผ่นดิน"

"พระเจ้าทรงเห็นว่าความชั่วช้าของมนุษย์มีมากบนแผ่นดินและทรงเห็นว่าเค้าความคิดในใจของเขาล้วนเป็นเรื่องร้ายเสมอไป พระเจ้าจึงเสียพระทัยที่ได้สร้างมนุษย์ไว้บนแผ่นดินและโทมนัส พระเจ้าจึงตรัสว่า 'เราจะกวาดล้างมนุษย์ที่เราได้สร้างมานี้ไปเสียจากแผ่นดิน ทั้งมนุษย์สัตว์กับบรรดาสัตว์เลื้อย คลานและนกในอากาศด้วย เพราะว่าเราเสียใจที่ได้สร้างมา' แต่โนอาห์เป็นที่โปรดปรานในสายพระเนตรพระเจ้า ต่อไปนี้คือพงศ์พันธุ์ของโนอาห์ โนอาห์เป็นคนชอบธรรมดีพร้อมในสมัยของเขา โนอาห์ดำเนินกับพระเจ้า"
(ปฐมกาล 6:5-9)

ในพระคัมภีร์เราสามารถเห็นว่าความบาปของมนุษย์ร้ายแรงเพียงใดในสมัยของโนอาห์ พระเจ้าทรงเสียพระทัยอย่างมากเกี่ยวกับการสร้างมนุษย์จนพระองค์ประกาศว่าพระองค์จะกวาดล้างมนุษย์ไปเสียจากแผ่นดินผ่านการพิพากษาด้วยน้ำท่วม พระเจ้าทรงสร้างมนุษย์ พระองค์ทรงดำเนินอยู่กับเขา และทรงเทความรักอย่างบริบูรณ์ของพระองค์มาให้เขา แล้วทำไมพระองค์จึงนำการพิพากษาลงมาเหนือ

มนุษย์ในลักษณะนี ขอให้เราสำรวจถึงเหตุผลของการพิพากษาของพระเจ้า และวิธีการทีเราจะสามารถหลีกเลียงการพิพากษาของพระเจ้ารวมทั้งแนวทางทีจะได้รับพระพรของพระองค์

ข้อแตกต่างระหว่างคนชั่วกับคนดี

เมือเราปฏิสัมพันธ์กับผู้คนเราจะมีความรู้สึกบางอย่างเกียวกับคนเหล่านั้น บางครั้งเราสามารถสัมผัสได้ว่าเขาเป็นคนชั่วหรือคนดี ส่วนใหญ่ผู้คนทีเติบโตขึนในสภาพแวดล้อมทีดีและได้รับคำสอนทีถูกต้องจะมีบุคลิกภาพทีอ่อนโยนและจิตใจดีงาม ในทางตรงกันข้าม ผู้คนทีเติบโตขึนในสภาพแวดล้อมทีเลวร้ายด้วยการเห็นและมีประสบการณ์กับสิงชั่วๆ หลายอย่างทีเบียงเบนไปจากความจริง คนเหล่านีมีโอกาสมากทีจะมีบุคลิกทีบิดเบียวและอาจมีแนวโน้มทีจะเป็นคนทำชั่วมากขึน แน่นอนมีผู้คนทีเลือกเดินตามเส้นทางทีเป็นเท็จแม้เขาได้รับการเลียงดูมาในสภาพแวดล้อมทีดีและมีผู้คนทีเอาชนะสภาพแวดล้อมทีเสียเปรียบและจบลงด้วยการเป็นคนทีประสบความสำเร็จและมีจิตใจดีงาม แต่มีอยู่กีคนทีจะสามารถรับการเลียงดูในสภาพแวดล้อมทีดีและได้รับการศึกษาทีดีและใช้ความพยายามของตนเพือดำเนินชีวิตทีดี

ยกตัวอย่าง ถ้าเราต้องการดูผู้คนทีเป็นคนดีเราสามารถพิจารณาดูนางมารีย์หญิงพรหมจารีทีให้กำเนิดกับพระเยซูและโยเซฟสามีของนาง เมือโยเซฟพบว่านางมารีย์ตั้งครรภ์แม้เขายังไม่ได้ร่วมหลับนอนกับเธอ โยเซฟทำสิงใด ตามธรรมบัญญัติในสมัยนั้น บุคคลทีทำการล่วงประเวณีต้องถูกหินขว้างจนถึงแก่ความตาย อย่างไรก็ตาม โยเซฟไม่ได้เปิดเผยเรืองราวของมารีย์ต่อสาธารณชน เขาต้องการทีจะถอนหมั้นกับเธออย่างเงียบๆ เขาเป็นคนทีมีจิตใจดีงามมาก

ในอีกฟากหนึง ตัวอย่างคนของคนชั่วน่าจะเป็นอับซาโลม เมืออัมโนนน้องชายร่วมบิดาของเขาข่มขืนน้องสาวของเขา อับซาโลมตัดสินใจไว้แล้วว่าเขาจะแก้แค้น ดังนั้นเมือสบโอกาส

อับซาโลมจึงฆ่าอัมโนน และเขาเกิดความแค้นเคืองดาวิดบิดาของเขาในเรื่องนี้ด้วยเช่นกัน ในที่สุด เขาเป็นผู้นำในการกบฏต่อสู้กับบิดาของตน ความชั่วเหล่านี้ส่งผลให้เกิดจุดจบที่น่าสลดใจกับชีวิตของอับซาโลม

เพราะเหตุนี้ มัทธิว 12:35 จึงกล่าวว่า "คนดีก็เอาของดีมาจากคลังแห่งความดีในตัวของเขา คนชั่วก็เอาของชั่วมาจากคลังแห่งความชั่วในตัวของเขา" สำหรับหลายคน เมื่อเขาเติบโตขึ้นความชั่วก็ถูกปลูกฝังไว้ในเขาโดยธรรมชาติไม่ว่าเจตนาของเขาจะเป็นอย่างไรก็ตาม เมื่อนานมาแล้ว แม้จะไม่เกิดขึ้นบ่อยนัก มีผู้คนจำนวนมากซึ่งพร้อมที่จะตายเพื่อประเทศชาติและประชาชนของตน อย่างไรก็ตาม ในยุคสมัยนี้เป็นการยากที่จะพบผู้คนแบบนี้ แม้เขาจะเปรอะเปื้อนด้วยความชั่วมากขึ้น แต่หลายคนไม่รู้ด้วยซ้ำว่าความชั่วคืออะไรและเขาดำเนินชีวิตโดยคิดว่าเขาเป็นฝ่ายถูก

เหตุใดการพิพากษาของพระเจ้าจึงเกิดขึ้น

เมื่อเรามองดูสิ่งที่บันทึกไว้ในพระคัมภีร์หรือในประวัติศาสตร์ของมนุษย์ ไม่ว่าจะเป็นช่วงเวลาใดก็ตาม เมื่อความบาปของมนุษย์ไปถึงจุดสูงสุดและจากนั้นเลยขอบเขต การพิพากษาอย่างรุนแรงของพระเจ้าก็จะเกิดขึ้น เราสามารถจำแนกการพิพากษาของพระเจ้าออกเป็นสามกลุ่มใหญ่ๆ

เมื่อการพิพากษาของพระเจ้าลงมาเหนือคนที่ไม่เชื่อ สิ่งนี้เป็นการพิพากษาลงมาเหนือประเทศหรือเหนือตัวบุคคล มีหลายกรณีเช่นกันที่การพิพากษาของพระเจ้าลงมาเหนือประชากรของพระองค์ เมื่อคนทั้งประเทศทำบาปที่เกินเลยจริยธรรมของมนุษย์ ความทุกข์เวทนาครั้งใหญ่จะลงมาเหนือคนทั้งประเทศ ถ้าบุคคลทำบาปที่สมควรได้รับการพิพากษา พระเจ้าจะทรงทำลายเขา เมื่อประชากรของพระเจ้าทำความผิด เขาจะได้รับการตีสอน สาเหตุก็เพราะว่าพระเจ้าทรงรักประชากรของพระองค์ พระองค์ทรงอนุญาต

ให้การทดลองและความยากลำบากเกิดขึ้นกับเขาเพื่อให้เขาสามารถเรียนรู้จากความผิดพลาดของตนและหันกลับจากสิ่งเหล่านั้น

ในฐานะพระผู้สร้าง พระเจ้าไม่เพียงแต่บริหารจัดการมนุษย์ทุกคนในโลก แต่ในฐานะผู้พิพากษาพระองค์ทรงอนุญาตให้มนุษย์ "เกี่ยวในสิ่งที่เขาหว่าน" ด้วยเช่นกัน ในอดีตเมื่อครั้งที่ผู้คนไม่รู้จักพระเจ้า ถ้าเขาแสวงหาพระเจ้าด้วยจิตใจดีงามหรือพยายามดำเนินชีวิตในความชอบธรรม บางครั้งพระเจ้าทรงเปิดเผยพระองค์กับเขาผ่านความฝันและช่วยเขาให้รู้ว่าพระองค์ทรงพระชนม์อยู่

กษัตริย์เนบูคัดเนสซาร์แห่งอาณาจักรบาบิโลนไม่เชื่อในพระเจ้า แต่พระเจ้ายังทรงเปิดเผยพระองค์กับท่านในความฝันเกี่ยวกับเหตุการณ์ที่จะเกิดขึ้นในอนาคต ท่านไม่รู้จักพระเจ้า แต่ก็มีน้ำใจมากพอที่จะเลือกกลุ่มคนชั้นนำจากบรรดาเชลย เนบูคัดเนสซาร์สอนคนเหล่านั้นเกี่ยวกับอารยธรรมของบาบิโลนและแต่งตั้งเขาไว้ในตำแหน่งสำคัญของอาณาจักร ท่านทำสิ่งนี้เพราะในมุมหนึ่งของจิตใจของเขาเนบูคัดเนสซาร์ยอมรับพระเจ้าสูงสุด ดังนั้น แม้คนบางคนไม่รู้จักพระเจ้า แต่ถ้าเขาพยายามที่จะมีจิตใจที่ถูกต้อง พระเจ้าจะทรงค้นหาแนวทางเพื่อเปิดเผยว่าพระองค์คือพระเจ้าผู้ทรงพระชนม์อยู่และพระองค์ทรงให้รางวัลกับคนนั้นตามการกระทำของเขา

โดยทั่วไปเมื่อคนไม่เชื่อทำชั่ว พระเจ้าจะไม่ตีสอนเขาเว้นแต่สิ่งนั้นรุนแรงมากจริงๆ สาเหตุก็เพราะว่าคนไม่เชื่อไม่รู้ว่าความบาปคืออะไรและเขาไม่มีส่วนเกี่ยวข้องใดกับพระองค์ คนไม่เชื่อเป็นเหมือนบุตรนอกกฎหมายในแง่วิญญาณจิต ในที่สุดเขาจะจบลงในนรกและเขาถูกกล่าวโทษแล้ว แน่นอน ถ้าความบาปของเขาไปถึงขีดจำกัดและเขาทำความเสียหายอย่างร้ายแรงกับคนอื่นและความชั่วของเขามีมากเกินกว่าจะควบคุมได้โดยไม่เห็นคุณค่าของความเป็นมนุษย์ แม้คนเหล่านี้ไม่เกี่ยวข้องกับพระเจ้า แต่พระองค์จะไม่อดทนกับเขา สาเหตุก็เพราะว่าพระเจ้าทรงเป็นผู้พิพากษาที่พิพากษาระหว่างความดีและความชั่วของมนุษย์ทุกคน

กิจการ 12:23 กล่าวว่า "ในทันใดนั้น ทูตองค์หนึ่งของพระเจ้าให้ท่านเกิดโรคร้าย เพราะท่านมิได้ถวายเกียรติแด่พระเจ้า แล้วก็มีตัวหนอนเกิดกินร่างกายของท่านจนถึงแก่พิราลัย" กษัตริย์เฮโรดเป็นคนที่ไม่เชื่อซึ่งเป็นผู้ที่ฆ่ายากอบหนึ่งในสาวกสิบสองคนของพระเยซู เขาจำคุกเปโตรด้วยเช่นกัน แต่เมื่อเขาเริ่มหยิ่งผยองราวกับว่าตนเองเป็นพระ พระเจ้าทรงต่อสู้กับเขาและตัวหนอนก็กัดกินเขาแล้วเขาเสียชีวิต แม้บุคคลจะไม่รู้จักพระเจ้า แต่ถ้าความบาปของเขาเกินเลยขอบเขตหนึ่งไป เขาจะถูกพิพากษาในลักษณะนี้

แล้วในกรณีของผู้เชื่อหละ เมื่อคนอิสราเอลกราบไหว้รูปเคารพหลงไปจากพระเจ้า และทำความชั่วชนิดต่างๆ พระเจ้าไม่เพียงแต่ปล่อยเขาไว้ในสภาพนั้น พระองค์ทรงตำหนิเขาและทรงสอนเขาผ่านทางผู้เผยพระวจนะและถ้าเขายังไม่ฟัง พระองค์จะลงโทษเขาเพื่อเขาจะหันกลับจากทางของตน

เหมือนที่เขียนไว้ในฮีบรู 12:5-6 ว่า "บุตรชายของเราเอ๋ย อย่าละเลยต่อการตีสอนขององค์พระผู้เป็นเจ้า และอย่าท้อถอยในเมื่อพระองค์ทรงตีสอนนั้น เพราะองค์พระผู้เป็นเจ้าทรงตีสอนผู้ที่พระองค์ทรงรัก และเมื่อพระองค์ทรงรับผู้ใดเป็นบุตร พระองค์ก็ทรงตีสอนผู้นั้น" พระเจ้าทรงเข้ามาแทรกแซงเมื่อบุตรที่รักของพระองค์ทำสิ่งที่ผิด พระองค์ทรงตำหนิเขาและตีสอนเขาเพื่อให้เขากลับใจ หันหลังกลับและมีชีวิตที่ได้รับพระพร

* เพราะความชั่วของมนุษย์มีมากมาย

เหตุผลที่การพิพากษาของพระเจ้าลงมาเหนือแผ่นดินโลกเป็นเพราะความชั่วร้ายของมนุษย์มีมากมาย (ปฐมกาล 6:5) ดังนั้น โลกมีลักษณะอย่างไรเมื่อความชั่วร้ายของมนุษย์มีมากมาย

อันดับแรก เป็นกรณีที่ผู้คนทั้งประเทศร่วมกันสำสมความชั่วเอาไว้ ผู้คนสามารถเป็นหนึ่งเดียวกับตัวแทนของประเทศเขา (เช่น ประธานาธิบดีหรือนายกรัฐมนตรี) และสร้างสมความบาปร่วมกัน ตั

วอย่างที่สำคัญที่สุดน่าจะเป็นการฆ่าล้างเผ่าพันธุ์ชาวยิวของพวกนาซีในประเทศเยอรมันนี ประเทศเยอรมันนีทั้งประเทศทำงานร่วมกับฮิตเลอร์เพื่อกำจัดชาวยิว วิธีการในการทำความชั่วนี้โหดร้ายทารุณมาก

จากประวัติศาสตร์ที่บันทึกไว้ระบุว่าชาวยิวประมาณ 6 ล้านคน ที่อาศัยอยู่ในประเทศเยอรมันนี ออสเตรีย โปแลนด์ และรัสเซียถูกฆ่าอย่างอำมหิตด้วยวิธีการใช้แรงงานอย่างโหดเหี้ยม การถูกทรมาน ความอดอยาก และการสังหาร บางคนเปลือยกายเสียชีวิตอยู่ในห้องอบแก๊สพิษ บางคนถูกฝังทั้งเป็นในหลุมใต้ดิน และบางคนเสียชีวิตอย่างเวทนาในการทดลองที่ใช้มนุษย์เป็นหนูทดลอง ดังนั้นอะไรคือชะตากรรมของฮิตเลอร์และประเทศเยอรมันนีซึ่งเป็นผู้นำในการทำชั่วเหล่านี้ ฮิตเลอร์ฆ่าตัวตายและเยอรมันนีกลายเป็นประเทศที่พ่ายแพ้อย่างสิ้นเชิงซึ่งมีจุดด่างพร้อยถาวรทางประวัติศาสตร์อยู่ในชื่อของประเทศ ในที่สุดประเทศก็ถูกแบ่งออก เป็นเยอรมันนีตะวันออกและเยอรมันนีตะวันตก ผู้คนที่มีความผิดโทษฐานก่ออาชญากรรมสงครามอันชั่วร้ายต้องเปลี่ยนชื่อของตนและหลบหนีไปตามที่ต่างๆ โดยทั่วไปถ้าถูกจับเขาจะถูกลงโทษประหารชีวิตสถานเดียว

ผู้คนในสมัยโนอาห์ถูกพิพากษาด้วยเช่นกัน เพราะผู้คนในเวลานั้นเต็มไปด้วยความบาป พระเจ้าจึงตัดสินพระทัยที่จะทำลายเขา (ปฐมกาล 6:11-17) ก่อนที่จะถึงวันที่น้ำท่วมโลก โนอาห์ได้ป่าวประกาศเรื่องการพิพากษาที่จะมาถึง แต่คนเหล่านั้นไม่ยอมฟังจนถึงที่สุด แท้ที่จริง จนกระทั่งช่วงเวลาที่โนอาห์และครอบครัวของท่านเข้าไปในเรือ ผู้คนก็ยังคงกินและดื่มกัน ทำการสมรส และปล่อยตัวหมกมุ่นอยู่ในความสนุกเพลิดเพลิน แม้ผู้คนจะเห็นฝนตกลงมา แต่เขาไม่รู้ในสิ่งที่กำลังจะเกิดขึ้น (มัทธิว 24:38-39) ผลลัพธ์ก็คือมนุษย์ทั้งปวงก็ตายสิ้นในเหตุการณ์น้ำท่วมยกเว้นโนอาห์และครอบครัวของท่าน (ปฐมกาลบทที่ 7)

มีบันทึกในสมัยของอับราฮัมในพระคัมภีร์เช่นกันเกี่ยวกับการที่พระเจ้าทรงส่งการพิพากษาด้วยไฟและกำมะถันลงมาเหนือเมืองโ

สโดมและเมืองโกโมราห์เพราะเมืองเหล่านั้นเต็มไปด้วยความบาป (ปฐมกาลบทที 19) นอกเหนือจากตัวอย่างเหล่านี้ เราสามารถเห็นตลอดประวัติศาสตร์ทีพระเจ้าทรงนำการพิพากษาด้วยการกันดารอาหาร แผ่นดินไหว และภัยพิบัติลงมาคนทั้งประเทศเมือประเทศนั้นเต็มไปด้วยความบาป

อันดับต่อไปเป็นกรณีของการพิพากษาตัวบุคคลไม่ว่าคนนั้นจะเชือในพระเจ้าหรือไม่ก็ตาม ถ้าเขาสำสมความชั่วเพิ่มมากขึ้นเขาจะถูกพิพากษาตามสิ่งทีเขาได้ทำไว้ ชีวิตของบุคคลอาจสิ้นลงอันเป็นผลมาจากความชั่วของเขาเองหรือขึ้นอยู่กับระดับของความบาปของเขา เขาอาจพบกับจุดจบทีน่าเศร้าในวันสุดท้ายของชีวิต อย่างไรก็ตาม เพียงเพราะคนบางคนเสียชีวิตเร็วขึ้นสิ่งนี้ก็ไม่ได้หมายความว่าเขาหรือเธอถูกพิพากษาเสมอไป เพราะมีกรณีต่างๆ เช่น กรณีของเปาโลและเปโตร ทีถูกฆ่าแม้ทั้งสองท่านดำเนินชีวิตอย่างชอบธรรม การเสียชีวิตของทั้งสองท่านเป็นการตายทีชอบธรรมเช่นกัน ดังนั้นในสวรรค์คนเหล่านี้จึงเป็นเหมือนดวงอาทิตย์ มีผู้ชอบธรรมบางคนในอดีตทีถูกบังคับให้ดืมยาพิษจนเสียชีวิตหลังจากทีคนเหล่านี้ชี้ให้เห็นถึงความผิดของพระราชา ในกรณีเหล่านี้ การตายของเขาไม่ใช่เป็นผลของการพิพากษาเนื่องจากความบาปแต่เป็นการตายทีชอบธรรม

แม้แต่ในโลกปัจจุบัน ไม่ว่าจะเป็นประเทศหรือตัวบุคคลก็ตาม ความบาปของมนุษย์ก็มีมากมาย ส่วนใหญ่ผู้คนไม่เชือในพระเจ้าว่าเป็นพระเจ้าเทียงแต่องค์เดียวและเขาเต็มไปด้วยความคิดเห็นของตนเอง ผู้คนติดตามพระเทียมเท็จ รูปเคารพ หรือไม่เขาก็รักวัตถุสิ่งของมากกว่าพระเจ้า การมีเพศสัมพันธ์ก่อนแต่งงานกลายเป็นสิ่งทียอมรับกันโดยทั่วไปและความเคลือนไหวทีจะทำให้การแต่งงานของคนเพศเดียวกันเป็นสิ่งถูกกฎหมายกำลังรุดหน้าไปอย่างต่อเนือง ไม่เพียงเท่านั้น สารเสพติดยังมีอยู่ดาษดื่น การต่อสู้ การเป็นศัตรู ความเกลียดชัง และการทุจริตมีอยู่ทุกหนแห่ง

นีคือคำอธิบายของยุคสุดท้ายในมัทธิว 24:12-14 “ความรักขอ

งคนส่วนมากจะเยือกเย็นลง เพราะความอธรรมแผ่กว้างออกไป แต่ผู้ใดทนได้จนถึงที่สุดผู้นั้นจะรอด ข่าวประเสริฐเรื่องแผ่นดินของพระเจ้า จะได้ประกาศไปทั่วโลก ให้เป็นคำพยานแก่บรรดาประชาชาติ แล้วที่สุดปลายจะมาถึง" นี่คือโลกของเราในเวลานี้

เช่นเดียวกับการที่ท่านไม่สามารถบอกได้ว่าท่านมีสิ่งสกปรกอยู่บนร่างกายของท่านเมื่อท่านยืนอยู่ในความมืด เนื่องจากมีความบาปมากมายอยู่ในโลก ผู้คนกำลังใช้ชีวิตอยู่ในความชั่วร้าย และกระนั้นเขาก็ไม่รู้ว่าการกระทำของเขาชั่วร้าย เพราะจิตใจของเขาเต็มไปด้วยความชั่วร้าย ความรักจึงไม่สามารถหลั่งไหลเข้าไปในเขาได้ ความไม่ไว้วางใจ ความไม่สัตย์ซื่อ และสิ่งที่น่าปวดเศียรเวียนเกล้าอีกมากมายกำลังแพร่สะพัดออกไปเพราะความรักของผู้คนได้เยือกเย็นลง พระเจ้าผู้ทรงปราศจากจุดด่างพร้อยและไร้ตำหนิจะทรงนิ่งดูดายกับสิ่งเหล่านี้ต่อไปได้อย่างไร

ถ้าพ่อแม่รักลูกของเขาและลูกของเขากำลังเดินออกนอกลู่นอกทาง พ่อแม่จะทำสิ่งใด พ่อแม่จะพยายามโน้มน้าวให้ลูกของเขาเปลี่ยนแปลงและดุด่าว่ากล่าวลูกของตน แต่ถ้าลูกยังไม่ฟัง พ่อแม่จะพยายามใช้แม้กระทั่งไม้เรียวเพื่อทำให้ลูกกลับตัวกลับใจ แต่ถ้าลูกทำในสิ่งที่ไม่อาจยอมรับได้แม้แต่ในแง่ของความเป็นมนุษย์ พ่อแม่อาจต้องจบลงด้วยการปฏิเสธลูกของตน พระเจ้าพระผู้สร้างก็เหมือนกัน ถ้าความบาปของมนุษย์ร้ายแรงมากจนเขาไม่ต่างอะไรจากสัตว์ พระเจ้าคงไม่อาจทำสิ่งใดได้นอกจากจะนำการพิพากษาลงมาเหนือเขา

* เพราะความคิดแห่งจิตใจชั่วร้าย

เมื่อพระเจ้าทรงนำการพิพากษาลงมา พระองค์ทรงเสียพระทัยไม่ใช่เพราะความบาปในโลกนี้มีมากมายเท่านั้นแต่เพราะความคิดของมนุษย์ชั่วร้ายด้วยเช่นกัน บุคคลที่มีจิตใจแข็งกระด้างก็เต็มไปด้วยความคิดชั่วร้ายด้วยเช่นกัน เขาเป็นคนโลภและเห็นแก่ประโยชน์ส่วนตัวอยู่เสมอและเขาพยายามที่จะมีความร่ำรวยอยู่ตลอดเวลาและเขา

มีความคิดชั่วร้ายอย่างต่อเนื่อง สิ่งนี้เป็นจริงทั้งสำหรับประเทศชาติและตัวบุคคลเช่นกัน สิ่งนี้เป็นความจริงแม้กระทั่งกับผู้เชื่อด้วยเช่นกัน แม้คนหนึ่งจะประกาศว่าเขามีความเชื่อในพระเจ้า แต่ถ้าเขาสะสมพระคำของพระเจ้าเอาไว้เป็นเพียงความรู้ในสมองและไม่นำไปประพฤติตาม เขาก็จะเห็นแก่ประโยชน์ส่วนตนอย่างต่อเนื่อง ดังนั้นเขาจึงไม่สามารถหยุดตัวเองให้มีความคิดชั่วอยู่ตลอดเวลา

ทำไมเราจึงนมัสการพระเจ้าและฟังพระคำของพระองค์ เหตุผลก็เพื่อจะทำตามพระประสงค์ของพระองค์และเป็นคนชอบธรรมที่พระเจ้าทรงต้องการให้เราเป็น แต่มีผู้คนจำนวนมากที่ร้องทูลว่า “พระองค์เจ้าข้า พระองค์เจ้าข้า” และกระนั้นก็ไม่ได้ดำเนินชีวิตตามพระประสงค์ของพระองค์ ไม่ว่าเขาจะอ้างว่าเขาได้ทำงานเพื่อพระเจ้ามากเพียงใดก็ตาม แต่เพราะจิตใจของเขาชั่วร้ายเขาจะต้องถูกพิพากษาและเขาจะไม่ได้เข้าไปสู่สวรรค์ (มัทธิว 7:21) การไม่รักษาพระบัญญัติและกฎเกณฑ์ของพระเจ้าถือว่าเป็นความบาปและความเชื่อที่ปราศจากการกระทำคือความเชื่อที่ตายแล้ว ดังนั้นผู้คนเช่นนี้จึงไม่ได้รับความรอด

ถ้าเราได้ยินพระคำของพระเจ้า เราต้องกำจัดความชั่วทิ้งไปและทำตามพระคำนั้น จากนั้นเราจะจำเริญสุขทุกประการเหมือนที่วิญญาณจิตของเราจำเริญขึ้นอยู่นั้นและเราจะได้รับพระพรเรื่องสุขภาพ ดังนั้น ความเจ็บป่วย การทดลอง และความทุกข์ลำบากจะไม่เกิดขึ้น และแม้สิ่งเหล่านั้นเกิดขึ้น ทุกสิ่งจะเกิดผลดีเพื่อเรา และสิ่งเหล่านั้นจะกลายเป็นโอกาสแห่งพระพร

เมื่อพระเยซูเสด็จมายังโลกนี้ ผู้คนที่มีจิตใจดีงามอย่างบรรดาผู้เลี้ยงแกะ ผู้เผยพระวจนะหญิงอันนา สิเมโอน และคนอื่นๆ ต่างก็รู้จักทารกเยซู อย่างไรก็ตาม พวกฟาริสีและพวกสะดูสีที่ประกาศว่าตนเชื่อฟังพระบัญญัติอย่างเคร่งครัดและสอนพระบัญญัติกลับไม่รู้จักพระเยซู ถ้าเขาคร่ำเคร่งอยู่ในพระคำของพระเจ้าความดีก็คงอยู่ในจิตใจของเขาและเขาคงสามารถจดจำพระเยซูและยอมรับพระองค์ แต่เพราะไม่มีการเปลี่ยนแปลงจากศูนย์กลางแห่งจิตใจของเ

ขา คนเหล่านี้จึงโอ้อวดและให้ความสำคัญกับการดูเป็นคนบริสุทธิ์ ที่ภายนอกเท่านั้น ด้วยเหตุนี้ จิตใจของเขาจึงด้านชาและเขาไม่สามารถเข้าใจพระประสงค์ของพระเจ้าและเขาไม่รู้จักพระเยซู ดังนั้น ขึ้นอยู่กับว่าท่านมีความดีและความชั่วมากแค่ไหนในจิตใจของท่าน ผลลัพธ์จะแตกต่างกันอย่างมาก

เราไม่สามารถอธิบายพระคำของพระเจ้าในภาษาที่เรียบง่ายและชัดเจนด้วยความรู้ของมนุษย์เพียงลำพัง บางคนพูดว่าเพื่อจะรู้จักความหมายที่ถูกต้องของพระคัมภีร์เขาต้องศึกษาภาษาฮีบรูและภาษากรีกและตีความจากต้นฉบับดั้งเดิม ถ้าเช่นนั้นเหตุใดพวกฟาริสี พวกสะดูสี และพวกมหาปุโรหิตจึงไม่เข้าใจพระคัมภีร์อย่างชัดเจน ซึ่งบันทึกไว้ในภาษาฮีบรูของเขาเอง และทำไมคนเหล่านั้นจึงไม่รู้จักพระเยซู สาเหตุก็เพราะว่าพระคำของพระเจ้าถูกบันทึกไว้โดยการดลใจของพระวิญญาณบริสุทธิ์และบุคคลจะสามารถเข้าใจพระคำของพระเจ้าได้อย่างชัดเจนก็ต่อเมื่อเขาได้รับการดลใจโดยพระวิญญาณบริสุทธิ์ผ่านการอธิษฐานเท่านั้น เราไม่สามารถตีความพระคัมภีร์ด้วยวิธีการทางวรรณกรรม

ด้วยเหตุนี้ ถ้าเรามีความเท็จอยู่ในใจของเราหรือตัณหาของเนื้อหนัง ตัณหาของตา หรือความทะนงในลาภยศ เราก็ไม่สามารถค้นพบพระประสงค์ของพระเจ้าหรือทำตามพระประสงค์นั้นได้ ผู้คนในยุคปัจจุบันชั่วร้ายมากจนเขาปฏิเสธที่จะเชื่อในพระเจ้า ไม่เพียงเท่านั้น แม้เขาจะอ้างเขาเชื่อในพระเจ้า แต่เขาก็ยังทำสิ่งที่ชั่วร้ายและอธรรม พูดสั้นๆ ก็คือเขาไม่ได้ทำตามพระประสงค์ของพระเจ้า สิ่งนี้ทำให้เรารู้ว่าการพิพากษาของพระเจ้ามาใกล้แล้ว

* เพราะเค้าความคิดแห่งจิตใจชั่วร้ายอยู่เสมอ

เหตุผลที่พระเจ้าต้องพิพากษาก็เพราะว่าเค้าความคิดแห่งจิตใจของมนุษย์ชั่วร้ายอยู่เสมอ เมื่อเรามีความคิดชั่วร้าย แผนการที่ออกมาจากความคิดเหล่านี้ก็ชั่วร้ายเช่นกันและความคิดเหล่านี้จะกระตุ้นให้

เกิดการกระทำชั่ว ลองคิดดูซิว่าการวางแผนที่ชั่วร้ายมีมากมายเพียงใดในสังคมของเราในปัจจุบัน

เราเห็นผู้คนที่อยู่ในตำแหน่งผู้นำสำคัญของประเทศเรียกร้องเงินสินบนก้อนใหญ่หรือให้เงินสินบนจำนวนมหึมาและเห็นการคุ้ยหาเรื่องทะเลาะวิวาทกันและการต่อสู้กัน เราเห็นวิธีการได้มาซึ่งตำแหน่งทางสังคมอย่างไร้ยางอาย เราเห็นเรื่องอื้อฉาวทางทหารและเรื่องอื้อฉาวอย่างแพร่หลาย ลูกวางแผนฆ่าพ่อแม่ของตนไว้ล่วงหน้าเพื่อจะมีกรรมสิทธิ์ในทรัพย์สินของครอบครัว และคนหนุ่มสาวที่วางแผนชั่วทุกรูปแบบเพื่อจะได้เงินใช้จ่ายอย่างฟุ่มเฟือย

แม้แต่ลูกที่อยู่ในวัยเด็กทุกวันนี้ก็วางแผนชั่วร้าย เพื่อให้ได้เงินไปเที่ยวเตร่หรือเพื่อจะซื้อสิ่งของบาง อย่างที่เขาอยากได้จริงๆ เขาจะโกหกพ่อแม่ของตนหรือลักขโมย และเนื่องจากทุกคนสาละวนอยู่กับการทำให้ตัวเองพอใจ เค้าความคิดแห่งจิตใจและการกระทำทุกอย่างของเขาจึงชั่วร้ายเพียงอย่างเดียว เมื่ออารยธรรมก้าวหน้าอย่างรวดเร็วในด้านวัตถุ สังคมก็เริ่มชุ่มโชกไปด้วยวัฒนธรรมที่เสื่อมถอยและเสาะหาความสนุกเพลิด เพลินอย่างรวดเร็ว นี่คือสิ่งที่กำลังเกิดขึ้นในปัจจุบัน เหมือนอย่างในสมัยของโนอาห์เมื่อความผิดบาปครบถ้วนเต็มขนาดในโลก

เพื่อหลีกเลี่ยงการพิพากษาของพระเจ้า

ผู้คนที่รักพระเจ้าและผู้คนที่ตื่นตัวฝ่ายวิญญาณจะพูดว่าการเสด็จกลับมาขององค์พระผู้เป็นเจ้าใกล้มาก และเหมือนที่บันทึกไว้ในพระคัมภีร์ว่าหมายสำคัญของยุคสุดท้ายที่องค์พระผู้เป็นเจ้าตรัสถึงกำลังเริ่มปรากฏให้เห็นอย่างชัดเจนมากขึ้น แม้แต่คนที่ไม่เชื่อก็มักพูดว่าเขาอยู่ในวาระสุดท้ายเช่นกัน ปัญญาจารย์ 12:14 กล่าวว่า "ด้วยว่าพระเจ้าจะทรงเอาการงานทุกประการเข้าสู่การพิพากษาพร้อมด้วยสิ่งเร้นลับทุกอย่าง ไม่ว่าดีหรือชั่ว" ด้วยเหตุนี้เราต้องรู้ว่าวาระสิ้นสุดใกล้เข้ามาแล้ว และเราต้องต่อสู้กับความบาปจนถึงเลือดไหลและกำจัด

ความชั่วทุกรูปแบบทิ้งไปและกลายเป็นคนชอบธรรม

ผู้คนที่ต้อนรับเอาพระเยซูคริสต์และผู้คนที่มีชื่อบันทึกไว้ในหนังสือแห่งชีวิตในสวรรค์จะมีชีวิตนิรันดร์และชื่นชมกับพระพรนิรันดร์ เขาจะได้รับรางวัลตามการกระทำของเขา ดังนั้นจะมีบางคนถูกวางไว้ในตำแหน่งที่รุ่งโรจน์เหมือนดวงอาทิตย์และบางคนจะถูกวางไว้ในตำแหน่งที่สุกใสเหมือนดวงจันทร์หรือดวงดาว ในอีกด้านหนึ่ง หลังจากการพิพากษาบนพระที่นั่งใหญ่สีขาว ผู้คนที่มีความคิดแห่งจิตใจชั่วร้ายและผู้คนที่มีเค้าความคิดทุกอย่างชั่วร้ายและผู้คนที่ไม่ต้อนรับเอาพระเยซูคริสต์หรือเชื่อในพระเจ้า คนเหล่านี้จะทนทุกข์ทรมานชั่วนิรันดร์ในนรก

ดังนั้น ถ้าเราต้องการหลีกเลี่ยงการพิพากษาของพระเจ้า เราต้องไม่ประพฤติตามอย่างโลกที่เต็มไปด้วยความเสื่อมและความบาปทุกชนิด เหมือนที่บันทึกไว้ในโรม 12:2 เราควรสร้างจิตใจของเราขึ้นมาใหม่และรับการเปลี่ยนแปลงเพื่อเราจะได้ทราบพระประสงค์ของพระเจ้าจะได้รู้ว่าอะไรดีอะไรเป็นที่ชอบพระทัยและอะไรดียอดเยี่ยม และประพฤติตามสิ่งนั้น เหมือนที่เปาโลประกาศว่า "ข้าพระเจ้าตายทุกวัน" เราต้องยอมจำนนกับพระคริสต์และดำเนินชีวิตตามพระคำของพระเจ้า ด้วยวิธีนี้ วิญญาณจิตของเราต้องจำเริญขึ้นเพื่อเราจะสามารถมีความคิดที่ดีอยู่ตลอดเวลาและสำแดงความดีให้ปรากฏ จากนั้นเราจะจำเริญสุขในทุกด้านของชีวิตเราและเราจะมีสุขภาพดี และในที่สุดเราจะได้ชื่นชมพระพรนิรันดร์ในสวรรค์

บทที่ 13
อย่าขัดขวางพระประสงค์ของพระองค์

"โคราห์บุตรอิสฮาร์ ผู้เป็นบุตรโคฮาท ผู้เป็นบุตรเลวีกับดาธาน และอาบีรัมบุตรเอลีอับกับโอนบุตรเปเลท บุตรรูเบนพาคนไป และไปยืนต่อหน้าโมเสส พร้อมกับคนอิสราเอลจำนวนหนึ่ง เป็นผู้นำของชุมนุมชนมีสองร้อยห้าสิบคนที่เลือกมาจากที่ประชุม เป็นคนมีชื่อ และเขาทั้งหลายมาประชุมกันต่อโมเสสต่ออาโรน กล่าวแก่ท่านทั้งสองว่า "ท่านทำเกินเหตุไป เพราะว่าชุมนุมชนทั้งหมดก็บริสุทธิ์ทุกๆ คน และพระเจ้าทรงสถิตท่ามกลางเขา เหตุใดท่านจึงผยองขึ้นเหนือที่ประชุมแห่งพระเจ้า"

(กันดารวิถี 16:1-3)

"เมื่อท่านกล่าวคำเหล่านี้จบแผ่นดินใต้ที่เขาเหล่านั้นยืนอยู่ก็แยกออก และแผ่นธรณีก็อ้าปากออกกลืนเขาทั้งหลายกับครอบครัว และบรรดาคนของโคราห์และข้าวของทั้งหมดของเขา ดังนั้นเขาทั้งหลายพร้อมกับข้าวของทั้งหมดของเขาลงไปสู่แดนคนตายทั้งเป็น และแผ่นดินก็งับเขาไว้ และเขาทั้งหลายก็พินาศเสียจากท่ามกลางที่ประชุม อิสราเอลทั้งหมดที่อยู่รอบเขาได้ยินเสียงร้องของเขาก็หนีไป เพราะเขากล่าวว่า "เกลือกว่าธรณีจะกลืนเราเสียและไฟออกมาจากพระเจ้า เผาผลาญคนทั้งสองร้อยห้าสิบที่ได้ถวายเครื่องหอมนั้นเสีย"

(กันดารวิถี 16:31-35)

ถ้าเราเชื่อฟังพระคำ รักษากฎบัญญัติของพระองค์ และเดินอยู่ในทางชอบธรรม เราจะได้รับพระพรเมื่อเราเข้ามาและเมื่อเราออกไป เราจะได้รับพระพรในทุกด้านของชีวิต ในทางตรงกันข้าม ถ้าเราไม่เชื่อฟังแต่ต่อสู้กับพระประสงค์ของพระเจ้า การพิพากษาก็จะมาถึงเรา ดังนั้น เราควรเป็นบุตรที่แท้จริงของพระเจ้าที่รักพระองค์ เชื่อฟังพระประสงค์ของพระองค์อย่างสิ้นสุดใจและประพฤติตามกฎบัญญัติของพระองค์

การพิพากษาจะเกิดขึ้นเมื่อเราขัดขวางพระประสงค์ของพระเจ้า

ครั้งหนึ่ง มีชายคนหนึ่งที่มีความโกรธเคืองโดยชอบธรรม เขากับเพื่อนของบางคนได้ร่วมปณิธานกันและวางแผนสำหรับการปฏิวัติครั้งใหญ่เพื่อกอบกู้ประเทศของเขา เมื่อวันแห่งการปฏิวัติใกล้เข้ามา ปณิธานของคนเหล่านี้ก็แข็งแกร่งมากขึ้น แต่การทรยศโดยเพื่อนคนหนึ่งเป็นเหตุให้แผนการที่จะช่วยกู้ประเทศของเขาล้มเหลวอย่างสิ้นเชิง ลองคิดดูซิว่าจะเป็นเรื่องน่าเศร้าและน่าสลดใจเพียงใดเมื่อความผิดของบุคคลคนหนึ่งเป็นเหตุให้ปณิธานที่ดีงามของหลายคนไม่สำเร็จลุล่วง

ชายยากจนกับหญิงยากจนแต่งงานกัน นับเป็นเวลาหลายปีที่ทั้งสองคนรัดเข็มตนเองเพื่อประหยัดอดออม ในที่สุดเขาซื้อที่ดินผืนหนึ่งและเริ่มมีชีวิตที่สะดวกสบายมากขึ้น จากนั้นจู่ๆ สามีก็เริ่มติดการพนันและการดื่มเหล้า และต่อมาไม่นานเขาก็ผลาญทรัพย์สินทั้งหมดที่เขาหามาอย่างยากลำบากไปกับการพนัน ท่านลองจินตนาการดูซิว่าภรรยาของเขาจะปวดเศียรเวียนเกล้ามากแค่ไหน

ในความสัมพันธ์ท่ามกลางผู้คนเพียงอย่างเดียวเราก็สามารถเห็นว่าจะเกิดโศกนาฏกรรมใดขึ้นบ้างเมื่อผู้คนประพฤติตรงกันข้ามกับความตั้งใจของซึ่งกันและกัน ดังนั้น จะเกิดอะไรขึ้นถ้าคนห

นึงตัดสินใจที่จะขัดขวางพระประสงค์ของพระเจ้าพระผู้สร้างจักรวาล เมื่อท่านอ่านหนังสือกันดารวิถี 16:1-3 มีเหตุการณ์ที่โคราห์ ดาธาน กับโอนร่วมกับผู้นำที่มีชื่อเสียงของชุมนุมชน 250 คนลุกขึ้นขัดขวางพระประสงค์ของพระเจ้า โมเสสเป็นผู้นำของคนเหล่านั้นซึ่งพระเจ้าทรงเลือกให้กับเขา คนอิสราเอลควรมีความคิดเป็นน้ำใจเดียวกันกับโมเสสเพื่อเอาชนะชีวิตที่ยากลำบากในถิ่นทุรกันดารและเข้าสู่แผ่นดินคานาอันด้วยกัน แต่เหตุการณ์ที่แสนเจ็บปวดนี้ได้เกิดขึ้น

ผลลัพธ์ก็คือโคราห์ ดาธาน กับโอนพร้อมทั้งครอบครัวของเขาถูกฝังทั้งเป็นเมื่อแผ่นดินที่เขายืนอยู่แยกออกและกลืนเขาทั้งหลายลงไปสู่แดนคนตาย ผู้นำของชุมนุมชน 250 คนก็ถูกทำลายโดยไฟขององค์พระผู้เป็นเจ้าเช่นกัน ทำไมเหตุการณ์นี้จึงเกิดขึ้น การขัดขวางผู้นำที่พระเจ้าทรงเลือกสรรเป็นเหมือนกันการขัดขวางพระเจ้า

แม้กระทั่งในชีวิตประจำวันของเราก็เช่นกัน เราเห็นตัวอย่างของการขัดขวางพระเจ้าเกิดขึ้นอยู่บ่อยครั้ง แม้พระวิญญาณบริสุทธิ์ทรงเรียกร้องในจิตใจของเรา เราก็จะต่อสู้กับเสียงเรียกร้องนั้นถ้าพระประสงค์ของพระองค์ไม่ตรงกับความคิดและความปรารถนาของเรา ยิ่งเราทำตามความคิดของเราเองมากเท่าใด (และไม่ใช่ความคิดของพระองค์) เราก็ยิ่งจะขัดขวางพระประสงค์ของพระเจ้ามากขึ้นเท่านั้น บางครั้งเราจะไม่สามารถได้ยินพระสุรเสียงของพระวิญญาณบริสุทธิ์ เพราะเราทำตามความตั้งใจของเราเอง เราจึงพบกับความยุ่งยากและความทุกข์ลำบากมากมาย

ผู้คนที่ขัดขวางพระประสงค์ของพระเจ้า

ในกันดารวิถีบทที่ 12 มีภาพเหตุการณ์ที่อาโรนพี่ชายของโมเสสและมิเรียมพี่สาวของท่านพูดตำหนิโมเสสเพราะท่านแต่งงานกับหญิงชาวคูชคนหนึ่ง คนเหล่านั้นกล่าวหาท่านว่า "พระเจ้าตรัสทางโม

เสสคนเดียวเท่านั้นจริงหรือ พระองค์ไม่ตรัสทางเราบ้างหรือ" (ข้อ 2) ทันใดนั้น พระพิโรธของพระเจ้าก็ลงมาเหนืออาโรนกับมิเรียมและมิเรียมก็เป็นโรคเรื้อน

พระเจ้าทรงต่อว่าทั้งสองคนโดยตรัสว่า "ถ้าจะมีผู้เผยพระวจนะท่ามกลางเจ้าทั้งหลาย เราพระเจ้าจะสำแดงตัวแก่ผู้นั้นเป็นนิมิต เราจะพูดกับเขาทางฝัน สำหรับโมเสสผู้รับใช้ของเราก็ไม่เป็นเช่นนั้น ในประชาชนของเราเขาสัตย์ซื่อ เราพูดกับเขาปากต่อปากอย่างชัดเจนไม่พูดเร้นลับ และเขาเห็นสัณฐานของพระเจ้า ไฉนเจ้าไม่กลัวที่จะพูดติโมเสสผู้รับใช้ของเรา" (ข้อ 6-8)

ถ้าเช่นนั้น ขอให้เรามาดูว่าการขัดขวางพระประสงค์ของพระเจ้าหมายถึงอะไร ด้วยการสังเกตจากตัวอย่างบางตอนจากพระคัมภีร์

1) คนอิสราเอลกราบไหว้รูปเคารพ

ในช่วงการอพยพ คนอิสราเองเห็นภัยพิบัติสิบอย่างที่ลงมาเหนืออียิปต์และทะเลแดงแยกออกจากกันด้วยตาของเขาเอง คนเหล่านี้มีประสบการณ์กับหมายสำคัญและการอัศจรรย์มากมายจนเขาต้องรู้ว่าพระเจ้าองค์นี้คือพระเจ้าผู้ทรงพระชนม์อยู่ แต่คนอิสราเอลทำสิ่งใดเมื่อโมเสสอดอาหารอยู่บนภูเขา 40 วันเพื่อรับเอาพระบัญญัติสิบประการจากพระเจ้า เขาสร้างรูปวัวทองคำขึ้นมาและกราบไหว้รูปนั้น พระเจ้าทรงแยกคนอิสราเอลไว้เป็นชนชาติที่ถูกเลือกสรรและพระองค์ทรงสอนเขาไม่ให้กราบไหว้รูปเคารพ แต่เขากลับเดินสวนทางกับพระประสงค์ของพระเจ้าและผลก็คือผู้คนประมาณสามพันคนเสียชีวิต (อพยพบทที่ 32)

และใน 1 พงศาวดาร 5:25-26 มีบันทึกไว้ว่า "แต่เขาทั้งหลายละเมิดต่อพระเจ้าแห่งบรรพบุรุษของเขา และเล่นชู้กับบรรดาพระของชนชาติทั้งหลายแห่งแผ่นดินนั้น ผู้ซึ่งพระเจ้าทรงทำลายเสียต่อหน้าเขาทั้งหลาย เพราะฉะนั้น พระเจ้าแห่งอิสราเอลจึงทรงเร้า

จิตใจของปูล พระราชาแห่งอัสซีเรีย และจิตใจของทิกลัทปิเลเสอร์ พระราชาแห่งอัสซีเรีย และพระองค์ทรงกวาดเขาไปเสีย คือคนรูเบน คนกาด และคนเผ่ามนัสเสห์ครึ่งหนึ่ง และพาเขาทั้งหลายมายังฮาลาห์ ฮาโบร์ ฮารา และแม่น้ำเมืองโกซาน จึงถึงทุกวันนี้" เพราะคนอิสราเอลเล่นชู้ด้วยการกราบไหว้รูปเคารพของแผ่นดินคานาอัน พระเจ้าจึงทำงานในจิตใจของพระราชาแห่งอัสซีเรียรุกรานอิสราเอลและกวาดต้อนหลายคนไปเป็นเชลย การไม่เชื่อฟังพระเจ้าของคนอิสราเอลเป็นต้นเหตุของภัยพิบัตินี้

เหตุผลที่อาณาจักรของอิสราเอลถูกทำลายโดยอัสซีเรียและอาณาจักรใต้ของยูดาห์ถูกทำลายโดยบาบิโลนเป็นเพราะการกราบไหว้รูปเคารพ

ในความหมายปัจจุบัน สิ่งนี้เป็นเหมือนการกราบไหว้รูปเคารพที่ทำมาจากทองคำ เงิน ทองเหลือง และอื่นๆ นี่เป็นกรณีเดียวกันกับการที่ผู้คนนำหัวหมูต้มไปวางไว้บนโต๊ะและกราบไหว้วิญญาณของบรรพบุรุษที่ตายไปแล้วของเขา ช่างเป็นภาพที่น่าอับอายมากทีเดียวที่มนุษย์ซึ่งเป็นผู้ที่สูงส่งที่สุดในบรรดาสิ่งทรงสร้างทั้งปวงก้มหัวกราบไหว้หมูตายและขอพรจากสิ่งนั้น

ในอพยพ 20:4-5 พระเจ้าทรงบัญชาไว้ว่า "อย่าทำรูปเคารพสำหรับตน เป็นรูปสิ่งใดซึ่งมีอยู่ในฟ้าเบื้องบน หรือบนแผ่นดินเบื้องล่าง หรือในน้ำใต้แผ่นดิน อย่ากราบไหว้หรือปรนนิบัติรูปเหล่านั้น"

พระองค์ตรัสถึงคำแช่งสาปที่จะมาเหนือคนเหล่านั้นอย่างชัดเจนถ้าเขาละเลยคำบัญชานี้และไม่ทำตามคำบัญชา พระองค์ตรัสถึงพระพรที่เขาจะได้รับถ้าเขาจารึกคำบัญชานี้ไว้ในจิตใจของตนและปฏิบัติตามคำบัญชานี้เช่นกัน พระองค์ตรัสว่า "เพราะเราคือพระเจ้าของเจ้า เป็นพระเจ้าที่หวงแหน ให้โทษบิดาตกทอดไปถึงลูกหลานของผู้ที่ชังเราจนถึงสามชั่วสี่ชั่วอายุคน แต่เราแสดงความรักมั่นคงต่อคนที่รักเรา และปฏิบัติตามบัญญัติของเราจนถึง

พันชั่วอายุคน"

เพราะเหตุนี้ เมื่อเรามองดูรอบข้างเรา เราจะเห็นได้ว่าครอบครัวที่มีประวัติศาสตร์ของการไหว้รูปเคารพจะประสบกับความทุกข์ยากลำบากหลายอย่าง วันหนึ่ง สมาชิกคริสตจักรคนหนึ่งที่เคยไหว้รูปเคารพประสบกับความยากลำบาก ปากของเธอ (ซึ่งเป็นปกติก่อนหน้านี้) เกิดบิดเบี้ยวขึ้นมาและผิดปกติอย่างมากจนเธอไม่สามารถพูดได้ถนัด เมื่อผมถามเธอว่าเกิดอะไรขึ้น เธอบอกผมว่าเธอเดินทางไปเยี่ยมครอบครัวของเธอในช่วงวันหยุดและเพราะเธอไม่สามารถเอาชนะแรงกดดันของครอบครัวที่ให้เธอก้มกราบต่อหน้าของที่นำมาถวายให้กับบรรพบุรุษตามธรรมเนียม เธอจึงยอมก้มกราบสิ่งนั้น วันต่อมาปากของเธอเบี้ยวไปด้านข้าง สิ่งที่น่าดีใจก็คือเธอกลับใจอย่างสิ้นเชิงต่อพระพักตร์พระเจ้าและรับเอาคำอธิษฐาน ปากของเธอได้รับการรักษาให้หายและกลับสู่สภาพปกติ พระเจ้าทรงนำเธอไปสู่หนทางแห่งความรอดด้วยการให้บทเรียนกับเธอที่จะรู้อย่างถ่องแท้ว่าการไหว้รูปเคารพคือหนทางแห่งความพินาศ

2) ฟาโรห์ไม่ยอมให้คนอิสราเอลไป

ในอพยพบทที่ 7-12 คนอิสราเอล ซึ่งตกเป็นทาสอยู่ในอียิปต์พยายามออกจากประเทศอียิปต์ภายใต้การนำของโมเสส แต่ฟาโรห์ไม่อนุญาตให้คนเหล่านั้นไปและเพราะเหตุนี้ภัยพิบัติร้ายแรงจึงมาเหนือฟาโรห์และอียิปต์ พระเจ้าพระผู้สร้างทรงเป็นผู้มีอำนาจเหนือชีวิตและความตายของมนุษย์ ด้วยเหตุนี้จึงไม่มีใครสามารถขัดขวางพระประสงค์ของพระองค์ได้ พระประสงค์ของพระเจ้าคือการอพยพของคนอิสราเอล แต่ฟาโรห์ผู้มีจิตใจแข็งกระด้างขัดขวางพระประสงค์ของพระเจ้า

ด้วยเหตุนี้ พระเจ้าจึงนำให้ภัยพิบัติสิบอย่างลงมาเหนืออียิปต์ ในช่วงเวลานั้นประเทศทั้งประเทศเริ่มแตกออกเป็น

เสียงๆ ในที่สุดฟาโรห์ก็ยอมให้คนอิสราเอลไปอย่างฝืนใจ แต่ก็มีความเคียดแค้นอยู่ในจิตใจ ดังนั้น ฟาโรห์จึงเปลี่ยนความคิดและส่งกองทัพของตนไล่ตามคนอิสราเอลแม้กระทั่งตามลงไปในทะเลแดงที่ถูกแยกออก ในที่สุด กองทัพอียิปต์ทั้งหมดที่ไล่ตามมาก็จมลงในทะเลแดง ฟาโรห์ขัดขวางพระประสงค์ของพระเจ้าไปจนถึงที่สุด ดังนั้น การพิพากษาจึงมาเหนือเขา ถ้าพระเจ้าทรงสำแดงพระองค์กับเขาหลายครั้งว่าพระองค์คือพระเจ้าผู้ทรงพระชนม์อยู่ ฟาโรห์ควรจะรู้ว่าพระเจ้าคือพระเจ้าเที่ยงแท้แต่พระองค์เดียว เขาควรจะเชื่อฟังพระประสงค์ของพระองค์ แม้ด้วยมาตรฐานของมนุษย์ การยอมให้คนอิสราเอลเดินทางไปอย่างเสรีเป็นสิ่งถูกต้องที่ควรจะทำ

การที่ชาติหนึ่งจะเอาผู้คนทั้งเผ่าพันธุ์มาเป็นทาสเป็นสิ่งที่ผิดอยู่แล้ว ยิ่งกว่านั้น อียิปต์เคยสามารถหลีกเลี่ยงการกันดารอาหารครั้งใหญ่ได้เพราะโยเซฟบุตรของยาโคบ แม้ด้วยความจริงที่ว่า 400 ปีผ่านพ้นไป แต่ก็เป็นความจริงทางประวัติศาสตร์ที่ว่าอียิปต์เป็นหนี้อิสราเอลจากการช่วยกอบกู้ประเทศหนึ่งเอาไว้ แต่แทนที่จะตอบแทนอิสราเอลสำหรับพระคุณที่ตนได้รับ อียิปต์กลับบีบบังคับให้คนเหล่านั้นไปเป็นทาสรับใช้ ลองคิดดูซิว่าสิ่งนั้นเลวร้ายเพียงใด ฟาโรห์ผู้มีอำนาจเด็ดขาดเป็นคนหยิ่งผยองที่เต็มไปด้วยความโลภ เพราะเหตุนี้เขาจึงต่อสู้กับพระเจ้าไปจนถึงที่สุดและถูกพิพากษาในบั้นปลาย

มีหลายคนเป็นแบบนี้ในสังคมของเราในปัจจุบันและพระคัมภีร์เตือนว่าการพิพากษากำลังรอคอยเขาอยู่ ความพินาศรอคอยผู้คนที่ปฏิเสธที่จะเชื่อในพระเจ้าเพราะความรู้และทิฐิมานะของเขาเองและผู้คนที่ถามอย่างโง่เขลาว่า "พระเจ้าอยู่ที่ไหน"

แม้เขาพูดว่าเขาเชื่อในพระเจ้า ถ้าเขาเพิกเฉยต่อพระบัญญัติของพระเจ้าด้วยความคิดเพ้อฝันและความดื้อรั้นของเขา ถ้าเขามีความเป็นปฏิปักษ์หรือความขมขื่นใจกับคนอื่นหรือถ้าเขาเป็นผู้นำในคริสตจักรและอ้างว่าเขาทำงานหนักเพื่อแผ่นดินของพระเจ้า และกระนั้นเพราะความอิจฉาหรือความโลภของเขา เขาทำให้ผู้คนรอบข้างเขา

ผิดหวังและหงุดหงิดใจ เขาไม่ได้แตกต่างไปจากฟาโรห์

ทั้งที่รู้ว่าเป็นพระประสงค์ของพระเจ้าที่ให้เราดำเนินชีวิตอยู่ในความสว่าง ถ้าเรายังดำเนินชีวิตอยู่ในความมืดต่อไป เราก็จะประสบกับความทุกข์แบบเดียวกันกับความทุกข์ที่คนไม่เชื่อประสบ สาเหตุก็เพราะว่าพระเจ้าทรงเตือนผู้คนอย่างต่อเนื่อง แต่เขาไม่ฟังในขณะที่เขาขัดขวางพระประสงค์ของพระเจ้าด้วยการเดินหน้าไปหาโลก

ในทางตรงกันข้าม เมื่อคนหนึ่งดำเนินชีวิตอย่างชอบธรรม จิตใจของเขาจะสะอาด และเพราะจิตใจของเขาเริ่มเลียนแบบพระทัยของพระเจ้า ผีมารจึงหนีเขาไป ไม่ว่าเขาจะมีโรคภัยร้ายแรงเพียงใดก็ตาม ไม่ว่าการทดลองและความทุกข์ลำบากที่เขาประสบนั้นจะหนักหน่วงแค่ไหน ถ้าเขาประพฤติตนอยู่ในความชอบธรรมอย่างต่อเนื่องต่อพระพักตร์พระเจ้า เขาจะเข้มแข็งและมีสุขภาพดีและการทดลองและความทุกข์ลำบากทั้งสิ้นของเขาจะหายไป ถ้าบ้านเรือนสกปรก แมลงสาบ หนู และแมลงสกปรกต่างๆ จะปรากฏตัวออกมา แต่ถ้าบ้านเรือนได้รับการทำความสะอาดและได้รับการฆ่าเชื้อ แมลงต่างๆ ก็ไม่สามารถอาศัยอยู่ได้อีกต่อไป สิ่งเหล่านั้นจะหายไปโดยธรรมชาติ สิ่งนี้ก็เช่นเดียวกัน

เมื่อพระเจ้าทรงแช่งสาปงูที่ล่อลวงมนุษย์พระองค์ตรัสว่างูจะ "ต้องเลื้อยไปด้วยท้อง จะต้องกินผงคลีดินจนตลอดชีวิต" (ปฐมกาล 3:14) สิ่งนี้ไม่ได้หมายความว่างูจะกินผงคลีดินจริงๆ ความหมายฝ่ายวิญญาณของข้อความนี้ก็คือว่าพระเจ้ากำลังตรัสกับมารซึ่งยุยงงูว่ามันจะกินเนื้อของมนุษย์ที่ถูกสร้างจากผงคลีดิน ในฝ่ายวิญญาณ "เนื้อหนัง" คือสิ่งที่เปลี่ยนแปลงและเสื่อมสูญ สิ่งนี้แสดงให้เห็นว่าความเท็จเป็นหนทางไปสู่ความตาย

ดังนั้น มารจึงนำการทดลอง ความลำบากยากแค้น และความทุกข์มาสู่มนุษย์ฝ่ายเนื้อหนังที่ทำความ ผิดบาปในท่ามกลางความเท็จและในที่สุดจะนำเขาไปสู่หนทางแห่งความตาย อย่างไรก็ตาม มารไม่สามารถเข้าใกล้ผู้คนที่บริสุทธิ์ซึ่งปราศจากบาปและดำเนินชีวิตตาม

พระคำของพระเจ้า ด้วยเหตุนี้ ถ้าเราดำเนินชีวิตอยู่ในความชอบธรรม ความเจ็บปวย การทดลอง และความทุกข์ลำบากก็จะหนีไปจากเราโดยธรรมชาติ

ในโยชูวาบทที่ 2 มีชาวต่างชาติคนหนึ่งที่ช่วยทำให้พระประสงค์ของพระเจ้าสำเร็จและได้รับพระพรเป็นผลลัพธ์ซึ่งตรงกันข้ามกับฟาโรห์ คนนี้เป็นผู้หญิงชื่อราหับที่อาศัยอยู่ในเมืองเยรีโคในช่วงเวลาของการอพยพ หลังจากออกมาจากอียิปต์และหลงอยู่ในถิ่นทุรกันดารเป็นเวลา 40 ปี คนอิสราเอลเพิ่งเดินข้ามแม่น้ำจอร์แดน คนเหล่านี้ตั้งค่ายอยู่และพร้อมจะบุกโจมตีเมืองเยรีโคได้ทุกเวลา

นางราหับไม่ใช่คนอิสราเอล แต่เธอได้ยินเกี่ยวกับคนอิสราเอลผ่านทางข่าวลือที่แพร่ออกไป เธอคิดว่าพระเจ้าพระเยโฮวาห์ผู้ทรงควบคุมทั่วทั้งจักรวาลทรงสถิตอยู่กับคนอิสราเอล เธอรู้เช่นกันว่าพระเจ้าองค์นี้ไม่ใช่พระที่ฆ่าผู้คนอย่างบ้าระห่ำหรืออย่างเหี้ยมโหดโดยไม่มีเหตุผล เพราะราหับรู้ว่าพระเจ้าพระเยโฮวาห์ทรงเป็นพระเจ้าแห่งความยุติธรรมเธอจึงปกป้องผู้สอดแนมชาวอิสราเอลด้วยการซ่อนคนเหล่านั้นเอาไว้ เพราะราหับรู้ จักพระประสงค์ของพระเจ้าและช่วยให้พระประสงค์ของพระองค์สำเร็จ เธอกับครอบครัวทั้งสิ้นของเธอจึงรอดชีวิตเมื่อเมืองเยรีโคถูกทำลาย เราต้องทำตามพระประสงค์ของพระเจ้าเช่นกันเพื่อเราจะดำเนินชีวิตฝ่ายวิญญาณซึ่งทำให้เราสามารถรับเอาคำตอบต่อปัญหาต่างๆ และได้รับคำตอบต่อคำอธิษฐานของเรา

3) ปุโรหิตเอลีและบุตรชายของเขาไม่ซื่อสัตย์ต่อกฎระเบียบการของพระเจ้า

ใน 1 ซามูเอลบทที่ 2 เราเห็นว่าบุตรชายสองคนของเอลีผู้เป็นปุโรหิตเป็นคนที่ไร้กฎเกณฑ์เพราะเขาไปสัมผัสอาหารที่แยกไว้ต่างหากเพื่อเป็นเครื่องบูชาแด่พระเจ้าและเขาเข้าหาหญิงที่ปรนนิบัติอยู่ที่ท

างเข้าพลับพลาแห่งชุมนุมอีกด้วย อย่างไรก็ตาม ปุโรหิตเอลีผู้เป็นบิดาเพียงแต่ตำหนิเขาด้วยคำพูดและไม่ได้ทำสิ่งใดเพื่อหยุดการกระทำผิดที่เขาทำอยู่ ในที่สุดลูกชายของเขาก็ถูกฆ่าในการทำสงครามกับคนฟีลิสเตียและเอลีตกจากเก้าจนคอหักเมื่อเขาได้ยินข่าวนี้ เอลีเสียชีวิตแบบนี้เพราะความบาปของการที่เขาไม่ได้สั่งสอนลูกชายของตนอย่างถูกต้อง

สำหรับเราในปัจจุบันก็เช่นเดียวกัน ถ้าเราเห็นผู้คนรอบข้างเราทำการล่วงประเวณีฝ่ายเนื้อหนังหรือเบี่ยงเบนไปจากกฎระเบียบของพระเจ้าและเราเพียงแต่ยอมรับคนเหล่านั้นโดยไม่ได้สอนเขาอย่างถูกต้องว่าอะไรคือสิ่งที่ถูกและสิ่งที่ผิด ถ้าเช่นนั้นเราก็ไม่แตกต่างไปจากเอลีผู้เป็นปุโรหิต ตรงนี้เราต้องดูตัวเราเองและดูว่าเราเป็นเหมือนเอลีและลูกชายของเขาในทางใดทางหนึ่งหรือไม่

เช่นเดียวกันกับการนำเงินสิบลดและเงินถวายที่แยกไว้สำหรับพระเจ้าไปใช้ส่วนตัว เมื่อเราไม่ได้ถวายสิบลดและถวายทรัพย์อย่างสมบูรณ์ สิ่งนี้เป็นเหมือนการขโมยจากพระเจ้า ด้วยเหตุนี้คำแช่งสาปจะลงมาเหนือครอบครัวหรือประเทศของเรา (มาลาคี 3:8-9) นอกจากนั้น สิ่งใดก็ตามที่อุทิศไว้เพื่อถวายแด่พระเจ้าเราไม่ควรนำสิ่งนั้นไปแลกเปลี่ยนกับสิ่งอื่นใด ถ้าท่านตัดสินใจในใจของท่านที่จะนำสิ่งใดมาถวายแด่พระเจ้า ท่านต้องทำสิ่งนั้น และถ้าท่านต้องการแลกสิ่งนั้นกับบางสิ่งที่ดีกว่า ท่านต้องถวายทั้งสิ่งแรกและสิ่งหลังให้กับพระเจ้า

นอกจากนั้น ไม่ใช่สิ่งถูกต้องที่ผู้นำเซลล์หรือเหรัญญิกของกลุ่มเซลล์ในคริสตจักรจะใช้จ่ายเงินค่าสมาชิกตามที่ตนเองเห็นสมควร การใช้จ่ายเงินของคริสตจักรเพื่อจุดประสงค์อื่นใดนอกเหนือจากที่ตั้งใจไว้ หรือการใช้เงินที่แยกไว้สำหรับกิจกรรมเฉพาะบางอย่างสำหรับจุดประสงค์อื่นล้วนอยู่ในข่ายของ “การขโมยจากพระเจ้า” ทั้งสิ้น ยิ่งกว่านั้น การเข้าไปยุ่งเกี่ยวกับทรัพย์สมบัติของพระเจ้าคือการขโมยเหมือนกับยูดาสอิสคาริโอท ถ้าบางคนขโมยเงินของพระเจ้า เขาก

ำลังทำบาปที่ร้ายแรงกว่าบาปของบุตรชายของเอลีและเขาจะไม่ได้รับการยกโทษ ถ้าบางคนทำบาปนี้เพราะเขาไม่รู้มาก่อน เขาต้องสารภาพและกลับใจอย่างถ่องแท้และเขาต้องไม่ทำบาปนี้อีก ผู้คนถูกแช่งสาปเพราะความบาปประเภทนี้ เหตุการณ์น่าเศร้า อุบัติเหตุ และความเจ็บป่วยเกิดขึ้นในชีวิตของเขาและเขาจะไม่ได้รับความเชื่อด้วยเช่นกัน

4) เด็กหนุ่มที่ล้อเลียนเอลีชาและกรณีอื่นๆ ที่คล้ายคลึงกัน

เอลีชาเป็นผู้รับใช้พระเจ้าที่เต็มไปด้วยฤทธิ์อำนาจซึ่งสื่อสารกับพระองค์และได้รับการรับรองจากพระองค์ แต่ใน 2 พงศ์กษัตริย์บทที่ 2 ท่านเห็นภาพเหตุการณ์ที่เด็กหนุ่มกลุ่มหนึ่งเดินตามเอลีชาและล้อเลียนท่าน เด็กหนุ่มเหล่านั้นชั่วร้ายมากเพราะเขาเดินตามเอลีชาจากในเมืองไปจนถึงนอกเมืองพร้อมกับร้องตะโกนว่า "อ้ายหัวล้าน จงขึ้นไปเถิด อ้ายหัวล้าน จงขึ้นไปเถิด" ในที่สุดเอลีชาก็ทนไม่ไหวอีกต่อไปและท่านได้แช่งสาปเด็กหนุ่มเหล่านั้นในพระนามขององค์พระผู้เป็นเจ้าและหมีตัวเมียสองตัวออกมาจากป่าฉีกเด็กหนุ่มพวกนั้นเสีย 42 คน เนื่องจากพระคัมภีร์บันทึกว่ามีเด็กหนุ่ม 42 คนเสียชีวิต เราจึงอนุมานได้ว่าจริงๆ แล้วเด็กหนุ่มที่ก่อกวนเอลีชามีจำนวนมากกว่านั้น

คำสาปและพระพรที่มาจากผู้รับใช้ที่ได้รับการรับรองจากพระเจ้าจะเกิดขึ้นอย่างแน่นอนตามที่คนเหล่า นั้นพูดออกมา โดยเฉพาะอย่างยิ่งถ้าท่านล้อเลียน ใส่ร้าย หรือนินทาคนของพระเจ้า สิ่งนี้เป็นเหมือนการใส่ร้ายและการล้อเลียนพระเจ้า ด้วยเหตุนี้ สิ่งนี้จึงเทียบเท่ากับการขัดขวางพระประสงค์ของพระเจ้า

และเกิดอะไรขึ้นกับชาวยิวที่ตรึงพระเยซูบนกางเขนและร้องเรียกให้โลหิตของพระองค์ตกอยู่กับเขาและลูกหลานของเขา ในปีค.ศ. 70 กรุงเยรูซาเล็มถูกทำลายอย่างสิ้นซากโดยนายพลติตัสของโรม

และกองทัพของท่าน ชาวยิวที่ถูกฆ่าในวันนั้นมีจำนวน 1.1 ล้านคน หลังจากนั้นถูกทำให้กระจัดกระจายออกไปทั่วโลกและได้รับการข่มเหงและการลบหลู่ในรูปแบบต่างๆ มากมาย จากนั้น ชาวยิวหกล้านคนถูกฆ่าด้วยมือของพวกนาซี ท่านสามารถเห็นว่าผลของการกบฏและการขัดขวางพระประสงค์ของพระเจ้าจะทำให้เกิดผลกระทบกลับอย่างรุนแรง

เกหะซีคนรับใช้ของเอลีชาก็อยู่ในสถานการณ์คล้ายกัน ในฐานะสาวกคนหนึ่งของเอลียาห์ผู้ที่ได้รับคำตอบด้วยไฟ เอลีชาได้รับการดลใจมากกว่าอาจารย์ของท่านสองเท่า ดังนั้นการที่เขาได้ปรนนิบัติเจ้านายอย่างเอลีชาถือเป็นพระพรอันยิ่งใหญ่สำหรับเกหะซี เกหะซีเห็นหมายสำคัญมากมายที่เอลีชากระทำด้วยตาตัวเอง ถ้าเขาเชื่อฟังถ้อยคำของเอลีชาและรับคำสอนเป็นอย่างดี เกหะซีอาจได้รับฤทธิ์อำนาจและพระพรที่ยิ่งใหญ่เช่นกัน น่าเสียดายที่เกหะซีไม่สามารถทำสิ่งนี้

มีครั้งหนึ่งที่เอลีชารักษานาอานามาน นายพลแห่งกองทัพซีเรียซึ่งป่วยเป็นโรคเรื้อนให้หายด้วยฤทธิ์อำนาจของพระเจ้า นาอามานซาบซึ้งใจมากจนท่านอยากมอบของขวัญชิ้นใหญ่ให้เอลีชา อย่างไรก็ตาม เอลีชาปฏิเสธที่จะรับของขวัญนั้นอย่างชัดเจน ท่านทำเช่นนี้เพราะว่าการไม่รับของขวัญเป็นสิ่งที่ถวายสง่าราศีแด่พระเจ้ามากกว่า

แต่เพราะไม่เข้าใจความตั้งใจของเจ้านายของตนและเพราะถูกแนวคิดแบบวัตถุนิยมบังตา เกหะซีติดตามนายพลนาอามานไปและโกหกท่านและรับของขวัญนั้นมา เขานำของขวัญกลับมาและซ่อนเอาไว้ เอลีชารู้ในสิ่งที่เกิดขึ้นแล้ว ดังนั้น ท่านจึงให้โอกาสเกหะซีที่จะกลับใจ แต่เขาปฏิเสธข้อกล่าวหาและไม่กลับใจ ผลลัพธ์ก็คือโรคเรื้อนของนาอามานก็มาเหนือเกหะซี สิ่งนั้นไม่ได้เป็นแค่การขัดขวางความตั้งใจของเอลีชา แต่นั่นเป็นการขัดขวางพระประสงค์ของพระเจ้า

5) การมุสาต่อพระวิญญาณบริสุทธิ์

ในกิจการบทที่ 5 มีเหตุการณ์ที่สามีภรรยาคู่หนึ่ง (อานาเนียและสัปฟีรา) มุสาต่อเปโตร ในฐานะสมาชิกของคริสตจักรยุคแรก ทั้งสองคนตัดสินใจขายทรัพย์สินของตนและถวายเงินแด่พระเจ้า แต่เมื่อเขาได้เงินมาอยู่ในมือของเขา ความโลภก็ครอบงำเขา ดังนั้นเขาถึงถวายเงินเพียงส่วนเดียวและโกหกว่านั่นคือเงินทั้งหมดที่มีอยู่ ทั้งสองคนเสียชีวิตอันเป็นผลจากการกระทำนี้ สาเหตุก็เพราะว่าเขาไม่ได้มุสาต่อมนุษย์แต่เขามุสาต่อพระเจ้าและพระวิญญาณบริสุทธิ์ เขาทดลองพระวิญญาณของพระเจ้า

เราแบ่งปันเพียงไม่กี่ตัวอย่าง แต่นอกจากตัวอย่างเหล่านี้แล้วยังมีเหตุการณ์อื่นๆ อีกมากมายที่ผู้คนขัดขวางพระประสงค์ของพระเจ้า พระบัญญัติของพระเจ้าไม่ได้มีอยู่เพื่อจะลงโทษเรา แต่เพื่อช่วยเราให้รู้ว่าอะไรคือความบาป เพื่อนำเราให้พึ่งพิงฤทธิ์อำนาจของพระเยซูคริสต์เพื่อจะเอาชนะบาปเหล่านั้น และเพื่อนำเราให้ได้รับพระพรอันบริบูรณ์ของพระเจ้าในที่สุด ดังนั้นขอให้เรามองย้อนกลับไปดูการกระทำของเราว่ามีการกระทำใดบ้างที่ขัดขวางพระประสงค์ของพระเจ้า และถ้ามีเราควรหันหลังกลับอย่างสิ้นเชิงและทำตามพระประสงค์ของพระเจ้าเท่านั้น

อภิธานศัพท์

เตาไฟและฟาง

"เตาไฟ" เป็นห้องปิดที่ผลิตความร้อนให้กับอาคาร เพื่อทำลายขยะ เพื่อละลายหรือกลั่นกรองแร่ เป็นต้น ในพระคัมภีร์ คำว่า "เตาไฟ" ถูกใช้เพื่อหมายถึงความทุกข์เวทนา การพิพากษาของพระเจ้า นรก เป็นต้น สหายทั้งสามคนของดาเนียล (ชัดรัค เมชาด และเอเบดเนโก) ปฏิเสธการก้มกราบรูปปั้นทองคำที่เนบูคัดเนสซาร์สร้างขึ้น ดังนั้นทั้งสามคนจึงถูกโยนลงไปในเตาไฟที่ลุกไหม้อยู่ อย่างไรก็ตาม ด้วยความช่วยเหลือของพระเจ้า ทั้งสามคนมีชีวิตรอดจากเตาไฟและไม่ได้รับอันตราย (ดาเนียลบทที่ 3)

"ฟาง" เป็นลำต้นของข้าวถูกใช้เป็นที่นอนและอาหารสำหรับสัตว์ ใช้มุงหลังคา ใช้สานหรือถักเป็นตะกร้า ในพระคัมภีร์ "ฟาง" เป็นสัญลักษณ์เล็งถึงบางสิ่งบางอย่างที่ไร้ความสำคัญและไร้ค่า

ความหยิ่งผยองคืออะไร

ความหยิ่งผยองคือการไม่เห็นคุณค่าว่าคนอื่นดีกว่าตน สิ่งนี้เป็นการดูถูกคนอื่นโดยคิดว่า "ฉันดีกว่าเขา" สภาวะที่เป็นแบบฉบับมากที่สุดที่ความหยิ่งประเภทนี้แสดงออกมาในตัวบุคคลก็คือเมื่อยามที่เขาคิดว่าเขาเป็นที่รักและเป็นที่ยอมรับจากผู้นำขององค์กรหรือกลุ่มที่เขาสังกัดอยู่ บางครั้งพระเจ้าทรงใช้วิธีการให้การยกย่องเพื่อว่าบุคคลจะสามารถค้นพบว่าถ้าเขามีธรรมชาติที่เหิมเกริมหรือไม่ รูปแบบของความหยิ่งที่เห็นได้บ่อยที่สุดคือการพิพากษาและการกล่าวโทษคนอื่น เราต้องระมัดระวังเป็นพิเศษที่จะไม่เก็บงำความหยิ่งฝ่ายวิญญาณเอาไว้ซึ่งจะทำให้เราพิพากษาคนอื่นด้วยพระคำของพระเจ้าซึ่งเป็นสิ่งที่ควรนำไปใช้เพื่อสะท้อนดูตัวเราเอง ความหยิ่งฝ่ายวิญญาณเป็นรูปแบบของความชั่วที่อันตรายมากเพราะสิ่งนี้จะค้นพบได้ยาก ด้วยเหตุนี้เราต้องระมัดระวังเป็นพิเศษที่จะไม่หยิ่งผยองในฝ่ายวิญญาณ

บทที่ 14

"พระเจ้าจอมโยธาตรัสดังนี้..."

> "พระเจ้าจอมโยธาตรัสว่า 'ดูเถิด วันนั้นจะมาถึง
> คือวันที่จะเผาไหม้เหมือนเตาอบ เมื่อคนที่อวดดีทั้งสิ้น แล
> ะคนที่ประกอบการอธรรมทั้งหมดจะเป็นเหมือนตอข้าว
> วันที่จะมานั้นจะไหม้เขาหมด จนไม่มีรากหรือกิ่งเหลืออยู่เลย แต่ด
> วงอาทิตย์แห่งความชอบธรรมซึ่งมีปีกรักษาโรคภัยได้ จะขึ้นมาส
> ำหรับคนเหล่านั้นที่ยำเกรงนามของเรา เจ้าจะกระโดดโลดเต้นออ
> กไปเหมือนลูกวัวออกไปจากคอก และเจ้าจะเหยียบย่ำคนอธรรม
> เพราะว่าเขาจะเป็นเหมือนขี้เถ้าที่ใต้ฝ่าเท้าของเจ้า
> ในวันนั้นเมื่อเราประกอบกิจ' พระเจ้าจอมโยธาตรัสดังนี้แหละ"
> (มาลาคี 4:1-3)

พระเจ้าทรงนำเอาการกระทำทุกอย่างมาสู่การพิพากษา รวมทั้งการกระทำทุกอย่างที่ซ่อนอยู่ด้วยเช่นกันไม่ว่าดีหรือชั่ว (ปัญญาจารย์ 12:14) เราจะเห็นได้ว่าเรื่องนี้เป็นความจริงถ้าเรามองดูประวัติศาสตร์ของมนุษย์ คนเย่อหยิ่งแสวงหาประโยชน์ของตนเอง เขาดูถูกคนอื่นและสะสมความชั่วเพื่อจะมีทรัพย์สินเงินทองมากมาย อย่างไรก็ตามความพินาศรอคอยเขาอยู่ในบั้นปลาย ในทางตรงกันข้าม คนถ่อมตั

วที่ยำเกรงพระเจ้าอาจดูเป็นคนโง่เขลาหรือเขาอาจพบกับความยากลำบากในตอนต้น แต่เขาจะได้รับพระพรอย่างยิ่งใหญ่และความเคารพนับถือจากเพื่อนมนุษย์ในตอนท้าย

พระเจ้าทรงปฏิเสธคนเย่อหยิ่ง

ลองเปรียบเทียบผู้หญิงสองคนในพระคัมภีร์ระหว่างวัชทีกับเอสเธอร์ พระราชินีวัชทีเป็นพระราชินีของกษัตริย์อาหสุเอรัส กษัตริย์แห่งอาณาจักรเปอร์เซีย

วันหนึ่ง กษัตริย์อาหสุเอรัสจัดงานเลี้ยงขึ้นและได้เชิญพระราชินีวัชทีให้มาเฝ้ากษัตริย์ในงานเลี้ยง อย่างไรก็ตาม เพราะความหยิ่งในตำแหน่งและความงามของตนวัชทีปฏิเสธคำเชิญของกษัตริย์ด้วยความเดือดดาลอย่างมาก กษัตริย์จึงปลดพระราชินีออกจากตำแหน่งของนาง สถานการณ์ของเอสเธอร์ที่ขึ้นมาสู่ตำแหน่งพระราชินีหลังจากวัชทีแตกต่างกันอย่างไร

แต่ดั้งเดิม เอสเธอที่ขึ้นมาสู่ตำแหน่งพระราชินีเป็นเชลยชาวยิวที่ถูกนำตัวมายังบาบิโลนในช่วงการครองราชย์ของกษัตริย์เนบูคัดเนสซาร์ เอสเธอร์ไม่เพียงแค่งดงามเท่านั้น แต่เธอยังเป็นคนฉลาดและถ่อมตัวด้วย ครั้งหนึ่ง ประชากรของนางประสบกับความยากลำบากครั้งใหญ่เนื่องจากชาวอามาเลขคนหนึ่งชื่อฮามาน จากนั้นเอสเธอร์ใช้เวลาสามวันในการอดอาหารและอธิษฐานและด้วยความมุ่งมั่นว่าเธอพร้อมจะพินาศถ้าเธอต้องพินาศ เธอชำระตัวเองให้สะอาดแต่งกายด้วยราชอาภรณ์ และยืนอย่างถ่อมใจอยู่ต่อหน้ากษัตริย์ เพราะเธอประพฤติตนด้วยความถ่อมเช่นนั้นต่อหน้ากษัตริย์และผู้คน เอสเธอร์ไม่เพียงแต่ได้รับความรักและความไว้วางใจจากกษัตริย์เท่านั้น แต่เธอยังสามารถทำหน้าที่อันยิ่งใหญ่ในการช่วยประชาชนของเธอให้รอดด้วยเช่นกัน

เนื่องจากมีเขียนไว้ในยากอบ 4:6 ว่า "พระเจ้าทรงต่อสู้ผู้ที่หยิ่งจองหอง แต่ทรงประทานพระคุณแก่คนที่ใจถ่อม

" เราต้องไม่เป็นคนที่เย่อหยิ่งจนทำให้พระเจ้าต้องโยนเราทิ้งไป และเหมือนที่เขียนไว้ในมาลาคี 4:1 ว่า "คนที่อวดดีทั้งสิ้น และคนที่ประกอบการอธรรมทั้งหมดจะเป็นเหมือนตอข้าว" ผลลัพธ์จะแตกต่างกันอย่างมากโดยขึ้นอยู่กับว่าคนหนึ่งจะใช้สติปัญญา ความรู้ และอำนาจของตนเพื่อความดีหรือความชั่ว ตัวอย่างที่ดีของเรื่องนี้น่าจะเป็นตัวอย่างของดาวิดกับซาอูล

เมื่อดาวิดเป็นกษัตริย์ สิ่งแรกที่ท่านคิดถึงคือพระเจ้าและท่านทำตามพระประสงค์ของพระองค์ ดาวิดได้รับพระพรจากพระเจ้าเพราะท่านอธิษฐานต่อพระองค์อย่างถ่อมใจด้วยการแสวงหาสติปัญญาเพื่อจะรู้จักวิธีการทำให้ประเทศชาติแข็งแกร่งและนำสันติสุขมาสู่ประชาชน

อย่างไรก็ตาม ซาอูลถูกครอบงำด้วยความโลภและท่านกังวลเกี่ยวกับการเสียบัลลังก์ของท่านไปในฐานะกษัตริย์ ดังนั้นท่านจึงใช้เวลาของตนอย่างสูญเปล่าไปกับการพยายามฆ่าดาวิดผู้ที่กำลังได้รับความรักของพระเจ้าและความรักของประชาชน เพราะซาอูลเย่อหยิ่ง ท่านจึงไม่ฟังคำเตือนของผู้เผยพระวจนะ ในที่สุด ซาอูลก็ถูกพระเจ้าปฏิเสธและท่านเสียชีวิตอย่างน่าเวทนาในท่ามกลางการสู้รบ

ดังนั้น เมื่อเข้าใจอย่างชัดเจนว่าพระเจ้าพระเยโฮวาห์ทรงพิพากษาคนเย่อหยิ่งอย่างไร เราควรกำจัดความเย่อหยิ่งทิ้งไปอย่างหมดสิ้น ถ้าเรากำจัดความเย่อหยิ่งทิ้งไปและเป็นคนถ่อมใจ พระเจ้าจะทรงพอพระทัยในเราและทรงสถิตอยู่กับเราผ่านทางคำตอบต่อคำอธิษฐานของเรา สุภาษิต 16:5 กล่าวว่า "ทุกคนที่มีความเย่อหยิ่งในใจก็เป็นที่น่าสะอิดสะเอียนต่อพระเยโฮวาห์ ถึงแม้มือประสานมือช่วยกันเขาจะพ้นโทษก็หามิได้" พระเจ้าทรงเกลียดชังจิตใจที่เย่อหยิ่งอย่างมากจนทุกคนที่ร่วมมือกับคนเย่อหยิ่งก็จะถูกลงโทษไปพร้อมกับเขา คนชั่วมักจะเข้าฝูงกับคนชั่วและคนดีมักจะรวมกลุ่มกับคนดี การร่วมมือกันนี้เกิดจากความเย่อหยิ่งเช่นกัน

ความเย่อหยิ่งของกษัตริย์เฮเซคียาห์

ขอให้เราดูอย่างใกล้ชิดมากขึ้นว่าพระเจ้าทรงเกลียดชังบาปมากเพียงใด ในบรรดากษัตริย์ของอิสราเอล มีหลายองค์ที่เริ่มต้นการครองราชย์ด้วยการรักพระเจ้าและเชื่อฟังพระประสงค์ของพระองค์ และจากนั้นเมื่อเวลาผ่านไปเขาเริ่มเย่อหยิ่ง ขัดขวางพระประสงค์ของพระเจ้า และไม่เชื่อฟังพระองค์ หนึ่งในกษัตริย์เหล่านี้ได้แก่กษัตริย์เฮเซคียาห์ กษัตริย์องค์ที่ 13 แห่งอาณาจักรใต้ของยูดาห์

กษัตริย์เฮเซคียาห์ขึ้นครองราชย์ต่อจากกษัตริย์อาหัสบิดาของท่าน ท่านเป็นผู้ที่พระเจ้าทรงรักเพราะท่านเป็นคนซื่อตรงเหมือนดาวิด ท่านทำลายแท่นบูชาต่างชาติและพังปูชนียสถานสูงลง และทุบเสาศักดิ์สิทธิ์ทั้งหมดในประเทศทิ้งไป ท่านชำระล้างประเทศให้ปราศจากรูปเคารพที่พระเจ้าทรงเกลียดชังด้วยการทุบทำลายเสารูปเคารพอาเชริม (2 พงศาวดาร 29:3-30:27)

แต่เมื่อประเทศเริ่มประสบกับความยุ่งยากทางการเมืองเนื่องจากความผิดพลาดของกษัตริย์องค์ก่อนที่เละเทะและอธรรม แทนที่จะพึ่งพิงและไว้วางใจในพระเจ้า กษัตริย์เฮเซคียาห์กลับไปเป็นพันธมิตรกับประเทศใกล้เคียง เช่น อียิปต์ ฟีลิสเตีย ไซดอน โมอับ และอัมโมน อิสยาห์ตักเตือนกษัตริย์เฮเซคียาห์ในหลายโอกาสที่ท่านประพฤติตนแบบไม่ยั้งคิดซึ่งเป็นการขัดขวางพระประสงค์ของพระเยโฮวาห์

เพราะเต็มไปด้วยความเย่อหยิ่ง กษัตริย์เฮเซคียาห์ไม่ฟังคำตักเตือนของอิสยาห์ ในที่สุด พระเจ้าทรงปล่อยยูดาห์ไว้เพียงลำพังและเซนนาเคอริบ กษัตริย์ของอัสซีเรียบุกโจมตียูดาห์และเอาชนะประเทศนี้ ดังนั้นกษัตริย์เซนนาเคอริบจึงครอบครองยูดาห์และนำประชาชน 200,000 คนไปเป็นเชลย และเมื่อกษัตริย์เซนนาเคอริบเรียกร้องให้กษัตริย์เฮเซคียาห์จ่ายค่าปฏิกรรมสงครามด้วยเงินก้อนใหญ่ เฮเซคียาห์ตอบสนองข้อเรียกร้องนี้ด้วยการลอกทองคำจากประตูและเสาประตูทั้งสิ้นของพระวิหารและใช้เงินทั้งหมดที่มีอยู่ในพระวิหารและในค

งคลังของประเทศ สิ่งของเครื่องใช้ภายในพระวิหารไม่ควรมีผู้ใดมาแตะต้อง แต่เพราะเฮเซคียาห์ยอมมอบสิ่งของเครื่องใช้อันศักดิ์สิทธิ์เหล่านี้ด้วยดุลยพินิจของตนเองและเพื่อความอยู่รอดของท่าน พระเจ้าจึงทรงหันพระพักตร์ของพระองค์ไปจากกษัตริย์

เมื่อเซนนาเคอริบข่มขู่เฮเซคียาห์ต่อไปแม้หลังจากได้รับค่าปฏิกรรมสงครามก้อนใหญ่ไปแล้วก็ตาม ในที่สุดเฮเซคียาห์ตระหนักว่าท่านไม่สามารถทำสิ่งใดด้วยกำลังของท่านเอง ดังนั้นท่านจึงเข้าหาพระเจ้าและอธิษฐานด้วยการกลับใจและร้องทูลต่อพระองค์ ผลลัพธ์ก็คือ พระเจ้าทรงมีพระเมตตาต่อท่านและทรงทำให้คนอัสซีเรียพ่ายแพ้ เราสามารถมีประสบการณ์กับบทเรียนแบบเดียวกันในครอบครัว ที่ทำงาน ธุรกิจ และในความสัมพันธ์ของเรากับเพื่อนบ้านและกับพี่น้องชายหญิงของเรา คนเย่อหยิ่งไม่มีวันได้รับความรักจากผู้ใด นับประสาอะไรกับการได้ความช่วยเหลือในยามยากลำบาก

ความเย่อหยิ่งของผู้เชื่อ

ผีไม่สามารถเข้าไปในบุคคลที่เชื่อในพระเจ้าเพราะพระเจ้าทรงปกป้องเขา อย่างไรก็ตาม มีหลายกรณีที่ผีเข้าไปอยู่ในผู้คนที่อ้างว่าตนเชื่อในพระเจ้า สิ่งนี้เกิดขึ้นได้อย่างไร พระเจ้าทรงต่อสู้กับคนเย่อหยิ่ง ดังนั้นถ้าคนหนึ่งเป็นคนเย่อหยิ่งจนถึงจุดที่พระเจ้าทรงหันพระพักตร์ของพระองค์ไปจากเขา ผีก็สามารถเข้าไปอยู่ในเขา ถ้าคนหนึ่งเย่อหยิ่งในฝ่ายวิญญาณ ซาตานสามารถทำให้ผีเข้าสิงคนนั้นและควบคุมเขาไว้และทำให้เขาทำสิ่งที่ชั่วร้าย

แม้การถูกผีสิงไม่เกิดขึ้น ถ้าผู้เชื่อกลายเป็นคนเย่อหยิ่งฝ่ายวิญญาณ เขาก็สามารถฝ่าฝืนความจริงและส่งผลให้เขาทุกข์ใจ เนื่องจากเขาไม่เชื่อฟังพระคำของพระเจ้า พระเจ้าจึงไม่สถิตอยู่กับเขาและทุกสิ่งในชีวิตของเขาก็ไม่ราบรื่น เหมือนที่เขียนไว้ในสุภาษิต 16:18 ว่า "ความเย่อหยิ่งเดินหน้าการถูกทำลายและจิตใจทียโสนำหน้าการ

ล้ม" ความเย่อหยิงไม่เป็นประโยชน์ในทางใดเลย ทีจริง ความเย่อหยิงมีแต่นำความเจ็บปวดและความทุกข์มาให้เรา เราต้องรู้ว่าความเย่อหยิงฝ่ายวิญญาณเป็นกาฝากและต้องถูกกำจัดทิ้งไปอย่างราบคาบ

ดังนั้น ผู้เชื่อจะรู้ได้อย่างไรว่าเขาเย่อหยิ่งหรือไม่ คนเย่อหยิงคิดว่าเขาเป็นฝ่ายถูก ดังนั้น เขาจะไม่ยอมรับคำวิพากษ์วิจารณ์ของคนอืน การไม่ทำตามพระคำของพระเจ้าถือเป็นความเย่อหยิงรูปแบบหนึงเพราะสิ่งนี้แสดงว่าคนนั้นไม่ให้เกียรติพระเจ้า เมือดาวิดละเมิดพระบัญญัติของพระเจ้าและทำบาป พระเจ้าทรงตำหนิท่านอย่างรุนแรงตรัสว่า "เจ้าได้ดูหมินเรา" (2 ซามูเอล 12:10) ดังนั้น การไม่อธิษฐาน การไม่รัก การไม่เชือฟัง และการมองไม่เห็นท่อนไม้ในตาของตนเองและการชี้ไปยังฝุ่นทีอยู่ในตาของอีกคนหนึงล้วนเป็นตัวอย่างความเย่อหยิงทั้งสิ้น

การดูถูกคนอืนในขณะทีพิพากษาและกล่าวโทษเขาตามมาตรฐานของเราเอง การโอ้อวดเกียวกับตัวเอง การอยากอวดอ้างล้วนเป็นรูปแบบของความเย่อหยิงทั้งสิ้น การฉกฉวยเอาทุกโอกาสเพือมีส่วนในการถกเถียงและการทะเลาะวิวาทด้วยคำพูดล้วนเป็นรูปแบบของความเย่อหยิงเช่นกัน ถ้าท่านเป็นคนเย่อหยิง ท่านปรารถนาให้คนอืนปรนนิบัติท่านและท่านต้องการขึ้นไปอยู่จุดสูงสุด และในขณะทีพยายามจะหาประโยชน์ให้กับตนเองและสร้างชือเสียงให้กับตนเอง ท่านเริมสำสมความชัวร้ายมากขึน

ท่านต้องกลับใจเกี่ยวกับความเย่อหยิ่งประเภทนี้และเป็นคนถ่อมใจเพื่อจะมีชีวิตที่จำเริญขึ้นและชื่นชมยินดี เพราะเหตุนีพระเยซูจึงตรัสว่า "ถ้าพวกท่านไม่กลับใจเป็นเหมือนเด็กเล็กๆ ท่านจะเข้าในแผ่นดินสวรรค์ไม่ได้เลย" (มัทธิว 18:3) ถ้าคนหนึงเป็นคนเย่อหยิงในจิตใจและเขาคิดว่าเขาเป็นฝ่ายถูกอยู่เสมอและเขาพยายามทีจะปกป้องความภาคภูมิใจในตนเองของเขาและใช้ความคิดของตนเอง คนนีจะไม่สามารถยอมรับพระคำของพระเจ้าตามทีปรากฏในพระคัมภีร์และประพฤติตามพระคำนั้นได้ ด้วยเหตุนีเขาอาจไม่ได้รับความรอดด้วยซ้ำไป

ความเย่อหยิ่งของผู้พยากรณ์เท็จ

ถ้าท่านดูในพระคัมภีร์เดิม ท่านจะเห็นช่วงเวลาที่กษัตริย์ถามผู้เผยพระวจนะเกี่ยวกับเหตุการณ์อนาคตและทำตามคำแนะนำของผู้เผยพระวจนะเหล่านั้น กษัตริย์อาหับเป็นกษัตริย์องค์ที่สีแห่งอาณาจักรเหนือของอิสราเอลและในช่วงเวลาการเสียชีวิตของท่านการไหว้พระบาอัลภายในประเทศที่มีอย่างแพร่หลายและในด้านต่างประเทศ สงครามจากการรุกรานของอาราม (ซีเรีย) กำลังลุกลามไปอย่างเต็มรูปแบบ นี่เป็นผลจากการที่อาหับปฏิเสธการฟังคำตักเตือนของผู้เผยพระวจนะมีคาห์และไว้วางใจในคำพูดของผู้พยากรณ์เท็จแทน

ใน 1 พงศ์กษัตริย์บทที่ 22 กษัตริย์อาหับร้องขอให้กษัตริย์เยโฮซาฟัทแห่งยูดาห์เข้าร่วมกับท่านในการยึดเมืองราโมทในกิเลอาดคืนจากมือของกษัตริย์แห่งอาราม ในเวลานั้น กษัตริย์เยโฮซาฟัท (ซึ่งเป็นคนที่รักพระเจ้า) แนะนำว่าคนเหล่านั้นควรหารือกับผู้เผยพระวจนะเพื่อแสวงหาพระประสงค์ของพระเจ้าก่อนที่จะตัดสินใจ จากนั้นกษัตริย์อาหับจึงเรียกประชุมผู้พยากรณ์เท็จประมาณสี่ร้อยคนที่ประจบท่านอยู่เสมอและขอคำปรึกษาจากคนเหล่านั้น ผู้พยากรณ์เหล่านั้นทำนายถึงชัยชนะของอิสราเอลอย่างเป็นเอกฉันท์

อย่างไรก็ตาม มีคาห์ผู้เผยพระวจนะแท้พยากรณ์ว่าจะเกิดความพ่ายแพ้ สุดท้ายคำพยากรณ์ของมีคาห์ไม่ได้รับความสนใจและกษัตริย์ทั้งสององค์ได้ร่วมกันทำสงครามกับอาราม ผลลัพธ์คืออะไร สงครามจบลงโดยไม่มีฝ่ายใดได้รับชัยชนะ และกษัตริย์อาหับที่ตกอยู่ในสภาพจนตรอก ได้ปลอมตัวเป็นทหารคนหนึ่งเพื่อแอบหนีไปจากสนามรบ แต่ถูกยิงด้วยลูกธนูที่ยิงเดาออกไปและเสียชีวิตเนื่องจากโลหิตที่บาดแผลมีโลหิตไหลออกมาก นี่เป็นผลลัพธ์ของการที่อาหับฟังคำทำนายของผู้พยากรณ์เท็จ และไม่ฟังคำพยากรณ์ของมีคาห์ผู้เผยพระวจนะแท้ ผู้พยากรณ์เท็จและผู้สอนเท็จจะถูกพิพากษาจากพระเจ้า เขาจะถูกโยนลงไปในนรกคือในบึงกำมะถันซึ่งร้อนกว่า

บึงไฟถึงเจ็ดเท่า (วิวรณ์ 21:8)

ผู้เผยพระวจนะแท้ที่พระเจ้าทรงสถิตอยู่ด้วยเป็นผู้มีจิตใจที่ถูกต้องและดังนั้นเขาจึงสามารถเผยพระวจนะอย่างถูกต้อง ผู้พยากรณ์เท็จ (ซึ่งเป็นผู้คนที่มีเพียงตำแหน่งหรือฐานะไว้โอ้อวด) จะพูดความคิดของเขาราวกับว่าสิ่งนั้นเป็นคำพยากรณ์และนำประเทศชาติของเขาไปสู่ความพินาศหรือนำประชาชนให้หลงทางไป ไม่ว่าจะเป็นภายในสถาบันครอบครัว ประเทศ หรือคริสตจักรก็ตาม ถ้าเราฟังคำพูดของคนดีและถูกต้อง เราจะพบกับสันติสุขเมื่อเราทำตามความดี แต่ถ้าเราเดินตามเส้นทางของคนชั่ว เราจะประสบกับความทุกข์และความพินาศ

การพิพากษาสำหรับผู้คนที่ประพฤติตนด้วยความเย่อหยิ่งและความชั่ว

1 ทิโมธี 6:3-5 กล่าวว่า "ถ้าผู้ใดสอนผิดไปจากนี้ และไม่ยอมเห็นด้วยกับพระวจนะอันมีหลักของพระเยซูคริสตเจ้าของเราและคำสอนที่สมกับทางของพระเจ้า ผู้นั้นก็เป็นคนทะนงตัวและไม่รู้อะไร เขาชอบทุ่มเถียงและโต้แย้งในเรื่องคำ ซึ่งเป็นเหตุให้เกิดการอิจฉากัน การทะเลาะวิวาทกัน การกล่าวร้ายกัน การไม่ไว้วางใจกัน และการด่าทอกันระหว่างผู้ที่มีใจทรามและไร้ความสัตย์จริง ที่คิดว่าทางของพระเจ้านั้นเป็นทางได้ประโยชน์"

พระคำของพระเจ้าบรรจุความดีทั้งสิ้นเอาไว้ ด้วยเหตุนี้เราจึงไม่ต้องการหลักคำสอนอื่นใด เพราะพระเจ้าทรงสมบูรณ์แบบและแสนดี คำสั่งสอนของพระองค์เท่านั้นที่เป็นความจริง อย่างไรก็ตาม เพราะเขาไม่รู้จักความจริง ผู้คนที่อวดดีจะพูดเกี่ยวกับหลักคำสอนต่างๆ ด้วยการสร้างข้อโต้แย้งและโอ้อวดตนเอง ถ้าเราตั้ง "คำถามอันเป็นที่ถกเถียง" เราก็กำลังโต้แย้งว่าเราเท่านั้นที่เป็นฝ่ายถูก ถ้าเรามี "ความขัดแย้งกับถ้อยคำ" สิ่งนี้ก็หมายความว่าเรากำลังส่งเสียงดังและโต้เถียงด้วยถ้อยคำ ถ้าเรามี "ความริษยา"

หมายความว่าเราต้องการทำร้ายคนบางคนถ้าเขาได้รับความรักมากกว่าเรา เรากำลังก่อให้เกิด "การทะเลาะวิวาท" ถ้าเราเข้าร่วมในการโต้เถียงซึ่งทำให้เกิดการแตกแยกในท่ามกลางผู้คน ถ้าเราเป็นคนอวดดีแบบนี้ จิตใจของเราจะเสื่อมลงและเราจะทำตามการงานของเนื้อหนังซึ่งพระเจ้าทรงเกลียดชัง

ดังนั้น ถ้าคนเย่อหยิ่งไม่กลับใจและหันไปจากทางของเขา พระเจ้าจะทรงหันพระพักตร์ไปจากเขาและเขาจะถูกพิพากษา ไม่ว่าเขาจะร้องทูลว่า "พระองค์เจ้าข้า พระองค์เจ้าข้า" และพูดว่าเขาเชื่อในพระเจ้ามากเพียงใดก็ตาม ถ้าเขาไม่กลับใจและทำชั่วอย่างต่อเนื่อง ในวันพิพากษาเขาจะถูกโยนลงไปในบึงไฟนรกพร้อมกับแกลบอื่นๆ

พระพรของคนชอบธรรมที่ยำเกรงพระเจ้า

บุคคลที่เชื่อในพระเจ้าอย่างแท้จริงจะทำลายความเย่อหยิ่งและความชั่วของตนลงไปเพื่อจะเป็นคนชอบธรรมที่เกรงกลัวพระเจ้า การเกรงกลัวพระเจ้าพระเยโฮวาห์หมายถึงอะไร สุภาษิต 8:13 กล่าวว่า "ความยำเกรงพระเจ้าเป็นความเกลียดชังความชั่วร้าย เราเกลียดความเย่อหยิ่งและความจองหอง และทางของความชั่วร้ายกับวาจาตลบตะแลง" ถ้าเราเกลียดชังความชั่วและกำจัดความชั่วทุกรูปแบบทิ้งไป เราจะเป็นคนที่สำแดงความชอบธรรมออกมาในสายพระเนตรของพระเจ้า

สำหรับผู้คนเช่นนี้ พระเจ้าจะทรงหลั่งความรักอันเปี่ยมล้นและประทานความรอดมาเหนือเขา ตอบคำอธิษฐานของเขาและอวยพระพรเขา พระเจ้าตรัสว่า "แต่ดวงอาทิตย์แห่งความชอบธรรมซึ่งมีปีกรักษาโรคภัยได้ จะขึ้นมาสำหรับคนเหล่านั้นที่ยำเกรงนามของเรา เจ้าจะกระโดดโลดเต้นออกไปเหมือนลูกวัวออกไปจากคอก และเจ้าจะเหยียบย่ำคนอธรรม เพราะว่าเขาจะเป็นเหมือนขี้เถ้าที่ใต้ฝ่าเท้าของเจ้า ในวันนั้นเมื่อเราประกอบกิจ" (มาลาคี 4:2-3)

สำหรับผู้คนที่เกรงกลัวพระเจ้าและรักษาพระบัญญัติของพระองค์ พระเจ้าจะทรงอวยพรเขาด้วยความมั่งคั่ง เกียรติ และชีวิต (สุภาษิต 22:4) ซึ่งสิ่งนี้ประยุกต์ใช้กับทุกคน (ปัญญาจารย์ 12:13) ด้วยเหตุนี้ คนเหล่านี้จะได้รับคำตอบต่อคำอธิษฐาน ได้รับการรักษาโรค และได้รับพระพรเพื่อเขาจะกระโดดโลดเต้นออกไปเหมือนลูกวัวไปจากคอก และมีความชื่นชมยินดีอย่างแท้จริง

ในอพยพ 15:26 พระเจ้าตรัสว่า "ถ้าเจ้าทั้งหลายฟังพระสุรเสียงของพระเจ้าของเจ้า และกระทำสิ่งที่ชอบในสายพระเนตรของพระองค์ เงี่ยหูฟังพระบัญญัติของพระองค์ และปฏิบัติตามกฎเกณฑ์ของพระองค์ทุกประการ แล้วโรคต่างๆ ซึ่งเราบันดาลให้เกิดแก่ชาวอียิปต์นั้น เราจะไม่ให้บังเกิดแก่พวกเจ้าเลย เพราะเราคือพระเจ้าแพทย์ของเจ้า" ดังนั้น ไม่ว่าโรคภัยไข้เจ็บชนิดใดจะเกิดขึ้นกับเขาก็ตาม บุคคลที่เกรงกลัวพระเจ้าจะได้รับการรักษา และดำเนินชีวิตที่มีพลานามัยสมบูรณ์ และในที่สุดเขาจะเข้าสู่สวรรค์ และชื่นชมกับเกียรติและสง่าราศีนิรันดร์

ด้วยเหตุนี้ เราต้องตรวจสอบตัวเองอย่างระมัดระวัง และถ้าเราพบความเย่อหยิ่งและความชั่วรูปแบบใดก็ตามภายในเรา เราควรกลับใจและหันกลับจากทางที่ชั่วร้ายเหล่านั้น สุดท้าย ขอให้เราเป็นคนชอบธรรมที่เกรงกลัวพระเจ้าด้วยความถ่อมใจและการรับใช้

บทที่ 15

ในเรื่องความผิดบาป ความชอบธรรม และการพิพากษา

"อย่างไรก็ตามเราจะบอกความจริงแก่ท่านทั้งหลาย คือการที่เราจากไปนั้นก็เพื่อประโยชน์ของท่าน เพราะถ้าเราไม่ไป องค์พระผู้ช่วยก็จะไม่เสด็จมาหาท่าน แต่ถ้าเราไปแล้ว เราก็จะใช้พระองค์มาหาท่าน เมื่อพระองค์นั้นเสด็จมาแล้ว พระองค์จะทรงกระทำให้โลกรู้แจ้งในเรื่องความผิด ความชอบธรรม และการพิพากษา ในเรื่องความผิดนั้น คือเพราะเขาไม่วางใจในเรา ในเรื่องความชอบธรรมนั้น คือเพราะเราไปหาพระบิดา และท่านทั้งหลายจะไม่เห็นเราอีก ในเรื่องการพิพากษานั้น คือ เพราะเจ้าโลกนี้ถูกพิพากษาแล้ว"
(ยอห์น 16:7-11)

ถ้าเราเชื่อในพระเยซูคริสต์และเปิดจิตใจของเราออกต้อนรับเอาพระองค์เป็นพระผู้ช่วยให้รอด พระเจ้าจะประทานพระวิญญาณบริสุทธิ์เป็นของขวัญแก่เรา พระวิญญาณบริสุทธิ์ทรงนำเราให้บังเกิดใหม่และทรงช่วยเราให้เข้าใจพระคำของพระเจ้า พระองค์ทรงทำการงานในหลายแนวทาง เช่น การนำเราให้ดำเนินชีวิตในความจริงและการนำเราไปสู่ความรอดอย่างสมบูรณ์ เป็นต้น ด้วยเหตุนี้ เราต้องเรียนรู้ว่าความบาปคืออะไรและรู้จักวิธีการบอกความแตกต่างระหว่างสิ่งที่ถูกกับสิ่งที่ผิดโดยพระวิญญาณบริสุทธิ์ เราต้

องเรียนรู้วิธีการประพฤติตนในความชอบธรรมเช่นกันเพื่อเราจะสามารถเข้าสู่สวรรค์และหลีกเลี่ยงการพิพากษาของนรก

ในเรื่องความผิดบาป

พระเยซูทรงบอกสาวกของพระองค์เกี่ยวกับวิธีการที่พระองค์ต้องสิ้นพระชนม์ด้วยการถูกตรึงบนกางเขนและเกี่ยวกับความทุกข์ลำบากที่พวกสาวกต้องประสบ พระองค์ทรงหนุนใจเขาเช่นกันด้วยการบอกเขาถึงการเป็นขึ้นมาและการเสด็จขึ้นสู่สวรรค์ของพระองค์ซึ่งจะตามมาด้วยการเสด็จมาของพระวิญญาณบริสุทธิ์และเกี่ยวกับสิ่งอัศจรรย์ต่างๆ ที่เขาจะได้รับอันเป็นผลจากการเสด็จมานี้ การเสด็จขึ้นสู่สวรรค์ของพระเยซูเป็นขั้นตอนที่จำเป็นสำหรับการส่งพระวิญญาณบริสุทธิ์ (พระผู้ช่วย) ลงมา

พระเยซูตรัสว่าเมื่อพระวิญญาณบริสุทธิ์เสด็จมาพระองค์จะทำให้โลกรู้แจ้งในเรื่องความผิดบาป ความชอบธรรม และการพิพากษา ถ้าเช่นนั้น การที่พระวิญญาณบริสุทธิ์ "จะทรงกระทำให้โลกรู้แจ้งในเรื่องความผิด" หมายถึงอะไร เหมือนที่เขียนไว้ในยอห์น 16:9 ว่า "ในเรื่องความผิดนั้น คือเพราะเขาไม่วางใจในเรา" การไม่เชื่อในพระเยซูคริสต์เป็นความผิดบาปและสิ่งนี้หมายความว่าผู้คนที่ไม่เชื่อในพระองค์จะพบกับการพิพากษาในที่สุด ถ้าเช่นนั้นเหตุใดการไม่เชื่อในพระเยซูคริสต์จึงเป็นความผิดบาป

พระเจ้าแห่งความรักทรงส่งพระเยซูคริสต์พระบุตรองค์เดียวของพระองค์เข้ามาในโลกเพื่อเปิดหนทางแห่งความรอดให้กับมนุษย์ที่ตกเป็นทาสของความผิดบาปเนื่องจากการไม่เชื่อฟังของอาดัม ด้วยการสิ้นพระชนม์บนไม้กางเขน พระเยซูทรงไถ่มนุษย์จากความผิดบาปทั้งสิ้น ทรงเปิดประตูแห่งความรอด และทรงเป็นพระผู้ช่วยให้รอดแต่เพียงองค์เดียว ดังนั้น การไม่เชื่อในความจริงข้อนี้ทั้งๆ ที่รู้จักความจริงนี้แล้วจึงเป็นความบาป และบุคคลที่ไม่ต้อนรับเอาพระเยซูคริสต์เป็นพระผู้ช่วยให้รอดของเขาจะไม่สามารถรับเอาการยกโทษความผิดบาป ดังนั้น จึงยังเป็นคนบาปอยู่ต่อไป

ทำไมพระองค์จึงพิพากษาในเรื่องความผิดบาป

เราสามารถเห็นว่าพระเจ้าพระผู้สร้างมีอยู่จริงเพียงแค่ด้วยการมองดูการทรงสร้างทั้งปวง โรม 1:20 กล่าวว่า "ตั้งแต่เริ่มสร้างโลกมาแล้ว สภาพที่ไม่ปรากฏของพระเจ้านั้นคือฤทธานุภาพอันถาวรและเทวสภาพของพระองค์ ก็ได้ปรากฏชัดในสรรพสิ่งที่พระองค์ได้ทรงสร้าง ฉะนั้นเขาทั้งหลายจึงไม่มีข้อแก้ตัวเลย" สิ่งนี้หมายความว่าไม่มีใครสามารถแก้ตัวได้ว่าเขาไม่ได้เชื่อเพราะเขาไม่รู้จักพระเจ้า

แม้แต่นาฬิกาข้อมือเรือนเล็กๆ ก็ไม่สามารถมารวมตัวเข้าด้วยกันเป็นนาฬิกาเรือนหนึ่งโดยบังเอิญโดยไม่มีผู้ออกแบบและผู้สร้างที่เป็นมนุษย์ ถ้าเช่นนั้น จักรวาลที่สลับซับซ้อนที่สุดและประณีตที่สุดนี้จะเกิดขึ้นด้วยตัวเองโดยบังเอิญได้อย่างไร แค่ด้วยการสังเกตดูจักรวาลมนุษย์ก็สามารถค้นพบฤทธิ์อำนาจนิรันดร์ของพระเจ้า

และในยุคสมัยนี้ พระเจ้าทรงสำแดงพระองค์เองให้ปรากฏโดยหมายสำคัญและการอัศจรรย์ผ่านผู้คนที่พระองค์ทรงรัก อย่างน้อยหลายคนในปัจจุบันอาจมีประสบการณ์เมื่อมีคนบางคนมาประกาศให้เขาเชื่อในพระเจ้าเพราะพระองค์ทรงเป็นอยู่จริง บางคนอาจเห็นการอัศจรรย์ด้วยตาตัวเองหรืออาจเคยได้ยินเกี่ยวกับการอัศจรรย์นี้จากพยานที่มีประสบการณ์ด้วยตนเอง แม้หลังจากที่เขาเห็นและได้ยินเกี่ยวกับหมายสำคัญและการอัศจรรย์เหล่านี้ ถ้าบุคคลนี้ยังไม่เชื่อเพราะจิตใจของเขาด้านชา ถ้าเช่นนั้นเขาก็จะเข้าไปสู่หนทางแห่งความตายในที่สุด นี่คือความหมายของการที่พระคัมภีร์กล่าวว่าพระวิญญาณบริสุทธิ์ "จะทรงกระทำให้โลกรู้แจ้งในเรื่องความผิด"

โดยปกติ เหตุผลที่ผู้คนไม่ยอมรับพระกิตติคุณมักเป็นเพราะว่าเขากำลังดำเนินชีวิตอยู่กับความบาปในขณะที่วิ่งตามผลประโยชน์ส่วนตัวของเขา เขาไม่สามารถเชื่อในเรื่องสวรรค์และชีวิตนิรันดร์เพราะเขาคิดว่าโลกนี้คือทุกสิ่งทุกอย่างที่มีอยู่ ในมัทธิวบทที่ 3 ยอห์นผู้ให้รับบัพติศมาป่าวประกาศให้ผู้คนกลับใจเพราะแผ่นดินสวรรค์อยู่ใกล้แล้ว ท่านกล่าวว่า "บัดนี้ขวานวางไว้ที่โคนต้นไม้แล้ว และทุกต้นที่ไ

ม่เกิดผลดีจะต้องตัดแล้วโยนทิ้งในกองไฟ" (ข้อ 10) และ "พระหัตถ์ของพระองค์ถือพลั่วพร้อมแล้ว และจะทรงชำระลานข้าวของพระองค์ให้ทั่ว พระองค์จะทรงเก็บข้าวของพระองค์ไว้ในยุ้งฉาง แต่พระองค์จะทรงเผาแกลบด้วยไฟที่ไม่รู้ดับ" (ข้อ 12)

ชาวนาหว่านเมล็ดข้าว เตรียม/พรวนดิน และเก็บเกียวผลผลิต จากนั้นเขาจะนำเอาเมล็ดข้าวไปไว้ในยุ้งฉางและโยนแกลบทิ้งไป พระเจ้าก็เช่นเดียวกัน พระเจ้าทรงเตรียมมนุษย์และพระองค์ทรงนำบุตรที่แท้จริงของพระองค์ซึ่งดำเนินชีวิตในความจริงเข้าไปสู่ชีวิตนิรันดร์ ถ้าเขาวิ่งตามโลกและยังเป็นคนบาปอยู่ พระองค์จำเป็นต้องปล่อยให้เขาเข้าไปสู่หนทางแห่งความพินาศโดยลำพัง ดังนั้นเพื่อจะเป็นข้าวดีและได้รับความรอด เราต้องเป็นคนชอบธรรมและติดตามพระเยซูคริสต์ด้วยความเชื่อ

ในเรื่องความชอบธรรม

ภายใต้การจัดเตรียมของพระเจ้า พระเยซูเสด็จเข้ามาในโลกนี้และสิ้นพระชนม์บนไม้กางเขนเพื่อแก้ปัญหาเรื่องความบาปของมนุษย์ อย่างไรก็ตาม พระองค์ทรงสามารถเอาชนะความตาย ทรงเป็นขึ้นมา และเสด็จขึ้นสู่สวรรค์เพราะพระองค์ไม่มีความบาปดั้งเดิม พระองค์ไม่เคยทำบาปและพระองค์ทรงดำเนินชีวิตอยู่ในความชอบธรรม ในยอห์น 16:10 พระเยซูตรัสว่า "...ในเรื่องความชอบธรรมนั้นคือเพราะเราไปหาพระบิดา และท่านทั้งหลายจะไม่เห็นเราอีก..." ในข้อความเหล่านี้มีความหมายที่แสดงเป็นนัยบรรจุอยู่

เพราะพระเยซูไม่มีความผิดบาปเลย พระองค์จึงสามารถทำให้พันธกิจของการเข้ามาในโลกนี้สำเร็จ—ความตายไม่สามารถเหนียวรั้งพระองค์เอาไว้ได้และพระองค์ทรงเป็นขึ้นมา พระองค์เสด็จไปอยู่ต่อหน้าพระพักตร์ของพระเจ้าพระบิดาเช่นกันเพื่อรับเอาสวรรค์ในฐานะผลแรกของการเป็นขึ้นมา นี่คือสิ่งที่พระองค์ทรงเรียกว่า "ความชอบธรรม" ดังนั้น เมื่อเราต้อนรับเอาพระเยซูคริสต์ เราจะได้รั

บของประทานแห่งพระวิญญาณบริสุทธิ์และเราได้รับสิทธิอำนาจที่จะเป็นบุตรของพระเจ้า โดยการต้อนรับเอาพระเยซูคริสต์ทำให้เราเปลียนจากการเป็นลูกของมารไปสู่การบังเกิดใหม่ในฐานะบุตรที่บริสุทธิ์ของพระเจ้า

นี่คือความหมายของการได้รับความรอดด้วยการถูกเรียกว่า "ผู้ชอบธรรม" โดยความเชื่อ ไม่ใช่เพราะเราได้ทำบางสิ่งบางอย่างที่ทำให้เราคู่ควรได้รับความรอด เราได้รับความรอดโดยความเชื่อเท่านั้นและเราไม่ได้จ่ายค่าอะไรเลย เพราะเหตุนี้เราจึงควรขอบพระคุณพระเจ้าอยู่เสมอและควรดำเนินชีวิตอยู่ในความชอบธรรม เราสามารถรื้อฟื้นพระฉายาของพระเจ้าขึ้นมาใหม่เมื่อเราต่อสู้กับความบาปจนถึงเลือดไหลและกำจัดความบาปนั้นทิ้งไปเพื่อจะเลียนแบบพระทัยขององค์พระผู้เป็นเจ้า

ทำไมพระองค์จึงพิพากษาในเรื่องความชอบธรรม

ถ้าเราไม่ได้ดำเนินชีวิตอยู่ในความชอบธรรม แม้แต่คนไม่เชื่อก็จะเยาะเย้ยเรา ความเชื่อจะสมบูรณ์เมื่อความเชื่อนั้นติดตามมาด้วยการประพฤติและความเชื่อที่ปราศจากการประพฤติเป็นความเชื่อที่ตายแล้ว (ยากอบ 2:17) คนไม่เชื่อจะพิพากษาและกล่าวโทษจากมุมมองของเขาเองโดยพูดว่า "คุณบอกว่าคุณไปโบสถ์และทำไมคุณยังกินเหล้าและสูบบุหรี่อยู่หละ คุณเรียกตนเองว่าเป็นสาวกของพระคริสต์ได้อย่างไรในขณะที่คุณยังทำบาปอยู่" ดังนั้น ในฐานะผู้เชื่อ ถ้าท่านได้รับพระวิญญาณบริสุทธิ์แต่ไม่ได้ดำเนินชีวิตที่ชอบธรรม ด้วยเหตุนั้นท่านจึงถูกพิพากษา นี่คือสิ่งที่พระคัมภีร์เรียกว่า "การพิพากษาในเรื่องความชอบธรรม"

ในกรณีนี้ พระเจ้าจะทรงตำหนิและตีสอนบุตรของพระองค์ผ่านทางพระวิญญาณบริสุทธิ์ ดังนั้น เขาจะไม่ดำเนินชีวิตแห่งความบาปอย่างต่อเนื่อง ฉะนั้น เหตุผลที่พระเจ้าทรงอนุญาตให้การทดลองและความยากลำบากบางอย่างเกิดขึ้นกับครอบครัว ที่ทำงาน ธุรกิจของคนบางคนหรือกับตัวเขาเองก็เพื่อจะผลักดันเขาให้ดำเนินชีวิตในฐาน

ะชายและหญิงที่ชอบธรรม นอกจากนี้ เพราะผีมารซาตานจะนำการกล่าวโทษมาสู่เขา พระเจ้าจึงต้องอนุญาตให้มีการทดลองเกิดขึ้นตามกฎฝ่ายวิญญาณ

พวกธรรมาจารย์และพวกฟาริสีมั่นใจว่าเขาดำเนินชีวิตอยู่ในความชอบธรรมเพราะเขาคิดว่าเขารู้จักธรรมบัญญัติเป็นอย่างดีและรักษาธรรมบัญญัติอย่างเคร่งครัด แต่พระเยซูตรัสกับเราว่า ถ้าความชอบธรรมของเราไม่ยิ่งกว่าความชอบธรรมของพวกธรรมาจารย์และพวกฟาริสี เราจะไม่ได้เข้าสู่แผ่นดินสวรรค์ (มัทธิว 5:20) เพียงแค่ร้องเรียกว่า "พระองค์เจ้าข้า พระองค์เจ้าข้า" ไม่ได้หมายความว่าเรามีความรอด เพื่อจะมีกรรมสิทธิ์ในสวรรค์ เราต้องเชื่อในองค์พระผู้เป็นเจ้าจากศูนย์กลางแห่งจิตใจของเรา กำจัดความบาปทิ้งไป และดำเนินอยู่ในท่ามกลางความชอบธรรม

"การดำเนินชีวิตในความชอบธรรม" ไม่ได้หมายถึงการฟังพระคำของพระเจ้าและเก็บรักษาพระคำนั้นไว้ในสมองในฐานะความรู้เพียงแค่นั้น แต่หมายถึงการเป็นคนชอบธรรมด้วยการเชื่อในจิตใจของเราและการประพฤติตามพระคำของพระองค์ ลองจินตนาการดูซิว่าจะเป็นยังไงถ้าสวรรค์เต็มไปด้วยคนฉ้อโกง คนชิงทรัพย์ คนโกหก คนล่วงประเวณี และคนขี้อิจฉา พระเจ้าไม่ได้เตรียมมนุษย์เอาไว้เพื่อจะนำแกลบเข้าไปในสวรรค์ จุดประสงค์ของพระเจ้าคือการนำข้าวดีคือคนชอบธรรมเข้าไปในสวรรค์

ในเรื่องการพิพากษา

ยอห์น 16:11 กล่าวว่า "...ในเรื่องการพิพากษานั้น คือ เพราะผู้ครองโลกนี้ถูกพิพากษาแล้ว" คำว่า "ผู้ครองโลกนี้" ในข้อนี้หมายถึงผีมารซาตาน พระเยซูเสด็จเข้ามาในโลกนี้เนื่องจากความผิดบาปของมนุษย์ พระองค์ทรงทำพระราชกิจแห่งความชอบธรรมเสร็จสิ้นและทรงมอบการพิพากษาครั้งสุดท้ายเอาไว้ แต่เราก็พูดได้เช่นกันว่าการพิพากษาครั้งสุดท้ายเกิดขึ้นแล้ว เพราะโดยความเชื่อในพระเยซูคริสต์เท่านั้นที่มนุษย์จะสามารถรับการยกโทษบาปแ

ละได้รับความรอด

ผู้คนที่ไม่เชื่อจะตกนรกในที่สุด ดังนั้นจึงเป็นเหมือนการพูดว่าคนเหล่านี้ได้รับการพิพากษาของเขาแล้ว เพราะเหตุนี้ ยอห์น 3:18-19 จึงกล่าวว่า “ผู้ที่วางใจในพระบุตรก็ไม่ต้องถูกพิพากษาลงโทษ ส่วนผู้ที่มิได้วางใจก็ต้องถูกพิพากษาลงโทษอยู่แล้ว เพราะเขามิได้วางใจในพระนามพระบุตรองค์เดียวของพระเจ้า หลักการพิพากษามีอย่างนี้ คือความสว่างได้เข้ามาในโลกแล้ว แต่มนุษย์ได้รักความมืดมากกว่ารักความสว่าง เพราะกิจการของเขาเลวทราม”

ถ้าเช่นนั้น เราสามารถทำสิ่งใดได้บ้างเพื่อจะหลีกเลี่ยงการถูกพิพากษา พระเจ้าทรงบอกให้เราสงบใจประพฤติตนด้วยความชอบธรรม และหยุดทำบาป (1 โครินธ์ 15:34) พระองค์ทรงบอกให้เราเว้นเสียจากความชั่วทุกรูปแบบเช่นกัน (1 เธสะโลนิกา 5:22) เพื่อจะประพฤติตนในความชอบธรรมในสายพระเนตรของพระเจ้า เราควรกำจัดความบาปที่ปรากฏให้เห็นภายนอกทิ้งไป แต่เราต้องละทิ้งความบาปเล็กๆ น้อยๆ ด้วยเช่นกัน

ถ้าเราเกลียดชังความชั่วและตั้งใจที่อยู่ในความดี เราก็สามารถกำจัดบาปทิ้งไปได้ ท่านอาจถามว่า “แค่การกำจัดบาปอย่างเดียวทิ้งไปก็ยากมากอยู่แล้ว ผมจะกำจัดบาปทั้งหมดของผมทิ้งไปได้อย่างไร” ขอให้คิดถึงเรื่องนี้ในลักษณะนี้ ถ้าท่านพยายามถอนรากแขนงต่างๆ ของต้นไม้ออกทีละราก สิ่งนี้จะยากมาก แต่ถ้าท่านถอนรากแก้วซึ่งเป็นรากใหญ่ของต้นไม้ออกไป รากแขนงและรากฝอยต่างๆ ก็จะถูกถอนออกไปโดยอัตโนมัติเช่นเดียวกัน ถ้าท่านมุ่งกำจัดบาปที่ยากที่สุดทิ้งไปก่อนผ่านการอดอาหารและการอธิษฐานอย่างร้อนรนเมื่อใดก็ตามที่ท่านทำได้ ท่านก็สามารถกำจัดธรรมชาติบาปอื่นๆ ทิ้งไปพร้อมกับความบาปนั้นเช่นกัน

ภายในจิตใจของบุคคลมีตัณหาของเนื้อหนัง ตัณหาของตาและความทะนงในลาภยศอยู่ สิ่งเหล่านี้เป็นหนึ่งในบรรดาความชั่วหลากหลายรูปแบบที่มาจากมารซาตาน ด้วยเหตุนี้มนุษย์จึงไม่สา

มารถกำจัดความบาปเหล่านี้ทิ้งไปด้วยกำลังของตนเอง เพราะเหตุนี้พระวิญญาณบริสุทธิ์จึงทรงช่วยผู้คนที่ใช้ความพยายามที่จะได้รับการชำระให้บริสุทธิ์และผู้คนที่อธิษฐาน เพราะพระเจ้าทรงพอพระทัยกับความพยายามของเขา พระองค์จะประทานพระคุณและกำลังมาเหนือเขา เมื่อทั้งสี่สิ่งนี้คือพระคุณและกำลังจากพระเจ้าเบื้องบน ความพยายามของเรา และความช่วยเหลือของพระวิญญาณบริสุทธิ์ทำงานร่วมกัน เราก็สามารถกำจัดบาปทิ้งไปได้อย่างแน่นอนที่สุด

เพื่อให้ขั้นตอนนี้เกิดขึ้น อันดับแรกเราต้องตัดตัณหาของตาออกไปก่อน ถ้าบางสิ่งเป็นความเท็จ จะเป็นประโยชน์กับเราที่สุดที่จะไม่ดูสิ่งนั้น ไม่ฟังสิ่งนั้น หรือไม่เข้าใกล้สิ่งนั้น สมมุติว่าวัยรุ่นคนหนึ่งเห็นสิ่งที่หยาบโลนในวีดีโอหรือในโทรทัศน์ จากนั้นจิตใจจะถูกกระตุ้นผ่านตัณหาของตาและความปรารถนาฝ่ายเนื้อหนังในจิตใจก็จะถูกปลุกเร้า จากนั้น สิ่งนี้จะทำให้วัยรุ่นคนนั้นคิดถึงแผนชั่วบางอย่างขึ้นมาและเมื่อแผนนั้นปรากฏออกมาเป็นการกระทำ ปัญหาทุกชนิดก็สามารถเกิดขึ้นได้ เพราะเหตุนี้จึงเป็นสิ่งสำคัญอย่างยิ่งที่เราจะตัดตัณหาของตาออกไป

มัทธิว 5:48 กล่าวว่า "เหตุฉะนี้ท่านทั้งหลายจงเป็นคนดีรอบคอบ เหมือนอย่างพระบิดาของท่าน ผู้ทรงสถิตในสวรรค์เป็นผู้ดีรอบคอบ" และใน 1 เปโตร 1:16 พระเจ้าตรัสว่า "ท่านทั้งหลายจงเป็นคนบริสุทธิ์ เพราะเราบริสุทธิ์" บางคนอาจพูดว่า "บุคคลจะดีรอบคอบและบริสุทธิ์เหมือนพระเจ้าได้อย่างไร" พระเจ้าทรงต้องการให้เราบริสุทธิ์และดีรอบคอบ และใช่ครับ เราไม่สามารถบรรลุถึงสิ่งนี้ด้วยกำลังของเราเอง แต่นี่คือเหตุผลที่พระเยซูทรงแบกรับเอากางเขนและนี่คือเหตุผลที่พระวิญญาณบริสุทธิ์ (พระผู้ช่วย) ทรงช่วยเรา เพียงเพราะบางคนอ้างว่าเขาได้ต้อนรับเอาพระเยซูคริสต์และเรียกพระองค์ว่า "พระองค์เจ้าข้า พระองค์เจ้าข้า" สิ่งนี้ไม่ได้หมายความว่าเขาจะเข้าไปสู่สวรรค์ เขาต้องกำจัดความบาปของตนทิ้งไปและดำเนินชีวิตแห่งความชอบธรรมเพื่อจะหลีกเลี่ยงการถูกพิพากษาและเข้าสู่สวรรค์

พระวิญญาณบริสุทธิ์ทรงกระทำให้โลกรู้แจ้งในเรื่องความผิด

ถ้าเช่นนั้น เหตุใดพระวิญญาณบริสุทธิ์จึงมาทำให้โลกรู้แจ้งในเรื่องความผิดบาป ความชอบธรรม และการพิพากษา สาเหตุก็เพราะว่าโลกเต็มไปด้วยความบาป เหมือนกับในยามที่เราวางแผนสำหรับบางสิ่งบางอย่าง เรารู้ว่าจะมีตอนเริ่มต้นและตอนสิ้นสุด ถ้าเรามองดูหมายสำคัญต่างๆ ในโลกวันนี้เราสามารถเห็นว่าวาระสิ้นสุดอยู่ใกล้แล้ว

พระเจ้าพระผู้สร้างทรงควบคุมดูแลประวัติศาสตร์ของมนุษย์ด้วยแผนการที่ชัดเจนในเรื่องการเริ่มต้นและการสิ้นสุด ถ้าเรามองดูกระแสภายในพระคัมภีร์เราจะเห็นความแตกต่างอย่างชัดเจนระหว่างความดีกับความชั่ว และมีคำอธิบายอย่างชัดเจนว่าความบาปนำไปสู่ความตายและความชอบธรรมนำไปสู่ชีวิตนิรันดร์ สำหรับผู้คนที่เชื่อในพระเจ้า พระเจ้าทรงอวยพรเขาและทรงสถิตอยู่กับเขา แต่สำหรับผู้คนที่ไม่เชื่อในพระองค์เขาจะถูกพิพากษาและเข้าไปสู่หนทางแห่งความตายในที่สุด การพิพากษาของพระเจ้าครั้งโบราณกาลไม่ใช่เรื่องไร้สาระ (2 เปโตร 2:3)

เหมือนน้ำท่วมใหญ่ในสมัยของโนอาห์และการทำลายเมืองโสโดมและเมืองโกโมราห์ในสมัยของอับราฮัม เมื่อความชั่วของมนุษย์ไปถึงขีดจำกัด การพิพากษาของพระเจ้าจะลงมาทันที เพื่อให้คนอิสราเอลได้รับการปลดปล่อยให้เป็นอิสระจากอียิปต์ พระเจ้าทรงส่งภัยพิบัติสิบอย่างมาเหนืออียิปต์ นี่เป็นการพิพากษาฟาโรห์สำหรับความหยิ่งผยองของเขา

และเมื่อประมาณสองพันปีที่แล้ว เมื่อนครปอมเปอิเสื่อมทรามไปด้วยความวิปริตและความตกต่ำ พระเจ้าทรงทำลายเมืองนั้นด้วยภัยพิบัติทางธรรมชาติของของภูเขาไฟระเบิด ถ้าท่านไปเยี่ยมเมืองปอมเปอิในวันนี้ท่านจะเห็นว่าเมืองที่ถูกปกคลุมไว้ด้วยเถ้าภูเขาไฟได้รับการสงวนไว้ในสภาพเดียวกับเมื่อครั้งที่เมืองนั้นถูกทำลายและถ้าเราเหลือบดูเพียงครั้งเดียวเราก็สามารถเห็นถึงความเสื่อมทรามของยุคนั้

นได้

ในพระคัมภีร์ใหม่ก็เช่นกัน พระเยซูเคยตำหนิพวกธรรมาจารย์และฟาริสีที่หน้าซื่อใจคดด้วยการตรัสว่า “วิบัติแก่เจ้า” ซ้ำถึงเจ็ดครั้ง เพื่อรักษาโลกไม่ให้ล้มลงไปสู่การพิพากษาและนรก โลกจะต้องถูกทำให้รู้แจ้งในเรื่องความผิดบาปและถูกตำหนิ

ในมัทธิวบทที่ 24 พวกสาวกทูลถามองค์พระผู้เป็นเจ้าเกี่ยวกับหมายสำคัญของการเสด็จกลับมาของพระองค์และของวาระสิ้นยุค พระเยซูทรงอธิบายกับเขาในรายละเอียดว่าความทุกข์เวทนาที่ไม่เคยมีมาก่อนจะอุบัติขึ้น พระเจ้าจะไม่เปิดประตูสวรรค์และเทน้ำหรือไฟลงมาเหมือนที่พระองค์เคยทำในอดีต แต่พระองค์จะนำการพิพากษาที่สอดคล้องกับยุคสมัยลงมา

หนังสือวิวรณ์พยากรณ์ไว้ว่าอาวุธที่ล้ำสมัยจะปรากฏให้เห็นและจะมีการทำลายล้างครั้งใหญ่จากสงครามขนาดใหญ่ที่คิดไม่ถึง ที่นี่เมื่อแผนการของพระเจ้าสำหรับการเตรียมมนุษย์มาถึงวาระสิ้นสุด การ

พิพากษาครั้งใหญ่ก็จะเกิดขึ้น และเมื่อวันนั้นมาถึง จะมีการพิพากษาว่าแต่ละคนจะมีชีวิตอยู่ชั่วนิรันดร์ในนรกหรือชั่วนิรันดร์ในสวรรค์ ดังนั้นตอนนี้เราควรจะดำเนินชีวิตอย่างไร

จงกำจัดความบาปทิ้งไปและดำเนินชีวิตแห่งความชอบธรรม

เพื่อหลีกเลี่ยงการพิพากษา เราต้องกำจัดความบาปของเราทิ้งไปและดำเนินชีวิตในความชอบธรรม และสิ่งที่สำคัญยิ่งกว่านั้นคือการที่แต่ละคนต้องไถพรวนจิตใจของเขาด้วยพระคำของพระเจ้าเหมือนกับที่ชาวนาไถพรวนทุ่งนา เราต้องไถพรวนดินริมทางเดิน ดินที่มีหิน และดินที่มีหนามปกคลุมและเปลี่ยนดินเหล่านี้ให้เป็นดินดี ดินที่อุดมสมบูรณ์

แต่บางครั้งเราสงสัยว่า “ทำไมพระเจ้าจึงปล่อยคนไม่เชื่อให้ลอยนวล แต่พระองค์กลับอนุญาตให้ความยากลำบากเกิดขึ้นกับผมที่เป็น

ผู้เชื่อ" สาเหตุก็เพราะว่า เหมือนดังช่อดอกไม้ที่ไม่มีรากซึ่งดูสวยงามจากภายนอกแต่จริงๆ แล้วไม่มีชีวิต คนที่ไม่เชื่อยืนอยู่ต่อหน้าการพิพากษาแล้วและเขาจะไปนรก ดังนั้น เขาไม่จำเป็นต้องรับการตีสอน

เหตุผลที่พระเจ้าทรงตีสอนเราก็เพราะว่าเราเป็นบุตรที่แท้จริงของพระองค์ ไม่ใช่ลูกนอกกฎหมาย ด้วยเหตุนี้เราน่าจะขอบพระคุณสำหรับการตีสอนของพระองค์แทน (ฮีบรู 12:7-13) เหมือนที่พ่อแม่ตีสอนลูกของเขาเพราะเขารักลูกและเขาต้องการนำลูกไปในทางที่ถูกต้องแม้สิ่งนั้นจะหมายถึงการใช้ไม้เรียวก็ตาม เพราะเราเป็นบุตรของพระเจ้า เมื่อมีความจำเป็น พระเจ้าจะอนุญาตให้ความยากลำบากบางอย่างเกิดขึ้นกับเราเพื่อจะนำเราไปสู่ความรอด

ปัญญาจารย์ 12:13-14 กล่าวว่า "ให้เราฟังตอนสรุปความกันทั้งสิ้นแล้ว คือจงยำเกรงพระเจ้า และรักษาพระบัญญัติของพระองค์ เพราะนี่แหละเป็นหน้าที่ทั้งสิ้นของมนุษย์ ด้วยว่าพระเจ้าจะทรงเอาการงานทุกประการเข้าสู่การพิพากษา พร้อมด้วยสิ่งเร้นลับทุกอย่างไม่ว่าดีหรือชั่ว" การดำเนินชีวิตอย่างชอบธรรมหมาย ถึงการทำหน้าที่ทั้งสิ้นของมนุษย์ในชีวิตของเรา เนื่องจากพระคำของพระเจ้าบอกให้เราอธิษฐาน เราควรอธิษฐาน เพราะพระองค์ทรงบอกให้เรารักษาวันขององค์พระผู้เป็นเจ้าให้บริสุทธิ์ เราควรรักษาวันนั้นให้บริสุทธิ์ และเมื่อพระองค์ทรงบอกเราไม่ให้พิพากษา เราไม่ควรพิพากษา ในการทำเช่นนั้น เมื่อเรารักษาพระคำของพระองค์และประพฤติตามนั้น เราจะได้รับชีวิตและเราจะมุ่งหน้าไปสู่หนทางแห่งชีวิตนิรันดร์

ด้วยเหตุนี้ ผมหวังว่าท่านจะจารึกคำสอนเหล่านี้ทั้งหมดไว้ในจิตใจของท่านเพื่อท่านจะเป็นข้าวดีที่เกิดผลเป็นความรักฝ่ายวิญญาณตามที่อธิบายไว้ใน 1 โครินธ์บทที่ 13 ผลทั้งเก้าอย่างของพระวิญญาณบริสุทธิ์ (กาลาเทีย 5:22-23) และพระพรของลักษณะของผู้เป็นสุข (มัทธิว 5:3-12) ผมอธิษฐานในพระนามขององค์พระผู้เป็นเจ้าเพื่อว่าเมื่อท่านทำเช่นนั้นแล้วท่านจะไม่เพียงแต่ได้รับความรอด แต่ท่านจะกลายเป็นบุตรของพระเจ้าที่ส่องสว่างเหมือนดวงอาทิตย์ในแผ่นดินสวรรค์

เกี่ยวกับผู้เขียน ดร. แจร็อก ลี

ดร. แจร็อก ลีเกิดที่เมืองมวน จังหวัดโจนนัม สาธารณะรัฐเกาหลี ในปี 1943 เมื่อท่านมีอายุ 20 ปี ดร. ลี ทนทุกข์ทรมานกับโรคภัยไข้เจ็บที่รักษาไม่ได้หลายชนิดเป็นเวลาถึงเจ็ดปีและนอนรอความตายโดยไม่มีความหวังของการหายจากโรค แต่อยู่มาวันหนึ่งในช่วงฤดูใบไม้ผลิของปี 1974 พี่สาวของท่านพาท่านมาที่คริสตจักรและเมื่อท่านคุกเข่าลงอธิษฐานพระเจ้าผู้ทรงพระชนม์อยู่ทรงรักษาท่านให้หายจากโรคภัยไข้เจ็บทั้งสิ้นของท่านในทันที

นับจากช่วงเวลาที่ดร.ลีพบกับพระเจ้าผู้ทรงพระชนม์อยู่ผ่านทางประสบการณ์ที่อัศจรรย์นั้นเป็นต้นมาท่านรักพระเจ้าอย่างจริงใจและด้วยสุดหัวใจของท่าน ในปี 1978 ท่านได้รับการทรงเรียกให้เป็นผู้รับใช้พระเจ้า ท่านอธิษฐานอย่างร้อนรนเพื่อจะเข้าใจพระประสงค์ของพระเจ้าอย่างชัดเจนและทำให้พระประสงค์นั้นสำเร็จอย่างสมบูรณ์พร้อมทั้งเชื่อฟังพระวจนะทั้งสิ้นของพระเจ้า ในปี 1982 ท่านก่อตั้งคริสตจักรมันมินเซ็นทรัลขึ้นในกรุงโซล ประเทศเกาหลีใต้ พระราชกิจอันมากมายของพระเจ้าซึ่งรวมถึงการรักษาโรคอย่างอัศจรรย์และหมายสำคัญต่าง ๆ เกิดขึ้นในคริสตจักรของท่านอย่างต่อเนื่อง

ในปี 1986 ดร.ลีได้รับการสถาปนาให้เป็นศิษยาภิบาล ณ ที่ประชุมสมัชชาประจำปีของคริสตจักรของพระเยซู "ซุงกุล" แห่งประเทศเกาหลีใต้และในปี 1990 (4 ปีต่อมา) คำเทศนาของท่านได้รับการนำไปเผยแพร่ออกอากาศในประเทศออสเตรเลีย สหรัฐอเมริกา รัสเซีย ฟิลิปปินส์ ภายในเวลาสั้น ๆ มีประเทศต่าง ๆ อีกหลายประเทศได้ยินได้ฟังเรื่องราวของพระเยซูคริสต์ผ่านพันธกิจของผู้ประกาศข่าวประเสริฐ (เอฟ.อี.บี.ซี.) สถานีวิทยุกระจายเสียงแห่งเอเชีย (เอ.บี.เอส.) และสถานีวิทยุคริสเตียนแห่งกรุงวอชิงตัน (ดับเบิ้ลยู.ซี.อาร์.เอส.)

สามปีต่อมา (ในปี 1993) คริสตจักรมันมินเซ็นทรัลได้รับเลือกให้เป็นหนึ่งใน "50 คริสตจักรยอดเยี่ยมของโลก" โดยนิตยสาร "โลกคริสตชน" ของสหรัฐอเมริกา ในปี 1993 นี้ท่านได้รับมอบปริญญาดุษฎีบัณฑิตกิตติมศักดิ์ (D.D.) สาขาพันธกิจศาสตร์จาก Christian Faith College รัฐฟลอริดา สหรัฐอเมริกาและในปี 1996 ท่านได้รับปริญญาดุษฎีบัณฑิต (Ph.D.) จาก Kingsway Theological Seminary รัฐไอโอวา สหรัฐอเมริกา

นับตั้งแต่ปี 1993 เป็นต้นมา ดร.ลีเป็นหัวหอกในการทำพันธกิจทั่วโลกโดยผ่านการประกาศครั้งใหญ่ที่จัดขึ้นในประเทศต่าง ๆ เช่น ประเทศแทนซาเนีย อาร์เจนตินา แอล.เอ. บัลติมอร์ ฮาวาย และนครนิวยอร์กของสหรัฐอเมริกา อูกานดา ญี่ปุ่น ปากีสถาน เคนย่า ฟิลิปปินส์ ฮอนดูรัส อินเดีย รัสเซีย เยอรมันนี เปรู สาธารณะรัฐประชาธิปไตยคองโก อิสราเอล และเอสโตเนีย

ในปี 2002 ท่านได้รับการยอมรับให้เป็น "นักเทศน์ฟื้นฟูทั่วโลก" โดยหนังสือพิมพ์ยักษ์ใหญ่ของคริสเตียนในเกาหลีหลายฉบับจากการทำพันธกิจของท่านที่เต็มไปด้วยฤทธิ์อำนาจในต่างประเทศ โดยเฉพาะอย่างยิ่งการประกาศใหญ่ที่นครนิวยอร์กปี 2006 ซึ่งจัดขึ้นที่เมดิสันสแควร์การ์เด้น

(สถานที่อันโด่งดังที่สุดในโลก) ถูกเผยแพร่ออกอากาศไปยัง 220 ประเทศทั่วโลกและการประกาศใหญ่ในอิสราเอลปี 2009 ซึ่งจัดขึ้นที่ศูนย์ประชุมนานาชาติ (I.C.C.) ในเยรูซาเล็มซึ่งท่านประกาศอย่างกล้าหาญว่าพระเยซูทรงเป็นพระเมสสิยาห์และพระผู้ช่วยให้รอด

คำเทศนาของท่านถูกถ่ายทอดผ่านดาวเทียมออกไปยัง 176 ประเทศซึ่งรวมถึงโทรทัศน์จี.ซี.เอ็น.และดร.แจร็อก ลี ได้รับการประกาศให้เป็น "หนึ่งในสิบยอดผู้นำคริสเตียนที่มีบารมีมากที่สุดในโลก" ประจำปี 2009 และ 2010 โดยนิตยสารคริสเตียน Invictory ของรัสเซียและสำนักข่าว Christian Telegraph จากการทำพันธกิจทางโทรทัศน์ที่เต็มไปด้วยฤทธิ์อำนาจและพันธกิจการอภิบาลคริสตจักรในต่างประเทศของท่าน

ณ เดือนธันวาคมปี 2016 คริสตจักรมันมินเซ็นทรัลมีสมาชิกมากกว่า 120,000 คนและมีคริสตจักรสาขาอยู่ทั่วโลกมากกว่า 11,000 แห่งซึ่งรวมถึงคริสตจักรสาขาในประเทศ 56 แห่งและมีการส่งมิชชันนารี

มากกว่า 102 คนไปทำพันธกิจใน 23 ประเทศทั่วโลกซึ่งรวมถึงสหรัฐอเมริกา รัสเซีย เยอรมันนี แคนนาดา ญี่ปุ่น จีน ฝรั่งเศส อินเดีย เคนย่า และอีกหลายประเทศ

ในปัจจุบัน ดร.ลีเขียนหนังสือมากถึง 105 เล่ม ซึ่งรวมถึงหนังสือที่มียอดขายสูงสุดเรื่อง "ลิ้มรสชีวิตนิรันดร์ก่อนความตาย" "ชีวิตและศรัทธาของข้าพเจ้า" "สาส์นจากกางเขน" "ขนาดแห่งความเชื่อ" "สวรรค์ภาค 1 และ 2" "นรก" "ตื่นเถิดอิสราเอล" และ "ฤทธานุภาพของพระเจ้า" งานเขียนของท่านแปลเป็นภาษาต่าง ๆ มากกว่า 76 ภาษา

บทความของท่านยังได้รับการตีพิมพ์ในหนังสือพิมพ์และนิตยสารหลายฉบับ เช่น "เดอะ ฮานกุก อิลโบ" "เดอะ จุง-อัง อิลโบ" "เดอะ มุนวา อิลโบ" "เดอะ โซล ชินมุล" "เดอะ คยุงยาง ชินมุน" "เดอะโกเรียอิโคโนมิก เดลี่" "เดอะ โกเรีย เฮราลด์" "เดอะ ชิซา นิวส์" และ "เดอะคริสเตียนเพรส" เป็นต้น

ปัจจุบัน ดร.ลีเป็นผู้นำของสมาคมและองค์กรมิชชันนารีจำนวนมาก ตำแหน่งเหล่านี้ประกอบด้วยประธานของสหคริสตจักรแห่งความบริสุทธิ์ของพระเยซูคริสต์ ประธานถาวรของสมาคมพันธกิจการฟื้นฟูคริสเตียนทั่วโลก ผู้ก่อตั้งและประธานคณะกรรมการเครือข่ายคริสเตียนทั่วโลก (GCN) ผู้ก่อตั้งและประธานคณะกรรมการเครือข่ายหมอคริสเตียนทั่วโลก (WCDN) และผู้ก่อตั้งและประธานคณะกรรมการสถาบันศาสนศาสตร์นานาชาติมันมิน (MIS)

หนังสือเล่มอื่น ๆ ที่เขียนขึ้นโดยผู้เขียนคนเดียวกันได้แก่...

I

สวรรค์ (ภาค 1)
สวรรค์ (ภาค 2)

คำบรรยายโดยละเอียดเกี่ยวกับสภาพแวดล้อมที่มีชีวิตชีวาซึ่งพลเมืองแห่งสวรรค์จะได้ชื่นชมและการบรรยายลักษณะอันงดงามของสวรรค์ชั้นต่าง ๆ
คำเชิญชวนให้เข้าสู่นครเยรูซาเล็มใหม่อันบริสุทธิ์ซึ่งประตูทั้งสิบสองบานของนครนี้ทำด้วยไข่มุกอันแวววาวระยิบระยับ นครนี้ตั้งอยู่ท่ามกลางสวรรค์อันรุ่งเรืองสุกใสเหมือนดังเพชรนิลจินดาที่มีค่า

ตื่นเถิดอิสราเอล

เพราะเหตุใดพระเจ้าจึงทรงเฝ้าดูอิสราเอลตั้งแต่จุดเริ่มต้นของโลกมาจนถึงปัจจุบัน อะไรคือการจัดเตรียมของพระเจ้าสำหรับอิสราเอล (ผู้ที่รอคอยพระเมสสิยาห์) ในช่วงวาระสุดท้าย

สาส์นจากกางเขน

ทำไมพระเยซูจึงเป็นพระผู้ช่วยให้รอดเพียงผู้เดียว เป็นข่าวสารแห่งการฟื้นฟูที่มีอานุภาพสำหรับทุกคนที่หลับใหลฝ่ายวิญญาณ ในหนังสือเล่มนี้ท่านพบถึงเหตุผลของการที่พระเยซูทรงเป็นพระผู้ช่วยให้รอดแต่พระองค์เดียวและความรักที่แท้จริงของพระเจ้า

ลิ้มรสชีวิตนิรันดร์ก่อนเสียชีวิต

เป็นบันทึกเรื่องจริงเกี่ยวกับคำพยานของศจ.ดร.แจร็อก ลีผู้ที่บังเกิดใหม่และได้รับการช่วยให้รอดจากหุบเหวแห่งความตายและดำเนินชีวิตคริสเตียนที่เป็นแบบอย่าง

ขนาดแห่งความเชื่อ

สถานที่แบบใด มงกุฎ และรางวัลชนิดใดที่ถูกจัดเตรียมไว้ในสวรรค์ หนังสือเล่มนี้จะให้ความรู้และคำแนะนำแก่ท่านในการวัดขนาดความเชื่อและการเพาะบ่มความเชื่อของท่านให้เจริญเติบโตมากที่สุด

www.urimbook.com

www.ingramcontent.com/pod-product-compliance
Lightning Source LLC
LaVergne TN
LVHW012013060526
838201LV00061B/4291
* 9 7 9 1 1 2 6 3 1 1 8 0 4 *